சிலைத் திருடன்

எஸ். விஜய் குமார்

தமிழில்: B.R. மகாதேவன்

சிலைத் திருடன்

Silai Thirudan

S. Vijay Kumar ©

© First published in Tamil by *New Horizon Media Private Limited* in arrangement with *Juggernaut Books.* Originally Published in English as *"The Idol Thief: The true story of Looting of India's temples"*

First Edition: December 2018
240 Pages

ISBN: 978-81-8493-949-1
Kizhakku 1138

Kizhakku Pathippagam
177/103, First Floor, Ambal's Building,
Lloyds Road, Royapettah, Chennai 600 014.
Ph: +91-44-4200-9603
Email : support@nhm.in | Website : www.nhm.in

kizhakkupathippagam kizhakku_nhm

Cover Image: Getty Images ©

Kizhakku Pathippagam is an imprint of New Horizon Media Private Limited

மனதைக் கவரும் விறுவிறுப்பான நடை. ‘சிலைத் திருடன்’ கலைப் பொக்கிஷங்கள் பற்றிய பார்வையை மாற்றி அமைத்துவிட்டது.
- எகானமிக் டைம்ஸ்

*

அயோக்கியத்தனம் நிறைந்த ஆனால் வசீகரமான ஓர் உலகின் திரையை விலக்கிக் காட்டும் புத்தகம். குற்றங்களை ‘யார் செய்தது?’ வகை ஹிட்ச்காக் பாணி உண்மைக் கதை! விறுவிறுப்பான நடை... வாசகரின் மனதுடன் நெருங்கி உரையாடும் மொழி... பக்கங்களை மள மளவெனத் திருப்ப வைக்கும் வேகம். - மிண்ட்

*

வியக்க வைக்கும் சாதனை. விறுவிறுப்பான க்ரைம் த்ரில்லர்... திரு எஸ்.விஜய் குமாருக்கு அரிய தகவல்கள், தேடல்கள் மூலம் கிடைத்திருக்கும் மேதமை இந்தப் புத்தகத்தின் மிகப் பெரிய பலமாக இருக்கிறது. - பிஸினஸ் ஸ்டேண்டர்ட்

*

இந்தியக் கலைப் பொக்கிஷங்களின் பெருங் கொள்ளையைப் பற்றிய சிந்தையைத் தூண்டும், வசீகரமான பெருமதிப்பு மிகுந்த ஆவணம். எல்லோரும் இதைப் படிக்கவேண்டும். - ஓப்பன் பத்திரிகை

*

டான் ப்ரவுன் எழுதிய த்ரில்லர் போலிருக்கிறது இந்தப் புத்தகம். இதுபோன்ற ஒரு புத்தகத்தை வாசித்து நீண்ட காலம் ஆகிறது.
- மை நேஷன்

*

உணர்ச்சிகரமான நூல். இந்திய ஆன்மாவின் வேதனையைப் பேசும் நூல். - ஸ்வராஜ்யா

*

இந்தப் புத்தகத்தை வாங்கிப் படியுங்கள். களவாடப்பட்ட நம் கடவுள்களை மீட்டுக்கொண்டுவர நடத்தப்பட்ட போராட்டங்களைத் தெரிந்துகொள்ளுங்கள். நம்முடைய அரிய, பெருமதிப்பு மிகுந்த கலாசாரத்தைப் பாதுகாக்க நம்மால் செய்ய முடிந்த சிறிய உதவி அதுவே. - அமீஷ்.

*

உண்மை நிகழ்வுகளின் அடிப்படையில் அமைந்திருக்கும் பரபரப்பான க்ரைம் திரில்லர்! - சஞ்சீவ் சன்யால்

*

அருமையான, மனதைக் கவரும் புத்தகம். சஸ்பென்ஸ் த்ரில்லர் படத்தின் திரைக்கதைபோல் விறுவிறுப்பாக இருக்கிறது. நிஜக் குற்றம் அத்தனை பரபரப்பாக இருக்கிறது. - ஹுசைன் ஜாய்தி

பொருளடக்கம்

முக்கிய நபர்கள்

சுபாஷ் கபூர் - நியூயார்க்கில் வசிக்கும் பிரபலக் கலை வர்த்தகன். தமிழகக் கோவில்களில் இருந்து சிலைகளைத் திருடிய குற்றத்துக்காகக் கைது செய்யப்பட்டுத் தற்போது சிறையில் தீர்ப்பை எதிர்நோக்கிக் காத்திருக்கிறான். அவனைக் கைது செய்த பின்னர், அமெரிக்க அதிகாரிகள் அவனுடைய வேர் ஹவுஸ், கேலரி ஆகியவற்றில் இருந்து 100 மில்லியன் டாலர் மதிப்புக்கும் மேலான இந்தியக் கலைப் பொக்கிஷங்களை மீட்டனர். 'உலகின் மிகப் பெரிய கலைப் பொருள் திருடர்களில் ஒருவன்' என்று குற்றஞ் சாட்டினர்.

சுஷ்மா சரீன் நீ கபூர் - சுபாஷ் கபூரின் சகோதரி. அமெரிக்கக் குடியுரிமை பெற்றவர். 2011-ல் சுபாஷ் கபூர் கைது செய்யப் பட்டதைத் தொடர்ந்து அவனுடைய கலைப்பொருள் வர்த்தகத்தைக் கவனித்துவருகிறார்.

சஞ்சீவி அசோகன் - கலைப் பொருள் வியாபாரி. சென்னையில் இருந்து செயல்பட்டவன். சுபாஷ் கபூருக்குச் சிலைகளைத் திருடிக் கொடுத்தவன். சஞ்சீவி அசோகன் கைது செய்யப்பட்டதைத் தொடர்ந்து சுபாஷ் கபூரைக் காட்டிக்கொடுத்தான். அதனால் சுபாஷ் கைதுசெய்யப்பட்டான்.

தீனதயாளன் - சென்னைக்கு வெளியில் இருந்து செயல்பட்டு சுபாஷ் கபூருக்குத் திருட்டுப் பொருட்கள் கடத்தித் தந்த இன்னொரு கலை வியாபாரி. 80 வயதுக்கு மேலான தீனதயாளன் கைது செய்யப்பட்ட ஆண்டு 2016. சென்னையில் இருந்த தீனதயாளின் வேர் ஹவுஸ், வீடு ஆகியவற்றில் இருந்து 200 கலைப் பொக்கிஷங்கள் மீட்கப்பட்டன.

ஷாண்டூ - சுபாஷ் கபூரின் நம்பிக்கையான, நெருங்கிய உதவியாளன். சுபாஷ் கபூர், தான் கைதானதும் இவனிடம் தொடர்புகொண்டுதான் சிலைத்திருட்டுத் தடுப்புப் பிரிவின் கறுப்பு

ஆட்டை பிளாக் மெயில் செய்து தன்னை விடுவிக்கச் சொல்லும்படிக் கேட்டுக்கொண்டான்.

செல்வராஜ் - சென்னை சிலைத்திருட்டுத் தடுப்பு பிரிவின் டி.ஐ.ஜி. இந்தச் சிலைத் திருட்டு வழக்கின் கதாநாயகர்களில் ஒருவர். சஞ்சீவி அசோகனை இவர் கைது செய்ததனால்தான் சுபாஷ் கபூரையும் கைது செய்ய முடிந்தது.

காதர் பாட்ஷா - சென்னை சிலைத்திருட்டுத் தடுப்பு பிரிவில் டி.ஐ.ஜி. செல்வராஜின் கீழ் பணி புரிந்தவன்.

இண்டி (புனை பெயர்) - அற்புதமான அமெரிக்க சட்ட அமலாக்கத் துறை அதிகாரி. சுபாஷ் கபூரின் திரை மறைவு வேலைகளைப் புலனாய்வு செய்து அவனுடைய கடத்தல் சாம்ராஜ்ஜியம் குறித்த தகவல் திரட்டைவைத்திருப்பவர். சுபாஷ் கபூரை இண்டி கைது செய்வதற்கு முன் இந்திய அதிகாரிகள் கைதுசெய்துவிட்டனர்.

ஜேஸன் ஃபெல்ச், மைக்கேலா போலந்து, முனைவர் கீரித் மன்கொடி - நூலாசிரியரின் நண்பர்கள். இவர்கள் அனைவரும் சிலைத்திருட்டு வழக்கில் காவல் துறை அதிகாரிகளுக்கு பேருதவி புரிந்து வருகின்றனர்.

கிரேஸ் பரமஸ்ப்ரி - சிங்கப்பூரில் கலைப் பொருள் விற்பனை மையம் வைத்திருப்பவர். சுபாஷ் கபூரின் முன்னாள் வர்த்தகக் கூட்டாளி மற்றும் தோழி. சுபாஷுக்கும் இவளுக்கும் இடையில் உறவு முறிந்ததைத் தொடர்ந்து கிரேஸ் பரமஸ்ப்ரி காவல் துறை அதிகாரிகளிடம் சுபாஷ் கபூரின் திரைமறைவு வேலைகள்பற்றித் தெரிவித்தாள். காவல் துறை சுபாஷ் கபூரைக் கைது செய்ததில் இவருடைய பங்கும் உண்டு.

செலீனா முகம்மது - சுபாஷ் கபூரின் இன்னொரு தோழி. வர்த்தகக் கூட்டாளி. அருங்காட்சியகங்கள், ஆர்ட் கேலரிகளுக்கு சுபாஷ் கபூர் கலைப் பொக்கிஷங்களை விற்கப் போலி ஆவணங்கள் தயாரித்துக் கொடுத்தவள். சுபாஷ் கபூர் கைது செய்யப்பட்டதைத் தொடர்ந்து, இவளுக்கும் குறிப்பு ஒன்றை ரகசியமாக அனுப்பினான். அதில் அவன் திருடியவற்றிலேயே விலை மதிப்பும் கலை மதிப்பும் மிகுந்த சோழர் கால வெண்கலச் சிலை ஜோடியான நடராஜர்-சிவகாமி அம்மை சிலைகளை அவனுக்காகப் பத்திரமாக எடுத்து ஒளித்து வைக்கும்படிக் கேட்டுக்கொண்டிருந்தான்.

ஆரோன் ஃப்ரீட்மேன் - சுபாஷ் கபூரின் அமெரிக்க உதவியாளன். கலைப் பொருள் வணிக மையத்தின் மேனேஜர். சுபாஷுக்கு எதிரான வழக்கில் தற்போது அமெரிக்க அதிகாரிகள் விசாரித்து வருகின்றனர்.

முன்னுரை

தமிழகத்தில் அரியலூருக்கு அருகே ஒரு சின்னஞ்சிறிய கிராமத்தில்: பொது யுகம் பதினொன்றாம் நூற்றாண்டு.

சிற்பி மந்திர உச்சாடனம் செய்யத் தொடங்கியதும் அவரது கம்பீரமான குரல் அந்த அறை முழுவதும் அதிர்வலைகளை எழுப்பத் தொடங்கியது. தரையில் கால் மடக்கி அமர்ந்திருந்தவர் இரு கைகளையும் தலைக்கு மேல் தூக்கிப் பிடித்திருந்தார். அகலமாக விரித்திருந்த கையில் பிடித்திருந்த வெண்ணிற பூணூலின் ஒரு முனை தனது கறுத்த இடது தோளில் படும்படியும் மறுமுனை வலது கையினூடாகச் செல்லும்படியும் அணிந்துகொண்டார். வேறு இரண்டு பூணூல் பிரிகள் அவருடைய கால் தொடைகளில் நீள்வசத்தில் இருந்தன. சற்று குனிந்து உத்தரிணியில் சிறிது நீர் எடுத்து வலது கையில் ஊற்றிக்கொண்டார். மந்திரங்கள் தொடர்ந்த வண்ணம் இருந்தன. தொடையில் இருந்த இரண்டு பூணூல் பிரிகளையும் அதுபோலவே அணிந்துகொண்டார்.

கண்களை மூடி தமது குலத்தின் முது முதல்வரும் தேவ சிற்பியுமான விஸ்வகர்மாவை மனதில் தியானித்தார். களிமண் கலத்தில் இருந்து எழுந்த குங்கிலியச் சாம்பிராணி புகை காற்றில் கலந்தது. சிற்பி கண்களைத் திறந்து தன் மகனிடம் தேன் மெழுகை ஊற்றும்படிச் சைகையால் சொன்னார். சூட்டில் உருகிய தங்கநிற மெழுகு அடர்ந்த நிறக் குங்கிலியத்துடன் கலந்தது. கலவை சரியான விகிதத்தில் வருவதற்காக மேலும் சிறிது மெழுகைச் சேர்த்தார். சிலையின் உடல் பாகத்தை இன்று வடிவமைத்தாக வேண்டும்.

கொதிக்கும் கலவையைக் கண்ணால் பார்த்தே, பக்குவ நிலையை அடைந்துவிட்டதா இல்லையா என்பதைக் கண்டுபிடிக்க அவரால் முடியும். குடத்தில் குளிர்ந்த நீரைக் கொண்டுவரச் சொன்னார்.

கொதிக்கும் கலவை நீரில் மூழ்கடிக்கப்பட்டது. 'உஸ்' என்ற சப்தத்துடன் கொதி கலவை இறுகியது. சரியாக வந்திருக்கிறதா என்று சோதித்துப் பார்க்கவா என்று கேட்கும் தொனியில் சிற்பியின் மகன் அவரைப் பார்த்தான். 'வேண்டாம்' என்பதுபோல் சிற்பி தலையை இடவலமாக அசைத்தார்.

நல்ல நேரம் நெருங்கிவிட்டது. தூய நீர் ஒரு பெரிய பானையில் கொதிக்கவைக்கப்பட்டது. குளிரூட்டப்பட்ட மெழுகுக் கலவை அதனுள் போடப்பட்டு மெள்ளப் பசைபோல் இளகத் தொடங்கியது. சிற்பியின் கண்கள் மீண்டும் மூடிகொண்டன. ஆடலரசன் நடராஜனின் தியான ஸ்லோகமான வேத மந்திரத்தை உச்சாடனம் செய்தார். இளகிய மெழுகை அவருடைய கைகள் வெளியே எடுத்தன. தான் உருவாக்கப்போகும் சிவபெருமானின் திரு உருவம் சிற்பியின் மனக்கண்ணில் அதி துல்லியமாகத் தெரிந்தது. ஜடை முடிகள் காற்றில் பின்பக்கம் அலைபாய, மேல் கரங்கள் பக்கவாட்டில் நீண்டு நிற்க, ஒரு கரத்தில் உடுக்கையும் மறு கரத்தில் அக்னி கலசமும் ஏந்தி நிற்கும் முக்கண் முதல்வன். இடது காலைத் தூக்கி நின்று அவர் ஆட, கீழ் கரங்கள் அவற்றுக்கான முத்திரைகளுடன் மனக்கண்ணில் விரிந்தன. இடது கரம் யானைத் தும்பிக்கைபோல் கஜ முத்திரை காட்டுகிறது. தூக்கிய பாதத்தை நோக்கி விரல்கள் நளினமாகக் கீழ்நோக்கிக் காட்டுகின்றன. தடைகளையும் எதிர்ப்புகளையும் அப்புறப்படுத்தவல்ல அம்பலத் தரசனின் கருணையைப் பறைசாற்றும் வண்ணம் வலது திருக்கரம் அபய ஹஸ்த முத்திரை காட்டுகிறது. விரல்கள் மேல் நோக்கிய நிலையில், உள்ளங்கை பக்தனைப் பார்க்கும் வகையில் விரிந்து, 'யாமிருக்க பயமேன்' என்று பக்தருக்கு இறைவன் சொல்லும் முத்திரை. மனக்கண்ணில் விரிந்த காட்சிகளை நினைத்து மெள்ளப் புன்னகை பூத்தார் சிற்பி. அவர் மனக்கண்ணில் கண்ட திரு உருவத்தின் ஒளிவட்டம் கண்முன் களிநடனம் புரிந்துகொண்டிருந்த அக்னி ஜ்வாலையில் பிரதிபலித்ததுபோல் அவர் முகம் பிரகாசித்தது. இறைவனின் நாபிக் கமலத்தில் இருந்து பேரொளி கிளம்பி அந்த அறை முழுவதையும் பிரகாசத்தால் நிரப்பியதுபோல் இருந்தது. மெழுகை வார்க்கத் தொடங்கியபோது ஆடலரசனின் கால் தண்டைகள் எழுப்பும் ஒலியும் உடுக்கையின் இன்னொலியும் அவர் காதுகளில் எதிரொலித்தன.

கண்களில் ஆனந்தக் கண்ணீர் பெருகச் சற்று பின்னோக்கிச் சென்று அந்தத் திருமேனியைப் பார்த்தார். காலகாலமாக அவருடைய முன்னோர்கள் கைமாற்றித் தந்த ஞானத்தை அப்படியே பிரதிபலித்திருக்கிறோம் என்ற மனநிறைவு அவரைச் சூழ்ந்தது.

பரம்பரை பரம்பரையாகக் குல வழி நீடித்த கலை ஞானம் அவர் கைகள் வழி வெளிப்பட்டிருக்கிறது. ஆயிரக்கணக்கான ஆண்டு களாகச் சேகரமான செய் நேர்த்தி அவர் ரத்தத்தில் ஓடி வந்திருக்கிறது. அவர் உருவாக்கிய சிலைகளிலேயே இதுதான் ஆகச் சிறந்தது. அவர் அதில் தனது பங்காக, சில நுட்பமான அம்சங்களைச் சேர்த்து, தனித்தன்மை மிகுந்ததாக ஆக்கப்போகிறார். அதற்கு வேறுவிதமான கலவை தேவை. ஒருபங்கு குங்குலியத்துக்கு ஒன்றரை பங்கு மெழுகு என்ற விகிதத்தில் மகனிடம் மேலும் சேர்க்கச் சொன்னார்.

வாசலில் சிற்பத்தை வடிக்கச் சொன்ன தனவான் பரபரப்புடன் காத்திருந்தார். இந்த வெண்கலச் சிலையைச் செய்யச் சொன்ன அவர் அதற்குத் தேவையான உலோகத்துக்கு ஏற்கெனவே சன்மானம் கொடுத்துவிட்டிருந்தார். அவருடைய மனைவி கர்ப்பமாக இருந்தார். ஆண் குழந்தைதான் பிறக்கும் என்பதில் உறுதியாக இருந்தார். தன்னிடம் இருந்தவற்றிலேயே மிகவும் விலை உயர்ந்த தங்கக் காசு மாலைகள் நான்கைச் சிலைசெய்ய மனப்பூர்வமாகக் கொடுத்துஅனுப்பியிருந்தார். இந்த நகைகள் உருக்கப்பட்டு சிலை செய்வதற்குப் பயன்படுத்தப்படும். பிறக்கவிருக்கும் குழந்தையின் வாழ்க்கையும் அந்தப் பொன் போல் மின்னும்.

முதலில் மெழுகிலான நடராஜ பிரதிமை ஒன்று உருவாக்கப்படும். அதன்மேல் களிமண் பூசப்பட்டு காய்ந்த பின் அது சுடப்படும். அப்போது மெழுகு உருகி வெறியேறிவிடும். உள் பக்கம் காலியாக இருக்கும் அந்தக் களிமண் வார்ப்பினுள் உலோகம் உருக்கி ஊற்றப்படும். பின்னர் இந்தக் களிமண் பூச்சு உடைக்கப்பட்டு சிலை வெளியே எடுக்கப்படும்.

பத்து நாட்கள் கழித்துக் குறிப்பிட்ட நல்ல நேரத்தில் கர்ப்பக் கிரகத்துக்கு அனைவரும் வந்து சேர, திரு உருவச் சிலையானது உயரமான பீடமொன்றில் வைக்கப்பட்டது. அகல் விளக்குகள் அருகில் கொண்டு செல்லப்பட்டபோது காற்றின் அசைவினால் ஆடிய சுடரொளியில் உயிர் பெற்று ஆடியதுபோன்ற சிலை! உயிர் கொடுத்து உயிர் பெற்று அம்பலத்தில் ஆடும் ஆடலரசன்... நடேசன்!

பொ.யு.1311 வாக்கில்...

பொழுது விடிந்திருக்கவில்லை. எனினும் அந்த அதிகாலையிலேயே அந்தக் கிராமத்தில் வழக்கத்துக்கு மாறான கலவரமான சப்தங்கள்

கேட்கத் தொடங்கியிருந்தன. கோவில் கிணற்றடியில் இருந்த அர்ச்சகரிடம் ஒருவிதப் பதற்றம் உருவாகியிருந்தது. அவருடைய கைகள் கனமான கயிறு ஒன்றைப் பற்றி இருந்தன. அந்தக் கயிற்றின் முனையில் பித்தளைக் குடம் மாட்டப்பட்டிருந்தது. கயிறு இறுக்க மாகக் குடத்தைப் பற்றியிருக்கிறதா என்பதை அர்ச்சகர் உறுதி செய்துகொண்டார் அந்தக் குடத்தைக் கோவில் கிணற்றுக்குள் மெள்ள இறக்கினார். நன்கு எண்ணெய் ஊற்றிப் பராமரிக்கப்பட்ட கப்பி மூலம் கயிற்றை இழுத்தபோது எந்தவித சப்தமும் கேட்க வில்லை. நீரை இறைத்து, இறைவனின் திருநாமத்தை உச்சரித்த படியே தலைவழியாக ஊற்றிக் கொண்டார். அவரது நீண்ட கேசம் கண்களை மறைத்தன.

முடிக்கற்றையை விலக்கிவிட்டு மீண்டும் குடத்தை கிணற்றில் இறக்கி நீர் இறைத்தார் குளிர்ந்த நீர் அவரது பதற்றத்தைக் கொஞ்சம் போல் தணித்தன. பத்து குடங்கள் இழுத்துத் தலை வழியாக ஊற்றிக் கொண்டவர் அதன்பிறகு அருகிலிருந்த சிறிய பித்தளைப் பாத்திரத்தில் நீரை ஊற்றினார். அதன் பக்கங்களை நன்கு சுத்தம் செய்தார். மேலும் சில குடங்கள் நீர் இறைத்து அந்தப் பித்தளைப் பாத்திரத்தை நிரப்பினார். அடுத்ததாக, அருகிலிருந்த வெள்ளி குடத்தின் மீது அவரது கவனம் குவிந்தது. சுத்தம் செய்து, அதையும் நிரப்பிக் கொண்டார். தலையைத் துவட்டிக்கொண்டு முடியைப் பின்பக்கமாக முடிந்து கொண்டார். வேஷ்டி ஈரமாகவே இருந்தது.

பித்தளைப் பாத்திரத்தையும் வெள்ளிக் குடத்தையும் எடுத்துக் கொண்டு புறப்பட்டார். நீர் நிரம்பிய அவை கனமாக இருந்தன. ஆனால் அவருடைய மனமோ அதைவிடக் கனமாக இருந்தது

அனைத்துவித ஜோதிடக் கணிப்புகளையும் அலசி முடித்திருந்தார். நேற்று மாலை கிடைத்த செய்தி, அந்தக் கணிப்புகளை உறுதிப் படுத்துவதுபோல் இருந்தது. சகவருடம் 1232 (1311 பொது யுகம்) அவ்வளவு எளிய வருடம் அல்ல. எதிர்காலத்தைக் கணிக்க முற்பட்டார். ஆனால் துயரத்தின் இருண்ட மேகங்கள் அதைச் சூழ்ந்திருந்தன. தனது மகனுக்கு அதை வாசித்துக் காட்ட முயன்றார் ஆனால் அது முடியவில்லை. இறுதி முடிவை எடுத்தார். அந்த நாள் வந்துவிட்டதை உணர்ந்தார். உன்னதத் தியாகத்தின் தினம். அவர் சிறு வயதாக இருந்தபோது அவருடைய தாத்தா அதைப்பற்றிச் சொல்லியிருக்கிறார். அதன் பிறகு அப்பாவும் சொல்லியிருக்கிறார். இந்த மாதிரியான தருணத்தில் என்ன செய்ய வேண்டும் என்பது அவருக்குப் புரிய வைக்கப்பட்டிருந்தது. ஒவ்வொரு நகர்வும்

காலடியும் தெளிவாக வரையறுக்கப்பட்டிருந்தன. எல்லாமே முன்னதாகவே தீர்மானிக்கப்பட்டவையே!

அர்ச்சகரிடம் கோவிலின் பிரதான வாயிலின் பெரிய சாவி இருந்தது. அவர் அதைச் சிவப்பு நிறப் பையில் போட்டுத் தன் இடுப்பில் கட்டியிருந்தார். சில சிறிய பூட்டுகளும் திறக்கப்பட வேண்டி இருந்தன. இரும்பாலான குறுக்குத் தடுப்பையும் நீக்க வேண்டி இருந்தது. கையிலிருந்த பாத்திரங்களைக் கீழே வைத்துவிட்டு நீண்ட கழுத்து கொண்ட பெரிய சாவியை மரக் கதவினுள் நுழைத்தார். பெரிய கதவில் இருந்த சிறிய கதவு அது. சற்று குனிந்து சிறிய கதவு வழியாகக் கோவிலினுள்ளே நுழைந்தார். கர்ப்பக் கிரகத்தில் சிறிய அகல் விளக்கு அணையாமல் எரிந்து கொண்டிருந்தது. விளக்கை நோக்கிச் சென்றவர் ஒரு திரியைச் சேர்த்து அருகில் இருந்த கிண்ணத்தில் இருந்து எண்ணெயை எடுத்து ஊற்றினார். கர்ப்பக்கிரகத்தைத் திறந்து மேலும் சில விளக்குகளை ஏற்றினார். அதன்பிறகு வாசலில் வைத்த பாத்திரங்களை எடுத்து வந்தார். வழக்கமான நாள் என்றால் நேராக பிரதான தெய்வத்தைப் பார்க்கச் சென்றிருப்பார். ஆனால், இன்றைய தினம் அப்படியான ஒரு சாதாரண நாள் அல்ல. இன்று அவர் வழக்கத்தை மீறியாக வேண்டும்.

15 ஆண்டுகளாக அவர் அந்தக் கோவிலின் பிரதான அர்ச்சகராக இருந்து வருகிறார். அவரது தந்தை உயிருடன் இருந்த கால கட்டத்தில் மேலும் ஒரு 15 வருடங்கள் அவருக்கு உதவியாக இதே பணியில் இருந்திருக்கிறார். தலைமுறை தலைமுறையாக அவரது குடும்பம் இந்தப் பணியில் இருந்து வருகிறது. யாரும் மீறியிருக்காத ஒரு மரபை இன்று அவர் மீற வேண்டியிருந்தது. உற்சவ மூர்த்திகள் இருக்கும் இடத்துக்குச் சென்றார்.

எல்லாக் கோவில்களிலும் கருவறையில் மூல விக்கிரகம் நிலையாகப் பொருத்தப்பட்டிருக்கும். அது பொதுவாகக் கல்லில் செய்யப்பட்ட சிலையாக இருக்கும். மூல விக்கிரகம் அல்லது மூலவர் என்று அந்தத் தெய்வம் அழைக்கப்படுவார். சிவன் கோவில்களில் மூல விக்கிரகம் என்பது சிவலிங்கமாக இருக்கும். திருவிழா, முக்கியமான நாட்கள், விசேஷங்கள் போன்ற நேரங்களில் சிவ, விஷ்ணு சிலைகள் வீதி உலா எடுத்துச் செல்லப்படும். அந்தச் சிலைகள் வெண்கலத்தில் செய்யப் பட்டிருக்கும். இந்தத் தெய்வம் உற்சவமூர்த்தி அல்லது உற்சவர் என்று அழைக்கப்படுவார். குறிப்பிட்ட நாட்களில் இறைவனின் குறிப்பிட்ட அவதாரங்கள் பல்லக்கில் ஊர்வலமாகக் கொண்டு

செல்லப்படும். உற்சவங்கள் இல்லாத நாட்களிலும் இந்த உற்சவ மூர்த்திகளுக்கும் பூஜையும் அலங்காரமும் செய்யப்படும். உயிருள்ள தெய்வம் போலவே மனிதர் போலவே மதித்து பூஜிக்கப்படுவார். அதிகாலையில், திருப்பள்ளி எழுச்சி பாடல்கள் பாடப்பட்டு எழுப்பப்படுவார். அபிஷேகம் செய்யப்பட்டு புதிய ஆடைகள் அணிவிக்கப்படும். நைவேத்யம் படைக்கப்பட்டு மூலவருக்கு முன்பாக வைக்கப்படுவார். தினமும் இரவில் இந்த உற்சவரை சயன அறைக்கு எடுத்துச் செல்வார்கள். தாலாட்டு பாடி, பள்ளியறையில் உறங்க வைப்பார்கள். இது அன்றாடம் நடக்கும் திருப்பணி.

கதவைத் திறந்து உள்ளே நுழைந்த அர்ச்சகர் திருப்பள்ளி எழுச்சிப் பாடலைப் பாடி உற்சவரை எழுப்பினார். வெள்ளிக்குடத்தில் இருந்த நீரைக் கொண்டு நடராஜரையும் சிவகாமி அம்மையும் அபிஷேகம் செய்தார். சிவனுடைய நடனத்தைப் பார்க்கும் பார்வதிக்கு சிவகாமி என்று பெயர். சிவன், சிவகாமி, கந்தன் அதாவது சோமஸ்கந்தர் - முருகன், உழவாரக் கருவியுடன் நிற்கும் அப்பர், கடைசியாக விநாயகர் என அனைவருக்கும் அபிஷேகம் செய்தார். கையுடன் எடுத்துவந்த புளி கொண்டு விக்கிரகங்களைத் துடைத்து நீரால் சுத்தம் செய்தார். கை இதையெல்லாம் செய்து கொண்டிருக்க, உதடுகள் இறைவனின் நாமத்தை இடைவிடாது உச்சரித்துக் கொண்டிருந்தன. பிறகு காய்ந்த வஸ்திரத்தை எடுத்து அனைத்து விக்கிரகங்களையும் துடைத்தார். நடராஜர் சிலையின் நுட்பமான இடுக்குகளை நன்கு சுத்தம் செய்தார்.

எவ்வளவு நேரம் அங்கு இருந்தார் என்பது அவருக்குத் தெரிய வில்லை. வாசலில் அவருடைய ஆட்கள் வந்தது தெரிந்தது. அவர்கள் பொதுவாக இவ்வளவு அதிகாலையில் அங்கு வரக் கூடியவர்கள் அல்ல. அவர்களுடன் அர்ச்சகரின் மகனும் சிறு வயது மகளும் தூக்கம் கலையாத கண்களுடன் வந்திருந்தனர்.

கோவில் பணியாளர்கள் மிகவும் பதற்றத்துடன் இருந்தனர்; அவர்கள் கைகளில் இருந்த கருவிகள் அதை உணர்த்தின. 8 பேர் இருந்தனர். கடப்பாரை, மண்வெட்டி போன்றவற்றை வைத்திருந்தனர். அப்பாவைப் பார்த்ததும் சிறுவன் ஓடிச் சென்று அவர் கையைப் பற்றிக் கொண்டான். அர்ச்சகர் விக்கிரகங்களின் நீரை மீண்டும் ஒரு முறை துடைத்தார். இறைவனுக்கு நேராக நின்று மீண்டும் பிரார்த்தனை செய்தார். பிறகு நிதானமாக அடி மேல் அடி எடுத்துவைத்து உற்சவ மூர்த்தியுடன் வெளியே புறப்பட்டார். முன்னால் சென்ற அர்ச்சகரைப் பின் தொடர்ந்து அனைவரும் அமைதியாகச்சென்றனர்.

உயரமான வெளிப்பிரகாரச் சுவர் ஓரமாக அர்ச்சகர் நடந்தார். எண்ணிக் காலடி வைத்து வைத்து நடந்தவர் கோவில் சுவர்களில் செதுக்கப்பட்ட சிலைகளைப் பார்த்தபடியே வந்தார். சங்கை முழங்கும் குள்ளப் பெண் சிலையொன்றுக்கு அருகில் வந்தார். அந்த இடத்தில் நின்றவர் இடதுபக்கமாக மூன்று அடி எடுத்து வைத்தார். அவர் நின்ற இடத்தின் கீழ் மிகப் பெரிய கற்பாளம் இருந்தது. நடைபாதையில் போடப்பட்ட பிற பெரிய கற்பாளங்களைப் போலவேதான் அதுவும் இருந்தது. தன் மகனை அருகில் வரச் சொன்னவர் காதோரம் குனிந்து ரகசியமாக ஏதோ சொன்னார். அதன்பிறகு உடன் வந்தவர்களை அழைத்தார். அவர்கள் அந்தக் கற்பாளத்தைப் பெயர்த்தனர். விளிம்புகளில் ஓரிரு முறை இடித்ததுமே ஆச்சரியப்படும் வகையில் அது எளிதில் பெயர்ந்தது. அதன் கீழே ஒரு கனமான கயிற்றைக் கொடுத்து அந்தப் பாளத்தை நகர்த்தி வைத்தனர். அப்போதுதான் அந்தப் பாளம் அருகில் இருந்தவற்றைவிட அரை பங்கு தடிமன் குறைவாக இருந்ததைக் கவனித்தனர்.

உடனே மண்வெட்டிகளை எடுத்து அதற்குக் கீழே இருந்த மண்ணைத் தோண்ட ஆரம்பித்தனர். நால்வரும் இடுப்பளவுக்கு ஆழமாகத் தோண்டினர். 'போதுமா' என மேலே இருந்தவரிடம் கண் ஜாடையால் கேட்டனர். அவரோ கழுத்தளவுக்குத் தோண்ட வேண்டும் என்று சைகையால் காட்டினார். ஐந்தடி ஆழத்துக்கும் அதிகமாகத் தோண்ட வேண்டியிருந்தது.

தோண்டி முடித்ததும் ஒரு கருங்கல் பாளத்தைக் குழியின் அடியில் வைத்தனர். அதன் மேல் தர்ப்பைப் புல்லைப் பரப்பினர். ஏடுகளில் குறிப்பிட்டிருந்ததுபோலவே அவர் முந்தைய தினம் மாலையிலேயே கருங்கல் பாளத்தையும் தர்ப்பைப் புல்லையும் தயார் செய்துவைத்திருந்தார். தர்ப்பை மீது நீரைத் தெளித்தார். பூமாதாவை மனதில் தியானித்தார். இறுதியாகச் சிலைகள் கொண்டுவரப்பட்டு ஒன்றின் பின் ஒன்றாக தர்ப்பை மேல் பவ்யமாக, நிதானமாக வைக்கப்பட்டன.

தொலைதூரத்தில் கரும்புகை வானில் உருத்திரண்டு எழத்தொடங்கி இருந்தது. மரண ஓலம் காற்றில் கேட்கத் தொடங்கியிருந்தது.

சிலைகளை வைத்த குழியை மண்ணைப்போட்டு மூடினர். பெயர்த்தெடுத்திருந்த கருங்கல் பாளத்தைக் கச்சிதமாகப் பொருத்தினர். மிச்சமிருந்த மண்ணும் கல்லும் கிணற்றில் போடப்பட்டன. அதிகாலையில் நடந்த வேலையின் தடயம் துளிகூட இல்லாமல் அனைத்தும் சரிசெய்யப்பட்டன.

காற்று சுமந்துவரும் ஒலிகள் அலறல்களாக மாறத் தொடங்கின. கோவிலின் பிரதான வாசலுக்கு அருகில் ஆயுதங்களுடன் காவலுக்கு நின்றனர். நெருங்கிவரும் குதிரைகளின் குளம்பொலி அர்ச்சகரை கர்ப்பக்கிரகம் நோக்கி விரைய வைத்தது. இறுதியாக இறைவனை வேண்டிக்கொண்டார். தனக்காக அல்ல... தன் மகனுக்காக. அவன் உயிருடன் தப்பினால்தான் பூமிக்கடியில் புதைக்கப்பட்டிருக்கும் தெய்வங்களைச் சிறிது காலம் கழித்துத் தோண்டியெடுத்து அவர்களுக்கு உரிய இடத்தில் மீண்டும் பிரதிஷ்டை செய்யமுடியும்.

மாலிக் காபூரின் தலைமையில் வந்த அலாவுதீன் கில்ஜியின் படைகள் ஊருக்குள் ஆக்ரோஷமாக நுழைந்தன. அர்ச்சகரின் கோவிலைவிடப் பத்து மடங்கு பெரிய கோவில்களைக்கூட அவனுடைய படை கண் இமைக்கும் நேரத்தில் கைப்பற்றி அழித்துவிட்டிருந்தது. எதிரிகளின் வில் நாண்களின் சப்தமும் சீறிப் பாயும் அம்புகளின் சத்தமும் ஆக்கிரமிப்புப் படையின் ஆவேசக் கூச்சலும் அருகில் வந்துவிட்டன. கோவிலின் வாசலில் காவலுக்கு நின்றவர்களை நொடிப்பொழுதில் கொன்றவர்கள் பிரமாண்டக் கதவுகளை உடைத்துத் திறந்தனர். கண்ணில்பட்டவற்றில் பொருட்படுத்தத் தகுந்தவை அல்ல என்று அவர்கள் கருதியவற்றையெல்லாம் உடைத்துத் தள்ளினர். தமது வாள்கள், ஈட்டிகளின் வலிமையைக் கற்சிலைகளை உடைத்துச் சோதித்தனர். அர்ச்சகர் தெய்வச் சிலைகளை மட்டுமாவது விட்டுவிடும்படிக் கெஞ்சினார். பலன் இல்லை.

அர்ச்சகரின் தலைமுடியைப் பற்றித் தெருக்களில் இழுத்துச் சென்றனர். கவசங்கள் அணிந்த தளபதியின் முன் கொண்டு சென்று நிறுத்தினர். அதற்குள் ஒட்டுமொத்த கிராமமும் சூறையாடப் பட்டிருந்தது. கிராம மூப்பர் முகமெல்லாம் ரத்தம் கசிய அங்கு நிறுத்திவைக்கப்பட்டிருந்தார். அந்தக் கிராமத்தின் தங்க நகைகள் எங்கே இருக்கின்றன என்று கேட்டான் தளபதி, முந்தைய கிராமங்களில் கொள்ளையடித்த தங்க நகைகளைக் காட்டியபடி. மூப்பரின் காதையும் மூக்கையும் ஏற்கெனவே அரிந்திருந்தான். எனினும் அவர் வாய் திறந்து எதையும் சொல்லவில்லை. எனவே, அவருடைய நாக்கை அரிந்து நாய்களுக்கு வீசினான் தளபதி. அடுத்ததாக அர்ச்சகர் பக்கம் பார்வையைத் திருப்பினான் மாலிக் காபூர்.

தங்கம் அல்லது உருக்க முடிந்த பிற உலோகச் சிலைகள் எங்கே என்று கேட்டான். தரதரவெனக் கோவிலுக்குள் இழுத்துச் சென்றான். கோவிலின் கல் தூண்களில் அர்ச்சகரின் முகத்தை முட்டி ரத்தக் களறியாக்கி தங்கமும் சிலைகளும் இருக்கும் இடத்தைக்

காட்டச் சொன்னான். கால்களைக் குதிரையுடன் கட்டித் தரதரவெனத் தரையில் இழுத்துச் சென்றான். தோலெல்லாம் உரிய ரத்தம் சிந்த மென்சதையில் சிறு கற்கள் குத்தத் துடிதுடித்தபடியே தெருவில் இழுபட்டுச் சென்ற அர்ச்சகருக்கு அதைவிடப் பெரிய வலி அங்கு காத்திருந்தது. கூர் அம்புகளால் சல்லடையாகத் துளைக்கப்பட்டு அவருடைய மகனுடைய உடல் தெருவில் அநாதையாகக் கிடந்தது!

அர்ச்சகர் உயிர் பிரியும் முன் இறுதிப் பிரார்த்தனையை மனதுக்குள் தியானித்தார் : எம்பெருமானே... மீண்டும் கோவிலில் எழுந்தருளத் திருவுளம் கொள்ளும்வரை இம்மண்ணுக்குள் மறைந்து இருங்கள் எம்பெருமானே...!

அந்தப் பிரார்த்தனை முடிந்ததும் அர்ச்சகரின் தலை தொய்ந்தது. உடல் சரிந்தது.

இப்படித்தான் உண்மையிலேயே நடந்ததா?

எனக்கு உறுதியாகத் தெரியாது. ஆனால், நம் சிலைகளுக்கு இப்படியான வரலாறும் இருப்பதாகவே நம்புகிறேன். எவ்வளவு அர்ப்பணிப்புடன் அவை உருவாக்கப்பட்டன... அவற்றில் சில எப்படியெல்லாம் அழிக்கப்பட்டன... எதனால், எப்படி நம் தெய்வச் சிலைகள் நம் பூமியில் இப்படிப் புதைக்கப் பட்டிருக்கின்றன... ஆக்கிரமிப்பு அபாயங்கள் நேரும்போது சிலைகள் எப்படியெல்லாம் புதைத்துப் பாதுகாக்கப்பட்டன என்பது தொடர்பான தகவல்களை விரிவாகப் பின்னிணைப்பு - 1-ல் பார்க்கவும்.

1

சுபாஷ் கபூரின் ஆடம்பர வாழ்க்கை

மார்ச் 2007.

'இந்த ஜோடிச் சிலையின் விலை 8.5 மில்லியன் டாலர்!'

நியூயார்க்கில் 'ஆர்ட் ஆஃப் தி பாஸ்ட்' கலைப்பொருள் விற்பனை மையத்தை நடத்திய பிரபல கலைப் பொருள் வியாபாரி சுபாஷ் கபூர் சொன்ன ஏலத்தொகைதான் மேலே சொன்னது. ஈடு இணை இல்லாத சோழர் கால நடராஜர் - சிவகாமி அம்மை ஜோடி வெண்கலச் சிலை அவை. கோவில் அர்ச்சகர் குடும்பமும் ஒட்டு மொத்தக் கிராமமும் பல நூற்றாண்டுகளுக்கு முன் உண்மையிலேயே தமது உயிரைக் கொடுத்துக் காப்பாற்றிய சிலை!

பொ.யு. 850லிருந்து 1250 வரையில் நீடித்த சோழ சாம்ராஜ்ஜியம் தமிழகத்தில் ஏராளமான கலை அழகு மிளிரும் கோவில்களைக் கட்டியிருந்தது. முன்னுரையில் சொல்லியிருந்ததுபோல் அந்தக் கோவில்களில் மூல விக்கிரகமாகக் கற்சிலையும் உற்சவ மூர்த்தியாகத் தங்க முலாம் பூசிய வெண்கலச் சிலைகளும் ஏராளம் இருந்தன. பட்டுத்துணிகள், தங்க, வைர நகைகள் என ஏராளமான அலங்காரப் பொருட்களும் இருந்தன. இந்த வெண்கலச் சிலைகளைத்தான் அருங்காட்சியகத்தினரும் கலைப் பொருள் சேகரிப்பாளர்களும் 'எப்படியாவது வாங்கிவிட' வேண்டுமென்று துடித்தனர். உலகம் முழுவதிலுமுள்ள அருங்காட்சியகங்கள் இந்தியக் கலைப் பொருள் பிரிவில் வாங்க விரும்பும் கலைப்

பொருட்களில் முன்னணி இடத்தில் இருந்தன இந்தச் சோழர் காலச் சிலைகள்.

சுபாஷ் கபூர் மார்ச் 2007-ல் 8.5 மில்லியன் டாலருக்கு ஏலம் விட்ட அந்த நடராஜர் சிலை 3.5 அடி உயரம் கொண்டது. 150 கிலோ எடை. சிவபெருமான் எரி தழல் சூழ சிருஷ்டி மற்றும் அழிவின் நடனமாடும் நடராஜ ஸ்வரூபம். கூடவே சிறிய எடை குறைந்த சிவகாமி அம்மை சிலை. அந்தச் சிலையும் நெருப்பால் சூழப் பட்டதுபோல் வடிவமைக்கப்பட்டிருந்தது. இந்த இறைத் தம்பதி சிலைகள் பொதுயுகம் 12-ஐச் சேர்ந்தவை.

நியூயார்க்கில் மேடிசன் அவென்யூவில் இருந்த கலைப் பொருள் விற்பனை மையத்தில் சுபாஷ் இதுபோல் பல விற்பனைக் கூட்டங்களை நடத்தியிருக்கிறான். சுபாஷ் கபூர் சொன்ன விலையைக் கேட்டு ஒருவர் அதிர்ச்சியில் உறைந்திருக்கக்கூடும். இந்தியக் கலைப் பொக்கிஷங்களில் ஆகச் சிறந்தவற்றுக்குக் கூட இதுவரை இப்படியான விலை வைக்கப்பட்டதில்லை. ஆனால், இந்தச் சிலையோ ஆகச் சிறந்தவற்றையும்விட அதி சிறந்தது! கலைப் பொருள் வணிக உலகில் இந்தச் சிலைக்கு இணையாக இதுவரை எந்தச் சிலையும் விற்பனைக்கு வந்ததில்லை. ஆனால் இதில் ஒரு விசித்திரம் என்னவென்றால் இவ்வளவு அதிகத் தொகைக்கு விற்கப்படும் அந்தச் சிலை இந்தியாவில்தான் இன்னும் இருந்தது. அதன் புகைப்படத்தைக் காட்டித்தான் சுபாஷ் கபூர் அந்த விலைக்கு விற்கமுன்வந்திருந்தான். அவன் அப்படிப் புகைப் படத்தைக் காட்டி விற்கக் காரணம் என்னவென்றால், அந்தச் சிலைத்திருடப்பட்டு இன்னும் அவன் கைக்கு வந்து சேர்ந்திருக்க வில்லை! அந்தச் சிலைகள் அவன் ஏலம் விட்ட 2007லும் இந்தியாவில்தான் இருந்தன.

இந்தியாவுக்கு வெளியில் நடராஜரும் சிவகாமி அம்மை ஜோடி சிலை இதற்கு முன் ஒன்றே ஒன்றுதான் சென்றிருக்கிறது. அதுவும் கூட 1987-ல் ராபர்ட் எல்ஸ்வொர்த் நியூயார்க்கின் மெட்ரோ பாலிட்டன் மியூஸியம் ஆஃப் ஆர்ட் (Metropolitan Museum of Art) அமைப்புக்கு நடராஜர் சிலையைப் பரிசாகக் கொடுத்திருந்தார். சிவகாமி அம்மை சிலையை 1990-ல் ஒரு தனியார் கலைப் பொருள் சேகரிப்பாளருக்கு விற்றிருந்தார். அதன் பிறகு அந்தச் சிலை பொது மக்கள் பார்வையில் இருந்து சில காலம் மறைந்துவிட்டிருந்தது.[1] எல்ஸ்வொர்த் விற்ற சிவகாமி சிலையானது பின்னர் 2013-ல் சோத்பை ஏல நிறுவனத்தால் 1,37,000 டாலருக்கு விற்கப்பட்டது.[2] ஆனால், சுபாஷ் கபூர் விற்கவிருந்த நடராஜர்-சிவகாமி அம்மை

ஜோடி சிலை அதைவிடக் கலை நயம் மிகுந்தது. காலத்தால் முந்தையது. அதைவிட மிக மிக அதிக விலை மதிப்பு கொண்டது.

ஏனென்றால், கபூர் ஏலத்தில் விற்கவிருந்த நடராஜர்-சிவகாமி அம்மை ஜோடி சிலைகளின் பீடங்களில் மிக அரிதாகச் சில வாசகங்கள் பொறிக்கப்பட்டிருந்தன. சோழர்காலச் சிலைகளில் அப்படியாக வாசகங்கள் பொறிப்பது மிகவும் அரிது. அந்தச் சிலைகள் இரண்டும் ஜோடியாகச் செய்யப்பட்டவை, ஒரே கோவிலைச் சேர்ந்தவை என்ற உண்மையை, சந்தேகத்துக்கு இடமின்றி அந்த வாசகங்கள் தெளிவுபடுத்தின. அதனால் அச்சிலைகளின் மதிப்பு மேலும் உயர்ந்தது. 'சுத்தமல்லி' என்று பொறிக்கப்பட்ட வாசகங்கள் அந்தச் சிலைகள் அந்தக் கிராமத்தில் இருந்துவந்ததைத் தெளிவுபடுத்தின.

Institut Français de Pondichéry / École française d'Extrême-Orient

சுத்தமல்லி சிவகாமி அம்மை சிலை

Institut Français de Pondichéry / École française d'Extrême-Orient

சுத்தமல்லி நடராஜர் சிலை

இதில் ஒரு பெரிய பிரச்னை இருந்தது. சுத்தமல்லி வெண்கலச் சிலைகள் தமக்கெனத் தனிச் சிறப்புப் பெற்றவை. ஆனால், இந்த ஜோடி சிலைகளைப்பற்றி எந்த ஆவணப் புத்தகத்திலும் குறிப்பிடப் பட்டிருக்கவே இல்லை. இந்தச் சிலை பற்றி எந்த ஆய்வும், தகவலும் எங்கும் இடம்பெற்றிருக்கவில்லை. இந்தச் சிலைகள் இதற்கு முன் எங்கும் காட்சிக்கு வைக்கப்பட்டிருக்கவும் இல்லை. அப்படியானால் நியூயார்க்கில் அவை எப்படி திடீரென்று முளைத்தன?

சிலை வாங்க விரும்புபவருக்கு இது மிகப் பெரிய கேள்வியாக மனதில் எழும். ஏனென்றால், இந்திய அரசு 1972-ல் கொண்டுவந்த சட்டத்தின்படி நூறு வருடங்களுக்கு மேலான பழமை வாய்ந்த எந்தவொரு கலைப் பொக்கிஷமும் இந்தியாவில் இருந்துகொண்டு செல்லப்படக்கூடாது. ஏதாவது ஒரு கலைப் பொக்கிஷம் 1972-க்குப் பிறகு இந்தியவில் இருந்து கொண்டுசெல்லப்பட்டதாகத் தெரிய வந்தால், ஐ.நா. விதிகளின்படி, எந்த நாட்டில் அந்தச் சிலை

இருக்கிறதோ அந்த நாடு எந்தவித இழப்பீடும் கோராமல் அந்தச் சிலையை உடனே இந்தியாவுக்குத் திருப்பித் தந்துவிடவேண்டும். எனவே கபூர் ஏலத்தில் கொண்டுவந்திருக்கும் இந்தச் சிலை எப்போது இந்தியாவில் இருந்து கொண்டுவரப்பட்டது என்ற விவரம் அதை வாங்க விரும்பும் கலைப் பொருள் அருங்காட்சியகத்துக்கு மிக முக்கியமாகத் தெரிந்தாக வேண்டும். இல்லையென்றால் அந்தச் சிலையை வாங்க முடியாது. இது அந்தச் சிலையை விற்பதற்கு மலைபோல் பெரிய தடையாக இருந்திருக்கவேண்டும். ஆனால், சுபாஷ் கபூருக்கு இதுபோன்ற தடைகளைத் தாண்டுவதெல்லாம் கால்வாயைக் கடப்பதுபோல் மிக எளிதானது.

சிலை வாங்குவது தொடர்பான தீர்மானமெடுக்கும் அருங்காட்சியக ஆலோசனை கமிட்டிகளுக்கும் அதன் புரவலர்களுக்கும் தனிப்பட்ட முறையில் இந்தச் சிலைகளைக் காட்சிப்படுத்தவேண்டும்; புகழ் பெற்ற கலை வரலாற்று ஆய்வாளர் ஒருவரின் உத்தரவாதம், பாராட்டுரைகள் கிடைத்திருக்கவேண்டும்; இந்தச் சிலைகள் பற்றிய புகைப்படங்கள், ஆவணங்கள் எல்லாம் இப்படியான மிகப் பெரிய தொகையிலான சிலைகளின் விற்பனைக்கு மிகவும் அவசிய மானவை.

கபூருக்கு இவற்றையெல்லாம் செய்வது கை வந்த கலை. மிகச் சமீபத்தில்தான் சிங்கப்பூரில் இருக்கும் ஆசியன் சிவிலைசேஷன் ம்யூஸியமானது (Asian Civilisations Museum) கபூரிடமிருந்து அற்புதமான சோழர் கால உமாதேவி சிலையை வாங்கியிருந்தது. கபூர் எந்த அளவுக்கு முக்கியமான கலைப் பொருள் வியாபாரி, அவன் விற்கும் சிலைகள் எந்த அளவுக்குப் பழம் பெருமை வாய்ந்தவை என்பதை இது எடுத்துக்காட்டும். அவனிடம் இன்னொரு சோழர் கால நடராஜர் சிலையும் விற்பனைக்கு இருந்தது. தமிழ்நாட்டில் அரியலூரில் ஸ்ரீபுரந்தன் கிராமத்தில் இருக்கும் கோவிலில் இருந்த சிலை அது. இதுபோல் கபூர் ஏராளமான அரிய பொக்கிஷங்களை விற்றுக் கலைப் பொருள் வியாபார உலகில் சாதனைகள் படைத்திருக்கிறான். எனினும் ஸ்ரீபுரந்தன் நடராஜர் சிலையை வாங்க யாரும் முன் வந்திருக்கவில்லை. 8.5 மில்லியன் டாலர் விலை மதிப்பு கொண்ட சுத்தமல்லி ஜோடிச் சிலையை ஒருவரால் வாங்கமுடியவில்லை என்றால் ஸ்ரீபுரந்தன் நடராஜர் சிலையை ஒருவர் வாங்கிக் கொள்ளலாம். அதன் விலை வெறும் 5.1 மில்லியன் டாலர்தான்! அந்த நடராஜர் சிலையைப் பின்னர் கான்பெராவில் இருக்கும் ஆஸ்திரேலிய தேசியக் கலைப் பொருள் காப்பகம் (National Gallery of Australia) வாங்கியது.

சுபாஷ் கபூர்

1949-ல் பிறந்த சுபாஷ் கபூருக்கு ரமேஷ் கபூர் என்ற அண்ணனும் சுஷ்மா கபூர் என்ற தங்கையும் உண்டு. இந்தியப் பிரிவினைக்கு முன்பாக லாகூரில் இருந்து அவர்களுடைய குடும்பத்தினர் ஜலந்தருக்கு இடம்பெயர்ந்திருந்தனர். கொடூரப் பிரிவினைக் காலத்தில் தப்பிப் பிழைக்கும் குடும்பத்தினர் விட்டுச் செல்லும் அரிய புத்தகங்கள், கையெழுத்துப் பிரதிகளுக்கு நல்ல விலை மதிப்பு இருக்கும் என்பது சுபாஷின் தந்தைக்குத் தெரிந்திருந்தது. 1962 வாக்கில் அந்தக் குடும்பம் டில்லிக்கு இடம் பெயர்ந்தது. அங்கு கபூரின் தந்தை பஹாரி(டி) ஓவியங்களின் கேலரி ஒன்றை நிறுவினார். சுபாஷ் கபூர் டில்லி டி.ஏ.வி. பள்ளியில் படித்தான். அவரும் அவனுடைய அண்ணனும் குடும்ப வணிகத்தில் உதவியாகவும் இருந்தனர். 1974-ல் அமெரிக்காவுக்குச் சென்று அங்கும் இதே வியாபாரத்தை முன்னெடுத்தான். 1976-ல் நீருவைத் திருமணம் செய்துகொண்டான். 1976 மற்றும் 1981 வாக்கில் ரமேஷ் கபூரும் சுஷ்மா கபூரும் அமெரிக்காவில் குடியேறினர். அனைவரும் அமெரிக்கக் குடிமகன்களாகினர்.

ஒரு சிறிய கலைப் பொருள் வியாபாரியின் மகன் உலகமே போற்றும் மிகப் பெரிய கலை வணிகச் சக்கரவர்த்தியாக ஆனது சாதாரண விஷயமல்ல.

சுபாஷ் கபூரின் கேலரியான 'ஆர்ட் ஆஃப் தி பாஸ்ட்' மேடிஸன் அவென்யூ, 89வது தெருவில் அமைந்திருக்கிறது. இது மன்ஹாட்டனின் செல்வச் செழிப்பு மிகுந்த வட கிழக்குப் பகுதியில் அமைந்திருக்கிறது. மெட்ரோபொலிடன் மியூஸியம் ஆஃப் ஆர்ட் (மெட்), கோகன்ஹெய்ம் மற்றும் கூப்பர் ஹெவிட் மியூஸியம்

போன்ற நம் காலகட்டத்து அதி முக்கியமான மியூஸியங்களுக்கு மிக அருகில் கபூரின் கேலரி அமைந்திருக்கிறது. விலை உயர்ந்த அரிய உணவுகள், மிக அரியவகை வைன்கள் என அவர் ராஜபோக வாழ்க்கை வாழ்ந்து வந்தார். சிறிய தொந்தி... வழுக்கைத்தலை... அற்புதமான உடைகள், சில்க் டைகள், ரிம்லெஸ் கண்ணாடிகள்..! மன்ஹாட்டன் கலைக் கொண்டாட்டங்கள் தொடங்கி ஏல அரங்குகள், கலை பொக்கிஷ ஆய்வு வட்டாரங்கள் வரை அனைத்திலும் கனகச்சிதமாகத் தன்னைப் பொருத்திக்கொள்ளும் அளவுக்குப் புகழும் செல்வாக்கும் பெற்றிருந்தான்.

ஸ்மித்சோனியன் பகுதியில் காலாற நடந்து பார்த்தால் சுபாஷ் கபூரின் பெயர்ப்பலகைகள் ஆங்காங்கே இருப்பதை நீங்கள் காண முடியும். மிக அரிய கலைப் பொருட்களை மியூஸியங்களுக்கு நன்கொடையாக வழங்கிக் கலைப் பொருள் உலகில் முக்கிய இடத்துக்கு முன்னேறியிருந்தான். சுங்க மன்னன் (பொ.யு.மு 200 -பொ.யு 50) காலத்துக் கலயம் ஒன்றை நியூயார்க் மெட்ரோ பாலிட்டன் மியூஸியம் ஆஃப் ஆர்ட்டுக்குத் தன் மகளின் பெயரில் நன்கொடையாக வழங்கினான்.[3] மெட் அருங்காட்சியகத்தின் இந்தியக் கலைப்பொருள் தொகுப்பின் முதல் காட்சிப்பொருளில் 'சுபாஷ் கபூர் தன் மகள் மம்தா கபூரைப் பெருமைப்படுத்தும் முகமாக 2003-ல் வழங்கியது' என்ற குறிப்பு பொறிக்கப்

The Metropolitan Museum of Art, New York

தன் மகளைப் பெருமைப்படுத்தும்விதமாக சுபாஷ்கபூர் மெட்ரோபொலிடன் மியூஸியம் ஆஃப் ஆர்ட், நியூயார்க் அருங்காட்சியகத்துக்குத் தந்த கலைப் பொருள்

பட்டிருப்பதென்பது சாதாரண விஷயம் அல்ல. அது அவனுடைய பெயரைச் சமூகத்தில் பிரபலப்படுத்தியதோடு வணிக உலகிலும் முக்கியமானவனாக அடையாளம் காட்டியது. உலகின் பிற அருங்காட்சியக ஆலோசனை கமிட்டிகள் சுபாஷ் கபூரின் கலைப் பொருட்களைக் கரிசனத்துடன் கையாள வழிவகுக்கவும் செய்தது. சுபாஷ் கபூரின் தந்தை 2007-ல் இறந்தபோது தனக்குத் தொழில் கற்றுத்தந்த அவரின் நினைவாக நியூயார்க் மெட் அருங் காட்சியகத்துக்கு மேலும் சில அரிய கலைப் பொக்கிஷங்களை நன்கொடையாகத் தந்தான்.

இந்தியன் எக்ஸ்பிரஸ் பத்திரிகை 1970-ல் கலைப் பொக்கிஷத் திருட்டு தொடர்பாக சுபாஷின் தந்தை விசாரிக்கப்பட்டதாகத் தெரிவிக்கிறது.[4] நியூயார்க்கிலிருக்கும் 'தி பியர்ரே ஹோட்டல்' போன்றவற்றுக்குச் செல்லும் கோடீஸ்வரர்கள் சுபாஷ் கபூர் கொடுத்த கலைப் பொக்கிஷங்களையும் அவற்றின் அருகில் அவருடைய பெயர்ப் பலகையையும் பார்த்திருப்பார்கள்.

சுபாஷ் கபூர் இந்த உச்சியை எப்படி எட்டினான்? 1994 வரை சுபாஷ் நியூயர்க்கில் இருந்த மிகச் சிறிய கேலரி உரிமையாளராகத்தான் இருந்தான். ஒருகட்டத்தில் சந்திரகேதுகர் பகுதியைச் சேர்ந்த சுடு மண் சிற்பங்களை விற்கத் தொடங்கினார். மேற்கு வங்காளத்தில் இருக்கும் அந்தப் பகுதி 2500 ஆண்டுப் பழமை வாய்ந்த, சிதைந்த கலைப் பொருள்களைக் கொண்ட பகுதி. மவுரியர் காலத்துக்கு முன்பிருந்து (பொ.யு.மு-600) தொடங்கி பொது யுகம் 12-ம் நூற்றாண்டு பால சேனா சகாப்தம்வரையிலும் அந்தப் பகுதியில் மக்கள் குடியேற்றம் இருந்து வந்திருக்கிறது. 1950களில் கல்கத்தா பல்கலைக்கழகத்தால் 1950களின் நடுப்பகுதியில் அந்தப் பகுதியில் அகழ்வாராய்ச்சிகள் மேற்கொள்ளப்பட்டன. 1960களின் நடுப்பகுதி வாக்கில் அந்தப் பகுதி கைவிடப்பட்டது.

1950களில் ஏற்கெனவே ஒரு சட்டம் இருந்தது. அது அகழ்வாராய்ச்சிப் பொருட்களை வெளிநாடுகளுக்கு விற்பது, அனுப்புவது போன்றவற்றைத் தடை செய்தது. எனவே அந்தப் பகுதியில் இருந்த கலைப் பொருட்களை வெளிநாடுகளுக்கு அனுப்புவது சட்ட விரோதமான செயலாகவே கருதப்பட்டது.[5]

இந்தச் சிறிய அழகிய அகழ்வாராய்ச்சிப் பொருட்களுக்கு கலைப் பொருள் சந்தையில் நல்ல மதிப்பு இருந்ததால் சுபாஷ் பல வருடங்கள் இவற்றை விற்கும் பணியில் ஈடுபட்டான். அந்தக் கலைப் பொருட்களை நூற்றுக்கணக்கில் கலைப் பொருள் சேகரிப்பாளர்களுக்கும் அருங்காட்சியகங்களுக்கும் விற்கவும்

நன்கொடையாகக் கொடுக்கவும் செய்துவந்தான். நியூயார்க் மெட் அருங்காட்சியகத்துக்கு சுபாஷ் நன்கொடையாகக் கொடுத்த சுங்க மன்னர் காலத்து மண் பானைகூட இந்த இடத்தில் இருந்து பெறப்பட்டதுதான்.

1994 வாக்கில் சுபாஷ் தன் வியாபாரத்தில் இன்னொரு முக்கிய அடியை எடுத்துவைத்தான். நியூ சவுத் வேல்ஸ் ஆர்ட் கேலரிக்கு சந்திரகேதுகரிலிருந்து இரண்டு முக்கிய சுடு மண் கலைப் பொருளை விற்றான். அந்த ஆர்ட் கேலரி, சுபாஷின் ஆர்ட் ஆஃப் தி பாஸ்ட் நிறுவனத்துக்கு அந்த இரண்டு சுடுமண் கலைப் பொருட்களுக்காக 14,500 டாலரைக் கொடுத்தது. அந்த அருங்காட்சியகத்தின் சேகரிப்புகளில் 1376, 2131 எண்களில் அந்தச் சுடுமண் பொருட்கள் பதிவு செய்யப்பட்டன.

அந்த அருங்காட்சியகத்துடன் நீண்டகால நட்புறவின் தொடக்கமாக அது அமைந்தது. சுபாஷ் தன் வசம் இருந்த ஓவியங்களை அந்த நியூ சவுத் வேல்ஸ் அருங்காட்சியகத்துக்குத் தொடர்ந்து விற்க ஆரம்பித்தான். 1995-ல் கேரள நடன முகக் கவசம் ஒன்றை 62,500 டாலருக்கும் 1998 ஜூனில் சிவபெருமானின் மேவார் மினியேச்சர் ஓவியம் ஒன்றை 3500 டாலருக்கு விற்றான்.

ஆனால், சுபாஷுக்கு முன்னணி கலைப் பொக்கிஷ வணிகக் குழுமத்தில் இடம்கிடைக்கும்படியான சிலை விற்பனை வாய்ப்பு அதுவரை கிடைத்திருக்கவில்லை. தொட்டதையெல்லாம் பொன்னாக்கும் ஒருவருடைய உதவிக்காக அவன் காத்திருக்க வேண்டியிருந்தது. இந்த நபர் சுபாஷின் அருங்காட்சியகத்துக்கு அடிக்கடி வந்து போகிறவராக இருந்தார். இந்திய கலைப் பொருட்களை அமெரிக்காவுக்குக் கொண்டு செல்வதில் பெருமளவுக்கு வழிவகுத்தவராக இருந்தார். ஆனந்த குமாரசாமி போன்ற கலை விமர்சகர் அல்ல. ஆனால், சோழர் காலச் சிலைகள், குப்தர்கால கலைப் பொருட்களின் மதிப்பை நிர்ணயம் செய்தார். அதன் மூலம் அந்தப் பொருட்களை வாங்க விரும்புபவர்களுக்குத் தூண்டு கோலாக இருந்தார். அவருக்கு பில்லியனர்களும் ஹாலிவுட் பிரபலங்களும் நெருங்கிய நண்பர்களாக இருந்தனர். அவர்கள் எல்லாம் தமது சொந்தக் கலைப் பொருள் சேகரிப்புகளை இவரிடம் இருந்தே பெற்றுக்கொண்டனர். இவர் சொல்லும் அருங்காட்சியங்களுக்கே அவர்கள் நன்கொடைகள் வழங்கினர். மிக முக்கிய கலைப் பொருள் பத்திரிகையின் ஆசிரியர் குழு உறுப்பினரான இவர் முன்னணி வரலாறாய்வாளரும் புகழ் பெற்ற அறிஞரும் ஆவார். இந்தியக் கலைப் பொக்கிஷங்கள் குறித்து அவர் எழுதிய

புத்தகங்களில் ஒன்று சுபாஷ் மூலம் வெளிநாடுகளுக்குச் சென்ற கலைப் பொருட்களைப் பற்றி மிக விரிவாகவே சிலாகித்துக் குறிப்பிட்டிருக்கிறது.

ஆஸ்திரேலியாவின் பெரும்புள்ளிகளுக்குத் தன்னை அறிமுகப் படுத்துவதற்குக் கைமாறாக சுபாஷ் இவருக்குத் தாராளமாகவே உதவிகள் செய்தார். சுபாஷின் தி ஆர்ட் ஆஃப் தி பாஸ்ட் நிறுவனத்தின் கலைப் பொக்கிஷ விளம்பரங்களை இவர் ஆசிரியராக இருந்த பத்திரிகையில் வெளியிட்டார். அது ஒரு அருமையான தந்திரம். அது சுபாஷ் கபூரின் நிறுவனத்தின் நன் மதிப்பைப் பெருக்கவும் அவருடைய கலைப் பொருட்களுக்கு சட்டபூர்வ அங்கீகாரத்தை உருவாக்கவும் பெரிதும் உதவியது. அருங்காட்சியக ஆலோசனைக் குழுக்கள் கலைப் பொருளை வாங்கப் பரிசீலிக்கும்போது கலைப் பொக்கிஷங்கள் சார்ந்த பத்திரிகைகளில் சொல்லப்படும் விஷயங்கள் முக்கிய ஆதாரங்களாக எடுத்துக்கொள்ளப்படும்.

1995 வாக்கில் சுபாஷ் கபூருக்கு அந்த முக்கிய அறிஞரின் சிபாரிசு கிடைத்தது. நியூ சவுத் வேல்ஸ் அருங்காட்சியகத்தின் மாபெரும் கண்காட்சி ஒன்றில் சுபாஷ் கபூரை சில கலைப் பொருட்களைக் கொடுக்கும்படிக் கேட்டுக்கொண்டார். நியூசவுத் வேல்ஸ் அருங்காட்சியகத்தினரிடம் அவற்றை ஏற்றுக்கொண்டு காட்சிப் படுத்தும்படியும் சொன்னார். சுபாஷ் இந்த அரிய வாய்ப்பை நன்கு பயன்படுத்திக்கொண்டான். 1997-ல் சிட்னியில் நடைபெற்ற 'டேன்ஸிங் டு தி ஃப்ளூட் : இந்திய கலைப் பொருட்களில் இசை மற்றும் நடனம்' என்ற கண்காட்சியில் சுபாஷ் கபூரின் ஆறு கலைப் பொக்கிஷங்களும் மூன்று ஓவியங்களும் இடம்பெற்றன.

அந்த நிகழ்ச்சியை ஏற்பாடு செய்தவர்கள் சுபாஷ் கபூருக்கும் அவனுடைய சகோதரர் ரமேஷ் கபூருக்கும் தனிப்பட்ட முறையில் அழைப்பு விடுத்திருந்தனர். சிட்னியின் ஹோட்டல் இண்டர் நேஷனலில் இவர்களுக்கு அந்த அருங்காட்சியகத்தினர் தமது சார்பில் அறை எடுத்தும் கொடுத்திருந்தனர் (ரமேஷ் நியூயார்க்கில் தனியாகத் தனது கலைப் பொருள் அருங்காட்சியகத்தை நடத்தி வருகிறார். தனக்கும் தன் சகோதரருக்கும் எந்தத் தொடர்பும் இல்லை என்று சொல்லியிருக்கிறார்)

அந்தப் பயணத்தில் சுபாஷ் பல விஷயங்களைக் கற்றுக் கொண்டான். தனது வழிமுறைகளைச் செழுமைப்படுத்திக் கொண்டான். அது நல்ல பலனைத் தந்தது. ஏற்கெனவே நியூசவுத்

வேல்ஸ் அருங்காட்சியகத்துக்குப் பல கலைப் பொருட்களை விற்றிருந்த நிலையிலும் 1999-ம் ஆண்டு அவன் கொடுத்த பால வம்சத்து வராக மூர்த்தி சிலை விற்பனை மிகவும் முக்கியத்துவம் வாய்ந்தது. முதலாவதாக, ஓவியம், சிறிய சுடு மண் கலைப்பொருள் ஆகியவற்றின் விற்பனையில் இருந்து சுபாஷ் பெரும் தொகையை ஈட்டித் தரும் சிலை விற்பனைக்கு மாறியதன் தொடக்கம் அது. இரண்டாவதாகக் கலை அறிஞருடனான நட்புறவு வலுவாக மலர்ந்ததன் அடையாளமாகவும் அது இருக்கிறது. அவர்தான் இந்தச் சிலை விற்பனையின் அனைத்து நிலைகளிலும் உதவி புரிந்தார். கொஞ்சம் இழுபறிகளுக்குப் பிறகு இறுதியில் அந்தச் சிலை 12,000 டாலருக்கு விற்பனையானது. விலை குறைவாக இருப்பதை நினைத்து ஏமாந்துவிடாதீர்கள். உண்மையில் இந்த விற்பனையின் முக்கியத்துவம் வேறொன்றில் இருக்கிறது: இந்தச் சிலை விற்பனைதான் சுபாஷ் கபூரை சர்வதேசச் சிலை விற்பனைக் களத்தில் காலடி எடுத்துவைக்கவும் சுபாஷின் மதிப்பை அந்தத் துறையில் உயர்த்தவும் உதவிகரமாக அமைந்தது.

விரைவிலேயே ஆஸ்திரேலிய கலைப் பொருள் சந்தையில் ஆயிரக்கணக்கான டாலர் மதிப்பிலான ஒப்பந்தங்களை வெற்றி கரமான முடிக்க ஆரம்பித்தான் சுபாஷ் கபூர். 2004-ல் அதே மியூஸியத்துக்கு அர்த்தநாரீஸ்வரர் சிலை ஒன்றை 3,00,000 டாலருக்கு விற்றான். அடுத்த ஆண்டில் நரசிம்ஹி அல்லது ப்ரத்யங்கரா என்றும் அழைக்கப்படும் பெண் உடலும் சிங்க முகமும் கொண்ட துர்கையின் சிலையொன்றை என்.ஜி.ஏ.வுக்கு 3,28,244 ஆஸ்திரேலிய டாலருக்கு விற்றான்.

இந்த இரண்டு விற்பனைகள் மூலம் மட்டுமே அரை மில்லியன் அமெரிக்க டாலர்களை சுபாஷ் அள்ளிக் குவித்துவிட்டான். சர்வதேசச் சிலை சந்தையில் தன் இருப்பை வலுவாக உணர்த்தி விட்டான். அதன் பிறகு அவனுக்குத் தொடர் ஏறுமுகமே!

2011-ல் சுபாஷ் கபூர் ஜெர்மனியில் சிலைத் திருட்டு தொடர்பாகக் கைது செய்யப்பட்டான். குறிப்பாக, முன்பு நாம் பார்த்த சுத்தமல்லி, ஸ்ரீபுரந்தன் ஊர்களில் இருந்த சிலைகள் திருட்டு தொடர்பாகத்தான் கைதுசெய்யப்பட்டான். உடனே இந்தியா கொண்டுவரப்பட்டான். இங்கு விசாரணை நடந்து வருகிறது. கலைப் பொக்கிஷ உலகில்

அவனுடைய கைது மிகப் பெரிய நிலநடுக்கத்தை ஏற்படுத்தியது. அதன் மங்கலான அதிர்வுகள் இன்றும் உணரப்பட்டு வருகின்றன. அருங்காட்சியகங்கள், தனியார் சேகரிப்புகள் என ஒவ்வொரு கண்டத்திலும் வெளிவந்திருக்கும் சிலைத்திருட்டுகள் பலவும் அவனையே குற்றவாளியாக அடையாளம் காட்டி வருகின்றன. அவருடைய உதவியாளர்கள் ஒவ்வொருவராகச் சுற்றி வளைக்கப் பட்டு சிறைப்பிடிக்கப்பட்டுவருகிறார்கள்.

இதுதான் சுபாஷ் கபூரின் கதை.

சென்ற தலைமுறை கறுப்பு வெள்ளை திரைப்படங்களில் வரும் வசீகரமான கொள்ளையர்களைப்போல் சுபாஷும் வெறும் ஒரு சாதா சிலைத் திருடன் என்று எண்ணிவிடவேண்டாம். 2012-ல் நியூயார்க்கில் இருக்கும் சுபாஷின் வேர்ஹவுஸ்களை அமெரிக்க காவல்துறை அதிரடியாகச் சோதனை செய்து 100 மில்லியன் டாலர் மதிப்பிலான பொருட்களைக் கைப்பற்றியிருக்கிறது. இது அவனுடைய பதிவேட்டில் இருந்து கிடைத்த தகவல் மட்டுமே. ஆனால் அவனோ சுமார் முப்பது ஆண்டுகளுக்கும் மேலாக இந்தக் கலை பொக்கிஷ விற்பனைத்துறையில் இருந்துவந்திருக்கிறான். அவனது கொள்ளை சாம்ராஜ்ஜியத்தின் விசாலத்தைக் கற்பனை செய்து பாருங்கள். 'உலகின் முன்னணி கலைப் பொருட்கள் கடத்தல்காரர்களில் ஒருவன்' என்று அமெரிக்க அதிகாரிகள் இவனைக் குறித்துச் சொன்னதில் ஆச்சரியமே இல்லை.[6] அது மலைக்க வைக்கும் ஒரு மாபெரும் குற்றம்!

சரி... சிங்கப்பூரில் பணிபுரியும் சாதாரண ஷிப்பிங் எக்ஸிக்யூடிவ்வான எனக்கும் இந்தத் திருட்டுக்கும் என்ன சம்பந்தம்?

நான் பகலில் ஷிப்பிங் எக்ஸிக்யூட்டிவ். ஆனால் இரவில் சிலைத்திருட்டுக் காவலன்!

poetryinstone.in என்ற பெயரில் இந்திய கலைகள் பற்றி ஒரு வலைதளம் ஆரம்பித்தேன். அது என்னையும் அறியாமல் சுபாஷ் கபூர் கைதுக்குக் காரணமாக என்னை ஆக்கிவிட்டது! அதிலிருந்து இந்திய அமெரிக்க அதிகாரிகளுடன் எனக்கான நெருக்கம் அதிகரித்தது. சிலைத் திருடர்களைக் கைது செய்யவும் நம் தெய்வச் சிலைகளை ஊருக்குத் திரும்பக் கொண்டுவரவும் என்னால் முடிந்த பணிகளைச் சலிக்காமல் செய்து வருகிறேன். இந்த முயற்சியில் கலை பற்றியும் சீரழிந்து கிடக்கும் கலை உலகம் பற்றியும் நிறையத் தெரிந்துகொண்டேன். இந்தியக் கலைகள் பற்றிக் கருத்தரங்குகளில்

உரைகள் நிகழ்த்தத் தொடங்கி இருக்கிறேன். அறிவுத்துறை பிரமுகர்கள், கலைவணிகப் பிரமுகர்கள் என இரு தரப்பினரும் அதை வெறுக்கிறார்கள்.

மேலும் சொல்வதற்கு முன், சுபாஷ் கபூருக்கு சிலைத்திருடிக் கொடுத்த முக்கிய புள்ளியான சஞ்சீவி அசோகன் பற்றிச் சொல்ல விரும்புகிறேன். சுத்தமல்லி, ஸ்ரீபுரந்தன் கோவில்களில் நடந்த சிலைத் திருட்டில் இருந்து கதையைத் தொடங்குகிறேன்.

2

சுத்தமல்லி, ஸ்ரீபுரந்தன் கொள்ளைகள்

நமது கலைப் பொருட்கள், தெய்வச் சிலைகள் திருட்டு பற்றி ஆராயவும் அவற்றை அம்பலப்படுத்தவும் நான் தீர்மானித்தபோது, இதில் என்னவெல்லாம் தடைகள், இடர்கள் வரும் என்பதைப் பரிசீலித்துப் பார்த்தேன். ஊடகங்களில் நான் கேள்வி பதில்கள் நிகழ்ச்சி நடத்தியபோதெல்லாம் அல்லது கருத்தரங்குகளில் உரை நிகழ்த்தியபோதெல்லாம் அவை முடிந்த பிறகு இந்தக் கேள்விகள் என்னிடம் தவறாமல் கேட்கப்படும்.

சிலைத் திருட்டு விவகாரத்தில் என்னை ஈடுபடுத்திக்கொண்டதால் வந்த தனிப்பட்ட அபாயங்கள் கணக்கிலடங்காதவை. சென்னையில் நான் உரை நிகழ்த்திய கருத்தரங்குகளில் இந்தக் கொள்ளைக் கூட்டத்து குண்டர்கள் வந்து பிரச்னை செய்திருக்கிறார்கள். என்னை உரையாற்ற அழைக்கக்கூடாதென்று கருத்தரங்க நிர்வாகிகளுக்கு மிரட்டல்கள் விடப்பட்டதுண்டு. சட்ட அமலாக்கத் துறை, போலித் தனமும் பொய்மையும் நிறைந்த கலை உலகம், சிலைத்திருடர்கள் என அனைவர் மீதும் நான் பல கடுமையான விமர்சனங்களை முன்வைத்திருக்கிறேன். எனவே, எனக்கு எல்லா இடங்களிலும் எதிரிகள் உண்டு. அமெரிக்க அதிகாரிகளுக்கு ஒத்துழைப்புத் தரக் கூடாதென்று மிரட்டி எனக்குப் பல மின்னஞ்சல்கள் வந்துள்ளன. இவை எல்லாவற்றையும்விடப் பெரிய அபாயம் என்னவென்றால், சந்தேகத்தின் பேரில் கைது செய்யப்பட்ட சிலைத் திருடர்கள்

பெயிலில் சகஜமாக வெளியே உலவி வருகிறார்கள். ஆனால், எஸ்.ஆர். பாலசுப்பிரமணியம் எழுதிய ஆரம்ப சோழர் காலகட்டக் கோவில்கள் என்ற புத்தகத்தைப் படிக்க நேர்ந்தது. அதில் இருந்த ஒரு செய்தி என் சிலைத்திருட்டுத் தடுப்புப் பணியை உத்வேகத்துடன் முன்னெடுக்க உதவியது.

> தேவதான நிலங்களின் உரிமை கோரி நான்கு பேர் பொய்யான உரிமை கோரியிருக்கிறார்கள். கோவிலுக்கே அது சொந்தம் என்பதை நிரூபிக்கக் கோவில் பணியாளர்களான திருச்சூல வேலைக்காரார் சிலர் தீக்குளித்தனர். கோவில் சொத்தைக் காப்பாற்றத் தமது உயிரையே அவர்கள் தியாகம் செய்தனர்.[1]

சிவபெருமானின் சொத்தைக் காப்பாற்றத் தம் உயிரையே கொடுத்தவர்களும் இங்கு இருந்திருக்கிறார்கள்! இப்படியான கோவில் நிர்வாகிகளின் பெயர்கள் பொதுவாக வெளியில் தெரிவதே இல்லை. இவர்களில் பலர் இந்தத் திருப்பணியைச் சம்பளத்துக்காகவோ சன்மானங்களுக்காகவோ விருதுகளுக் காகவோ செய்வதில்லை. அதைத் தமது வாழ்நாள் லட்சியமாகச் செய்கிறார்கள்.

இப்படியானவர்களில் ஒருவர்தான் சுத்தமல்லியைச் சேர்ந்த கல்யாணி அம்மாள்.

சுத்தமல்லி ஸ்ரீவரதராஜ பெருமாள் கோவில் பல ஆண்டுகளாகக் கைவிடப்பட்டுச் சிதிலமடைந்து கிடந்தது. பத்தாம் நூற்றாண்டில் சீரும் சிறப்புமாக இருந்த அது கடந்த காலத்தின் மங்கலான நிழலாக இருள் கவிழ்ந்து கிடந்தது. புராதனக் கோவிலின் சிதிலமடைந்த ஒரு வாசலுக்கும் பிரதான சாலைக்கும் இடையில் இருந்தது கல்யாணி அம்மாளின் குடிசை. அதுவும் அப்படி ஒன்றும் நல்ல நிலையில் இருந்திருக்கவில்லை. அவர் அங்கு தனியாக வசித்து வந்தார். அந்தக் கோவிலின் சாவிகள் அந்த அம்மாளிடம் இருந்தன. யாரையும் கோவிலுக்குள் அவர் நுழைய அனுமதிக்கமாட்டார். பக்கத்து கிராமத்தில் இருந்து விசேஷ நாட்களில் பூஜை செய்ய வரும் அர்ச்சகருக்கு மட்டுமே கோவில் கதவைத் திறந்துவிடுவார்.

அந்த அம்மாளை ஒரு பைத்தியம் என்று சொன்ன கிராமத்தினர் அவரிடம் எந்த வம்பும் வைத்துக்கொள்ளக்கூடாதென்று ஒதுங்கி இருந்தனர் (இப்படி நான், கைவிடப்பட்ட கோவில்களின் சாவிகளை வைத்திருந்த பல 'பைத்திய'பெண்மணிகளை என் புலனாய்வுக் காலத்தில் பார்த்திருக்கிறேன். அவர்களில் எவருடனும் எந்தவொரு சந்தர்ப்பத்திலும் எனக்கு எந்தவொரு பிரச்னையும் வந்ததில்லை).

முன்பு மிகப் பெரிய குடும்பமாக இந்த அவர்களிடம்தான் பரம்பரை பரம்பரையாகக் கோவில் நிர்வாகப் பொறுப்பு இருந்திருக்கிறது. கிராமப் பஞ்சாயத்து அவர்களுக்குச் சொற்ப ஊதியம் தந்து வந்திருக்கிறது. இந்த வழக்கம் நிறுத்தப்பட்ட பிறகும் அந்த மூதாட்டி எப்படித் தன் வாழ்க்கையை நடத்தி வந்தார் என்பது புரியாத புதிர்தான். கடந்து போன சோழப் பொற்காலத்தின் இறுதிக் கண்ணி அவர்... அவரும் 2000த்தின் தொடக்கத்தில் எங்கோ சென்றுவிட்டார். உடைந்த பிரமாண்டக் கதவும் மண்டபத்தில் கூடுகட்டியிருந்த கொடிய தேனிக்கூட்டமும்தான் கோவிலுக்குப் பாதுகாப்பு. கல்யாணி அம்மாள் எங்கு போனார்... ஏன் போனார் என்பது யாருக்கும் தெரியாது.

அந்த கிராமத்தில் சுந்தரரேஸ்வரர் கோவில் என்ற சிவன் கோவிலும் இருந்தது. அதுவும் பல ஆண்டுகள் திறக்கப்படாமல் சிதிலமான நிலையிலேயே இருந்தது. 2000த்தின் தொடக்கத்தில் இந்து அற நிலையத்துறை அதிகாரிகள் சுத்தமல்லிக்கு வந்தார்கள். சுந்தரேஸ்வரர் கோவிலில் இருந்த சிலைகளை வரதராஜ பெருமாள் கோவிலுக்குக் கொண்டு செல்ல முடிவுசெய்தனர். ஏனென்றால் வரத ராஜ பெருமாள் கோவில் மூன்று நான்கு மாதங்களுக்கு ஒரு முறை திறந்து பூஜைகள் செய்யப்படும் நிலையில் இருந்தது. இந்த சுந்தரேஸ்வரர் கோவில் சிலைகளை அறநிலையத் துறை அதிகாரிகள் புகைப்படம் எடுக்கவோ ஆவணப்படுத்தவோ செய்ய வில்லை. பின்னாளில் அதுவே மிகப் பெரிய பிழையாக வந்து நின்றது!

இந்து அற நிலையத் துறையின் பொறுப்பின் கீழ் தமிழகத்தில் சுமார் 50,000 கோவில்கள் இருக்கின்றன. ஆயிரக்கணக்கான ஆண்டு களாகப் பாரம்பரியமாக இருந்துவந்த பரம்பரை தர்மகர்த்தாக்களிடம் இருந்து பறிக்கப்பட்ட அந்தக் கோவில்கள் ஏராளமான ஊழல்களில் சிக்கித் திளைத்தவண்ணம் இருக்கின்றன. கோவில் சொத்துகளின் முறைகேடான பராமரிப்பு, கோவில் நிலங்களில் இருந்து உரிய வரி வசூலிக்கப்படாமல் இருப்பது, முறையற்ற மோசமான சீரமைப்புப் பணிகள், கோவில் சொத்துக்களின் சூறையாடல்கள் என அந்தப் பாரம்பரியக் கோவில் நிர்வாகங்கள் இந்து அற நிலையத் துறையின் கீழ் மிக மோசமான நிலையில் இருந்து வருகின்றன.

அரசாங்க நிதியானது 'பணக்கார' கோவில்களுக்கு கொடுக்கப்படக் கூடாது என்று பலர் சொல்கிறார்கள். இதில் வருந்தத்தக்க விஷயம் என்னவென்றால், தமிழகத்திலிருக்கும் 50 ஆயிரம் கோவில்களில்

90 சதவிகிதக் கோவில்களின் ஆண்டு வருமானம் பத்தாயிரம் கூடக் கிடையாது!

1925-ல் இந்து அற நிலையத்துறையின் முதல் சட்டத் தொகுப்பு உருவாக்கப்பட்டதிலிருந்து அது காலப்போக்கில் பல மாறுதல் களுக்கு உட்படுத்தப்பட்டுள்ளது. இன்றைய தமிழகச் சட்டங்களின் படி கோவில்களின் நிர்வாகம், கட்டுப்பாடு, கோவில் சொத்துகளின் நிர்வாகம் ஆகியவை தமிழக அரசின் முக்கியமான பொறுப்பாக இருக்கிறது.

சுபாஷ் கபூரும் சஞ்சீவி அசோகனும் இந்த இந்து அறநிலையத் துறை அதிகாரிகளைச் சமாளித்தாக வேண்டியிருந்தது. அடுத்ததாக அவர்களுக்குச் சிலை தடுப்புப் பிரிவையும் எதிர்கொள்ளவேண்டி இருந்தது. ஆனால், இந்த இரண்டு துறையுமே சுபாஷுக்கும் அசோகனுக்கும் எவ்வளவு வசதியான எதிரிகளாக இருந்தார்கள் என்பதை வரும் பக்கங்களில் பார்க்கலாம்.

சிலைத்திருட்டுத் தடுப்புப் பிரிவு என்பது தமிழகத்தின் சட்ட அமலாக்கத் துறைகளில் ஒன்று. இது லட்சம் ரூபாய்க்கு மேலான திருட்டுகளை விசாரிக்கும் பொறுப்பு கொண்டது. 1980களில் இந்தப் பிரிவு அமைக்கப்பட்ட பிறகு சிலைத்திருட்டுகள் கணிசமாகக் குறைந்தன.

ஏன்... எப்படி?

இந்தச் சிலைத்திருட்டுத் தடுப்புப் பிரிவு பல தொடர்ச்சியான முயற்சிகளைத் தீவிரமாக முன்னெடுத்தது. அவற்றில் முக்கிய மானது கிராமப்புறங்களில் கைவிடப்பட்ட நிலையில் இருக்கும் கோவில்களில் இருக்கும் விலைமதிப்பு மிக்க சிலைகளை மக்கள் நெருக்கம் மிகுந்த பகுதியில் இருக்கும் கோவில்களுக்கு இட மாற்றம் செய்யும் மிகச் சிரமமான, முக்கியமான பணி.

1984-ல் சிலைத்திருட்டுத் தடுப்புப் பிரிவு தலைவர் வி.ராமகிருஷ்ணன், 'இன்றுவரை சுமார் 3000 சோழர் காலச் சிலை களைப் பாதுகாப்பு இல்லாத கோவில்களில் இருந்து பெரிய கோவில்கள் அல்லது அருங்காட்சியகங்களுக்கு இடம் மாற்றி இருக்கிறோம்' என்று சொன்னார். ஆனால், விலைமதிப்பு குறைவான 3000 சிலைகள் இட மாற்றம் செய்யப்படாமல் இருக்கின்றன. அந்தப் பணி 2018-லும் தொடர்ந்து நடந்து வருகிறது.[2]

சில முன்னேற்றங்கள் காலப்போக்கில் நடந்தேறி இருக்கின்றன. இந்தச் சிலைகளை வைத்துப் பராமரிக்கச் சில முக்கிய மையங்கள்

கட்டப்பட்டுள்ளன. கோவில் நிர்வாகிகள் இந்த மையங்களில் இருந்து சிலைகளை எடுத்துச் சென்று திருவிழாக்கள், பூஜைகள் முடிந்த பிறகு இந்த மையத்துக்கு நல்லபடியாகத் திருப்பித் தந்துவிடவேண்டும். எனினும் இந்த மையங்களில் வெண்கலச் சிலைகள் மட்டுமே வைத்துப் பாதுகாக்கப்படுகின்றன. புராதனக் கற்சிலைகள் இன்றும் கைவிடப்பட்ட கோவில்களில் பாதுகாப்பற்ற நிலையில்தான் இருக்கின்றன.

துரதிஷ்டவசமாக, ஒரு கோவிலின் சிலையானது திருடு போய் விட்டது என்பதைக் கண்டுபிடிக்கவே சில மாதங்கள்... ஏன் வருடங்கள்கூட ஆக வாய்ப்பு இருக்கிறது. பெரும்பாலான கோவில்களில் என்னென்ன சிலைகள் இருந்தன என்ற ஆவணப் பட்டியல்கூட இருப்பதில்லை. இப்படியான சூழலில் சுபாஷ் கபூரும் சஞ்சீவி அசோகனும் மிகப் பெரிய திருட்டுகளைக் கனகச்சிதமாகச் செய்யும் வாய்ப்பு இருப்பதைப் புரிந்து கொண்டார்கள். திருடிச் சென்ற பல ஆண்டுகள்வரை திருட்டு நடந்ததே தெரிய வாய்ப்பு இல்லை. என்ன திருடப்பட்டிருக்கிறது என்பதையே யாரும் தெரிந்துகொள்ளமுடியாத ஒரு சூழல்!

சிலைத்திருட்டுத் தடுப்புப் பிரிவும் இந்து சமய அறநிலையத் துறையும் தமது பணியில் வெகுவாகத் தோற்றுவிட்டிருக்கிறார்கள். இந்த அமைப்புகள் உருவாக்கப்பட்டுப் பல வருடங்கள் ஆன நிலையிலும் ஒவ்வொரு கோவிலின் சொத்து மதிப்புகளைக்கூட இன்றுவரை ஆவணப்படுத்தியிருக்கவில்லை. இப்படியான அடிப்படை புள்ளிவிவரங்கள்கூட இல்லாத நிலையில் என்னதான் செய்ய முடியும்?

காவல் துறையினரின் ஆவணங்களின்படி, மே 2005-ல் சென்னையின் தாஜ் கன்னிமாரா ஹோட்டலில் சுபாஷ் கபூர் தங்கினார். சென்னையில் இருக்கும் மிகவும் பெருமை வாய்ந்த ஆர்ட் டெகோ ஹோட்டல்களில் ஒன்று அது. இப்போதுதான் பெரிய ஹோட்டல் களில் தங்குபவர்களின் பாஸ்போர்ட் விவரங்கள் கேட்பது கட்டாயமாக்கப்பட்டிருக்கிறது. 2005-ல் அந்த வழக்கம் கிடையாது. எனவே அமெரிக்கக் குடியுரிமை பெற்றிருந்த சுபாஷ் கபூர் அங்கு தங்கிய பிற பிசினஸ்மேன்களைப் போலவே யாராலும் எந்தவொரு கேள்வியும் கேட்கப்படாமல் சகஜமாக அங்கு அறை எடுத்துத் தங்கினான். சில மணிநேரங்களில் சஞ்சீவி அசோகனும்

ஹோட்டலுக்கு வந்து சேர்ந்தான். அவர்கள் சந்தித்தது அதுதான் முதல் தடவை என்று நம்பப்படுகிறது. வெளி உலகுக்கு சஞ்சீவி அசோகன் கண்ணியமான கலைப் பொருள் வியாபாரி. கேரளாவைச் சேர்ந்த அவன் தமிழகத்துக்குச் சில வருடங்கள் முன் இடம் பெயர்ந்திருந்தான். சென்னையில் திருவல்லிக்கேணியில் வசித்த அவன் பாரிஸ் கார்னரில் ஆர்ட் கேலரி நடத்திவந்தான். தமிழகத்திலும் கேரளாவிலும் இதுபோல் வேறு பல கேலரிகள் அவனுக்கு இருந்தன. சுபாஷ் கபூரும் அசோகனும் உலகின் மிகப் பெரிய சிலைத்திருட்டுகளில் ஒன்றாகப் பின்னாளில் ஆன சோழர் கால வெண்கலச் சிலைகளைத் திருடுவது தொடர்பாகத் திட்டமிடத்தான் அங்கு வந்திருந்தனர் என்பது யாருக்கும் அப்போது தெரியாது.

சிலை தடுப்புப் பிரிவு அந்தத் திருட்டு பற்றித் தரும் தகவல் இதுதான்:[3]

சஞ்சீவிக்குத் தமிழகப் புராதனக் கோவில்களின் 'பூகோள அமைப்பு' மிக மிக அத்துப்படி. அவனிடம் சிலைகளைத் திருடித் தரும் குட்டி திருடர்களின் பெரிய படையும் இருந்தது. அந்தத் திருடர்களுக்குத் தாம் திருடிக் கொடுக்கும் சிலையின் உண்மை மதிப்பு என்னவென்றே தெரியாது. கோடி ரூபாய் மதிப்பிலான சிலைகளை ஆயிரம் ரூபாய் கூலி பெற்றுக்கொண்டு திருடிக் கொடுக்கும் அப்பாவித் திருடர்கள் அவர்கள். கைவிடப்பட்ட, புராதன கோவில் களுக்குச் செல்லும் வழி, அந்தக் கோவில்கள் பற்றிய புத்தகங்கள் ஆகியவற்றை சஞ்சீவி ஆர்வத்துடன் சேகரித்துத் தெரிந்துகொள்வான். அன்றைய சந்திப்பில் சுபாஷ் கபூர் சோழர் கால வெண்கலச் சிலைகளைத் திருடிக் கொண்டுவரும்படி அசோகனிடம் சொல்லி இருக்கிறான். அசோகன் அதற்கு சம்மதம் தெரிவித்திருக்கிறான். தான் திருடவிருக்கும் கோவில், அங்கிருக்கும் சிலைகளின் புகைப் படங்கள் ஆகியவற்றை சுபாஷிடம் அசோகன் காட்டியதாகவும் சொல்லப்படுகிறது. ஒரு கலைப் பொருள் வியாபாரியின் மாபெரும் கனவு இது. அசோகன் அன்று ஓரிரு சிலைகளைக் காட்டவில்லை. ஒரு கோவில் முழுவதும் இருக்கும் சிலைகளைக் காட்டினான். சுபாஷ் பேசியபடி முன் தொகையைக் கொடுத்தான்.

இருவரும் அந்த ஆண்டு இறுதிவாக்கில் மீண்டும் சந்திப்பதாகத் தீர்மானம் ஆனது. அதற்குள் திருடும் சிலைகளை சஞ்சீவி அசோகன் கப்பல்களில் ஏற்றி இந்தியாவை விட்டு அவற்றைப் பத்திரமாகக் கொண்டு சென்று நியூயார்க்கில் இருக்கும் சுபாஷ் கபூரின் கேலரிக்கு கொண்டு சேர்த்துவிடவேண்டும் என்றும் தீர்மானமானது.

அசோகன் சொன்ன தகவல்கள், செய்து தருவதாகச் சொன்ன பணிகள் ஆகியவை நல்லபடியாக முடியுமா என்ற சந்தேகம் சுபாஷுக்கு இருந்திருக்கக்கூடும். ஆனால், இப்படியான ஒரு நபரைச் சந்தித்ததில் நிச்சயம் சந்தோஷம் அடைந்திருப்பான் என்பதில் எந்தச் சந்தேகமும் இல்லை. சுபாஷுடன் நீண்ட காலம் கலைப் பொருள் வியாபாரத்தில் இருந்த தீனதயாளன் கூட இப்படி லாபம் தரும் சிலைகளை எளிதில் பெற்றுத் தரும் திறமைசாலியாக இருந்திருக்கவில்லை.

இருந்த ஏராளமான கோவில்களை அலசி ஆராய்ந்த அசோகன் இறுதியில் ஸ்ரீபுரந்தன் ஸ்ரீ பிரகதீஸ்வரர் கோவிலைக் குறிவைத்தான் (ஸ்ரீ ராஜ ராஜ சோழர் கட்டிய தஞ்சப் பிரகதீஸ்வரர் கோவிலுடன் இதைக் குழப்பிக் கொள்ளவேண்டாம்). ஸ்ரீ புரந்தன் கோவிலைப் பற்றி எந்தவொரு வலைதளத்திலோ முக்கியமான புத்தகங்களிலோ எந்தவிதப் பெரிய குறிப்பும் இருந்திருக்கவில்லை. அசோகன் அந்தக் கோவிலுக்கு ஒரு சில தடவை போயிருக்கிறான். பத்து ஆண்டு களுக்கு மேலாக (சிலர் 20 ஆண்டுகளுக்கு மேலாக என்றும் சொல்கிறார்கள்) பூஜை புனஸ்காரங்கள் இல்லாமல் கைவிடப்பட்ட நிலையில் அது இருந்தது அவனுக்கு வசதியாகிவிட்டிருந்தது.

தனது உள்ளூர் வியாபார நண்பன் சிவகுமார் மூலம் ரத்தினம், கலியபெருமாள் என்ற இரண்டு ரவுடிகளிடம் சிலைத்திருட்டுப் பொறுப்பை ஒப்படைத்தான்.

2006 ஜனவரி மாதம் கலியபெருமாளும் ரத்தினமும் பூட்டிக் கிடந்த கோவிலை உடைத்து உள்ளே நுழைந்து அங்கிருந்த எட்டு வெண்கலச் சிலைகளில் மூன்றைத் திருடினர். உடைத்த பூட்டைப் பசைபோட்டு ஒட்டி வைத்து எந்தத் தடயமும் தெரியாதவாறு செய்தனர். அடுத்த நாளே சஞ்சீவி அவர்களுக்கு இரண்டுலட்ச ரூபாய் கொடுத்து அந்தச் சிலைகளை வாங்கிக் கொண்டான். ஒரே ஒரு இரவு செய்த வேலைக்கு இவ்வளவு கூலி என்பது மோசமில்லைதான்.

சஞ்சீவி அந்தச் சிலைகளை எவர்ஸ்டார் இண்டர்நேஷனல் சர்வீசஸ் நிறுவனம் மூலம் சிலைகளை அயல் நாட்டுக்குக் கடத்தினார். அந்த நிறுவனம் சஞ்சீவியின் வலதுகரமான பாக்கிய குமாருக்குச் சொந்தமானது. திருடப்பட்ட தெய்வங்கள் நேராக நியூயார்க்கில் இருந்த நிம்பஸ் இம்போர்ட் அண்ட் எக்ஸ்போர்ட்டுக்குச் சென்று சேர்ந்தன. அதன் உரிமையாளர் சுபாஷ் கபூர்!

2006 மே மாத வாக்கில் ரத்தினமும் கலியபெருமாளும் அதே கோவிலை அதே பாணியில் உடைத்து நுழைந்து மேலும் மூன்று

வெண்கலச் சிலைகளைத் திருடினர். இதற்கும் அவர்களுக்கு இரண்டு லட்சம் கிடைத்தது. சஞ்சீவி இந்தச் சிலைகளையும் நியூ யார்க்கில் இருந்த சுபாஷுக்கு அனுப்பிவைத்தான்.

இறுதியாக சில மாதங்கள் கழித்து எஞ்சிய இரண்டு சிலைகளும் இதேபோல் கடத்தி அயல்நாட்டுக்கு அனுப்பப்பட்டன. நான்கு அடி உயர பிரமாண்ட நடராஜர் சிலை (இதை சுபாஷ் என்.ஜி.ஏ.வுக்கு 5.1 மில்லியன் டாலருக்கு அதாவது சுமார் 20 கோடிக்கும் மேல் விற்றான்) மற்றும் அற்புதமான பெருமாள் சிலை. இந்தக் கடைசி கட்டச் சிலைகள் மிகவும் பெரிதாக இருந்ததால் இவற்றைச் சுமந்து செல்லப் பல கூலியாட்கள் தேவைப்பட்டனர். திருடர்கள் கூடுதல் தொகை கூலியாகக் கேட்டனர். எனவே இவற்றுக்கு மட்டும் மூன்று லட்சம் கொடுக்கப்பட்டது. 2006 நவம்பரில் இந்தச் சிலைகள் சென்னை துறைமுகத்தில் இருந்து நியூயார்க்கிலிருந்த சுபாஷுக்கு அனுப்பிவைக்கப்பட்டன.

சஞ்சீவிக்கு சுபாஷ் கபூரின் ஹெச்.டி.எஃப்.சி. வங்கிக் கணக்கில் இருந்து 1,16,37,694 ரூபாய் தரப்பட்டது. தனது கூலித் திருடர்களுக்கு சில லட்சங்கள் மட்டுமே கொடுத்தவருக்கு இந்தக் கோடி ரூபாய் என்பது கணிசமான லாபமே.

ஸ்ரீபுரந்தன் நடராஜர்

இதைத் தொடர்ந்து சுபாஷ் மீண்டும் சஞ்சீவிக்கு அடுத்த வேலை கொடுத்தான். சஞ்சீவி சோழர் காலம் பற்றிய பழைய புத்தகங்கள், வரைபடங்கள், வழிக்குறிப்புகளை மீண்டும் துணைக்கு அழைத்துக் கொண்டான். இம்முறை சஞ்சீவி குறிவைத்தது சுத்தமல்லியில் இருந்த வரதராஜ பெருமாள் கோவில். ஸ்ரீபுரந்தனில் இருந்து பத்து கிலோமீட்டர் தொலைவில்தான் இருந்தது.

இந்த இரண்டு கோவில்களும் புதுச்சேரியில் இருந்து 150 கி.மீ உள்ளொடுங்கிய கிராமப்பகுதியில் அமைந்திருந்தன. இந்த சுத்தமல்லி கோவிலும் கைவிடப்பட்ட நிலையில் இருந்தது. மூன்று நான்கு மாதங்களுக்கு ஒரு முறை மட்டுமே திறக்கப் பட்டது.முன்பே சொன்னதுபோல் சோழர் காலத்து சுந்தரேஸ்வரர் கோவில் சிலைகளும் இந்தக் கோவிலுக்கு இடமாற்றம் செய்யப் பட்டிருந்தன. அப்படியாக வரதராஜ பெருமாள் கோவிலில் மலைக்க வைக்கும் வகையில் மொத்தம் 18 வெண்கலச் சிலைகள் இருந்தன!

சஞ்சீவியின் கூலித் திருடர்கள் இந்தச் சிலைகளை பிப்ரவரி 2008-ல் இரண்டே நாட்களில் திருடிச் சென்றனர். சஞ்சீவி அசோகன் திருடர்களுக்கு 25 லட்ச ரூபாய் கொடுத்து பத்து சிலைகளை முதலில் வாங்கிக் கொண்டான். அவற்றை சுபாஷுக்கு நியூயார்க்குக்கு அனுப்பி வைத்தான். ஆனால், இந்தத் தடவை நேராக அனுப்பாமல் ஹாங்காங், லண்டன் வழியாக அனுப்பிவைத்தான். எஞ்சிய சிலைகளை அந்தத் திருடர்கள் புதுச்சேரியில் இருந்த பெயர் தெரியாத வெளிநாட்டவர் ஒருவருக்கு விற்றுவிட்டனர்.

இந்தத் திருட்டில் இருந்து சஞ்சீவிக்குக் கிடைத்த தொகை 1,01,10,418 ரூபாய்![4] இந்த சுத்தமல்லி நடராஜர் சிவகாமி ஜோடி சிலையைத்தான் வெறும் புகைப்படத்தை மட்டும் வைத்து மார்ச் 2007-ல் சுபாஷ் கபூர் ஏலம் விட்டுக் கொண்டிருந்தான். ஏலத்தில் அவன் விற்க முயன்ற தொகை 8.5 மில்லியன் டாலர். அதாவது சுமார் 34 கோடி! ஒரு கோடி போட்டு 34 கோடி சம்பாதித்த சாதுரியம். அதுவும் ஒரே வருடத்தில்! எந்தவொரு துணிகர முதலீட்டிலும் இப்படியான கொள்ளை லாபம் இத்தனை குறுகிய காலத்தில் கிடைக்க வாய்ப்பே இல்லை.

ஆனால், ஓர் அதிர்ச்சி செய்தி!

ஏப்-14, 2008 தமிழ் புத்தாண்டு அன்று சுத்தமல்லி கோவில் திறக்கப்பட்டபோது கோவில் சிலைகள் திருடப்பட்டது தெரிய வந்தது. நினைத்துப் பாருங்கள்... 12-ம் நூற்றாண்டில் இருந்து அங்கு இருந்துவந்த சிலைகள் கோவில் கதவைத் திறந்து உள்ளே போய்ப் பார்த்தபோது இல்லையென்றால் அந்த அதிர்ச்சி எப்படி

இருந்திருக்கும். இதற்குள் அந்தச் சிலைகளுக்கு நியூயார்க்கின் ஆடம்பரக் கலை அருங்காட்சியகத்தில் விலை நிர்ணயம் செய்யப் பட்டு விற்கப்பட்டு முடிந்துவிட்டிருந்தது! உடையார் பாளையக் காவல் நிலையத்தில் சிலைத்திருட்டு பற்றிய வழக்குப் பதிவு செய்யப்பட்டது. ஜூன் 2009 வாக்கில்தான் அந்த வழக்கு சிலைத் திருட்டுத் தடுப்புப் பிரிவுக்கு மாற்றப்பட்டது.

ஸ்ரீபுரந்தன் கோவிலில் நடந்த திருட்டு கண்டுபிடிக்கப்பட்டவிதம் இதைவிட விசித்திரமானது. சுத்தமல்லி கோவில் சிலைகள் திருடப்பட்ட விஷயம் வெளியே தெரிந்ததும் பத்தே கிலோமீட்டர் தொலைவில் இருக்கும் ஸ்ரீபுரந்தன் கிராமத்திலும் இது சார்ந்த சந்தேகம் இயல்பாகவே உருவானது. ஜூன் 2008 வாக்கில் அதாவது சுத்தமல்லி திருட்டு வெளியே தெரியவந்த பத்து மாதங்கள் கழித்து இந்து அறநிலையத் துறை அதிகாரிகள் ஸ்ரீபுரந்தன் கோவிலில் இருக்கும் சிலைகளை அங்கிருந்து அகற்றிப் பாதுகாப்பான இடத்துக்குக் கொண்டு செல்லும் நோக்கில் அங்கு சென்றார்கள். ஆனால், அந்த ஊர் மக்கள் சிலைகளைக் கொண்டு செல்ல அனுமதிக்காமல் தாங்களே கூடுதல் பாதுகாப்புடன் கவனித்துக் கொள்வதாகச் சொன்னார்கள். புதிதாக ஒரு கிரில் கேட் ஒன்றை அமைக்கவும் முன் வந்தனர்.

அப்படியாக 18.08.2008 வாக்கில் கிரில் கேட் தயாரானதும் அறநிலையத்துறை அதிகாரிகள், காவல்துறையினர், பொதுமக்கள் எல்லாரும் கோவில் பூட்டைத் திறக்க முற்பட்டபோது அது உடைந்திருப்பது தெரியவந்திருக்கிறது. சிலைகள் திருடப் பட்டதும் தெரியவந்தது.[5] அதாவது, சில மாதங்கள் முன் ஜூன் 2008-ல் அற நிலையத் துறை அதிகாரிகள் அங்கு வந்தபோது கோவிலைத் திறந்து பார்த்திருக்கவே இல்லை. மாறாக இரண்டு வருடங்களுக்கு முன்பே திருடப்பட்டு அமெரிக்கா கொண்டு செல்லப்பட்ட 12-ம் நூற்றாண்டு சிலைகளுக்கு புதிதாக கிரில் கேட் செய்ய வேறு ஏற்பாடு செய்துவிட்டுத் திரும்பியிருக்கிறார்கள். திருடர்கள், தாம் உடைத்த பூட்டை ஒட்டி வைத்துவிட்டுச் சென்றது ஊர்க்காரர்களை மட்டுமல்ல அற நிலையத் துறை அதிகாரிகளையும் நன்கு ஏமாற்றிவிட்டிருக்கிறது. காவல் நிலையத்தில் வழக்குப் பதிவு செய்யப்பட்டது. 2008 நவம்பரில் இந்த வழக்கும் சிலைத்திருட்டுத் தடுப்புப் பிரிவுக்கு மாற்றப்பட்டது.

சுபாஷ் கபூரும் சஞ்சீவி அசோகனும் சேர்ந்து செய்த சதி என்பது பற்றியோ வேறு எந்தத் தடயமுமோ அவர்களிடம் இல்லை. இதாவது பரவாயில்லை. ஆனால், அதிகாரிகள் வசம் திருடு போன

அரிய விலைமதிப்பு நிர்ணயிக்க முடியாத சிலைகளின் புகைப் படமும் கைவசம் இல்லை! திருடன் யார் என்பது வழக்கின் ஆரம்பத்தில் தெரியாமல் இருப்பதில் எந்த ஆச்சரியமும் இல்லை. ஆனால், எது திருடு போயிருக்கிறது என்பதே தெரியாதென்றால் எதை, எப்படித் தேடிக் கண்டுபிடிக்க?

சுத்தமல்லி, ஸ்ரீபுரந்தன் சிலைத்திருட்டுகளின் நிலை இதுதான்.

3

மும்பையில் இருந்து ஒரு கண்டெய்னர்

சுபாஷ் கபூரும் சஞ்சீவி அசோகனும் பிடிபடுவதற்குப் பல வருடங்கள் முன்பிருந்தே இந்தச் சிலைத் திருட்டுகளில் ஈடுபட்டு வந்திருக்கிறார்கள். சுத்தமல்லி, ஸ்ரீபுரந்தன் கோவில் சிலைகள்தான் அவர்கள் பிடிபடக் காரணமாக இருந்தன என்றாலும் அவை அவர்கள் அடித்த கொள்ளைக் கடலின் சிறு துளிகள் மட்டுமே. அவர்கள் ஏராளமான கலைப் பொக்கிஷங்களைக் கடத்திக் கை மாற்றியிருக்கிறார்கள். அப்படியானால், இத்தனை ஆண்டுகாலம் பிடிபடாமல் இருந்தது எப்படி?

இதற்கு இரண்டு காரணங்கள். முதலாவதாக, சுபாஷுக்கு 'எல்லா இடங்களிலும்' நண்பர்கள் உண்டு. இரண்டாவதாக அவனுக்கு துர் ராஜயோகம் இருந்தது.

'மும்பையில் இருந்து ஒரு கண்டெய்னர்' என்ற வழக்கை உதாரணத்துக்கு எடுத்துக்கொள்வோம். அது சுபாஷ் மயிரிழையில் தப்பிய வழக்கு.

மார்ச் 2007-ல் சுபாஷுக்கு ஒரு செய்தி கிடைத்தது. அதைக் கேட்டதும் அவனுடைய சப்த நாடிகளும் ஒடுங்கிப் போயின. செய்தித்தாள்களில் வந்த செய்தியின்படிப் பார்த்தால், நியூயார்க்கில் இருக்கும் இந்திய கன்சுலேட்டில் இருக்கும் ஒரு 'நட்பு அதிகாரி' சுபாஷுக்கு ஓர் எச்சரிக்கையை அனுப்பினார். 'நண்பா கொஞ்சம் விலகி நில்...'[1]

சுபாஷ் கபூரின் நிம்பஸ் இம்போர்ட் எக்ஸ்போர்ட் நிறுவனத்துக்கு, திருட்டுச் சிலைகளைக் கொண்ட கண்டெய்னர் ஒன்று மும்பையில் இருந்து அனுப்பப்பட்டிருக்கும் விஷயம் அமெரிக்க காவல் துறைக்கு இந்திய அதிகாரிகளால் துப்புக் கொடுக்கப்பட்டுவிட்டது. எனவே, இதில் இருந்து கொஞ்சம் விலகி நில் என்று அந்த 'நட்பு அதிகாரி' சுபாஷுக்குத் தகவல் அனுப்பிவிட்டார்.

மும்பை ஜவஹர்லால் நேரு துறைமுகத்தில் இருந்து நியூயார்க்குக்கு 'மார்பிள் கார்டன் ஃபர்னிச்சர்' என்ற பெயரில் அனுப்பப்படவிருந்த ஒரு கண்டெய்னர் பற்றி இந்தியத் துறைமுக அதிகாரிகளுக்கு சந்தேகம் எழுந்திருக்கிறது.[2] முதல் காரணம் அந்த கண்டெய்னர் பொருட்களின் எடை பல நூறு டன்களாக இருந்திருக்கிறது. தோட்ட ஃபர்னிச்சர் பொருட்கள் பொதுவாக அவ்வளவு எடை கொண்டவையாக இருக்க வாய்ப்பு இல்லை. இரண்டாவதாக அதை ஏற்றுமதி செய்வது கார்மெண்ட் - டெக்ஸ்டைல் நிறுவனம். ஃபர்னிச்சர் பொருட்கள் உற்பத்தியாளர் அல்ல.

இந்த விஷயங்கள் அதிகாரிகளுக்குப் பெரும் சந்தேகத்தைக் கிளப்பியிருக்கின்றன. உண்மையில் அந்த கண்டெய்னரில் 20 மில்லியன் டாலர் மதிப்பிலான இந்தியக் கலைப் பொருட்கள்தான் இருந்தன. சுபாஷ் கபூருக்கு அனுப்பப்பட்ட அவற்றில் சில திருடப்பட்டவையே.[3]

20 மில்லியன் டாலர் மதிப்பிலான பொருட்களைக் கைகழுவுவது மிகுந்த மன வேதனையைத் தரக்கூடிய விஷயமே. ஆனால், அதைச் செய்துதான் ஆகவேண்டும். கபூர் உடனே அந்த ஷிப்மெண்டைக் கைவிடும்படித் தனது ஏஜெண்டுக்கு செய்தி அனுப்பினான். உடனே தனது நெருங்கிய கூட்டாளி 'ஷாண்டூ'வைத் தொடர்பு கொண்டிருக்கிறான். ஷாண்டூ பிரச்னையில் இருந்து தப்புவதற்கான வழிகளை முன்னெடுத்தான். இந்தியா ஓட்டைகள் நிறைந்த தேசம் தானே. பல கைகளுக்கு தங்கக் காப்புகள் அணிவிக்கவேண்டியிருந்தது.

போனை சோகத்துடன் பாக்கெட்டில் போட்ட அவனை நீங்கள் பார்த்திருந்தால் அப்போது அவனுடைய வலது காது சிதைந்து போயிருப்பதைப் பார்த்திருக்க முடியும். பின்னாளில் இது எப்படி நடந்தது என்பதை சுபாஷ் சப் டிவிஷனல் எக்ஸிக்யூட்டிவ் மெஜிஸ்ட்ரேட் ஜேம்ஸ் செல்லய்யா, லோகல் விட்னஸ் பாண்டவராஜன் உடனிருக்க தலைமை புலனாய்வு அதிகாரி பி.அசோக் நடராஜனுக்குக் கொடுத்த வாக்குமூலத்தில் இதற்கான காரணத்தைத் தெரிவித்தான். 'சிலர், சிறுவயதில் என்னைக் கடத்திச் சென்று என் அப்பாவை மிரட்டிப் பணம் கேட்டார்கள்.

ஹரியானா-ராஜஸ்தான் எல்லைப் பகுதியில் வைத்துக் காவலர்கள் என்னை மீட்டனர். கடத்திச் சென்றவர்களில் ஒருவன் என் வலது காது மடலைக் கடித்துத்துப்பிவிட்டான். அன்றிலிருந்து அது அப்படிச் சிதைந்துபோனதாகவே இருக்கிறது.'

அமெரிக்கத் துறைமுகத்தில் இந்தியக் கலைப் பொருட்கள் கைப்பற்றப்பட்ட விஷயத்தை இந்திய செய்தித்தாள்கள் முக்கிய செய்தியாக நீண்ட அறிக்கையாக வெளியிட்டன. டி.என்.ஏ. வெள்ளி, 23 மார்ச் 2007 வெளியிட்ட செய்தியில், 'அமெரிக்க கஸ்டம்ஸ் அதிகாரிகள் இந்தியக் கலைப் பொருள் கொள்ளையைக் கண்டுபிடிக்க டி.ஆர்.ஐ. உதவியது' என்று செய்தி வெளியிட்டு அதை விரிவாக விவரித்தது:

> மும்பை வருவாய் புலனாய்வுத் துறை இயக்குநரகம் (டைரக்டரேட் ஆஃப் ரெவின்யு இண்டெலிஜென்ஸ்) அமெரிக்க கஸ்டம்ஸ் அதிகாரிகளுக்கு ஒரு தகவல் கொடுத்தது. அதன் அடிப்படையில் அமெரிக்க அதிகாரிகள், கோடிக்கணக்கான விலை மதிப்பு கொண்ட, சட்ட விரோதமான இந்தியக் கலைப் பொருட்களைக் கைப்பற்றினர். அவற்றில் சில கி.பி. இரண்டாம் நூற்றாண்டைச் சேர்ந்தவை. சில கி.பி. 12-ம் நூற்றாண்டைச் சேர்ந்தவை.
>
> வெளியுறவுத்துறை அமைச்சகம் அந்த அரிய கலைப் பொக்கிஷங்களை இந்தியாவுக்கு மீட்டுக் கொண்டுவர முயற்சி செய்யவேண்டும். சிவ பெருமான் - பார்வதி சிலை, நடனமாடும் கணேசர், குழந்தைகள் கணேசர், கார்த்திகேயர்களுடன் பார்வதித் தாயார், இந்திய அரசர் ஒருவரின் புகைப்பட ஆல்பம் (1800களின் பிற்பகுதியில் லண்டனில் எடுக்கப்பட்டது) எனப் பல கோடி மதிப்பிலான அரிய கலைப் பொக்கிஷங்கள். இவற்றை இந்தியாவுக்குக் கொண்டுவர முயற்சிகள் உடனே எடுக்கப் பட்டாக வேண்டும்.
>
> மொத்தம் 75 சிலைகள், ஓவியங்கள், வெள்ளிக் கலைப் பொருட்கள், பழங்கால அரிய புகைப்பட ஆல்பங்கள் முதலியவை அமெரிக்க சுங்க அதிகாரிகளால் கைப்பற்றப் பட்டுள்ளன. இந்த அமெரிக்க இறக்குமதியாளர் இப்படியான அரிய விலைமதிப்பு மிகுந்த கலைப் பொருட்களை 1976-லிருந்தே விற்கும் தொழிலில் ஈடுபட்டு வந்திருக்கிறார்.

அந்த நிறுவனம் நிம்பஸ் இம்போர்ட்ஸ் அண்ட் எக்ஸ்போர்ட்ஸ் என இந்திய அதிகாரிகள் கண்டுபிடித்துள்ளனர்.[4]

ஒரு நேர்மையான உலகில் இந்தக் கைப்பற்றல் இப்படியான சிலைத் திருட்டுக்கு முற்றுப்புள்ளி வைத்துவிட்டிருக்கும். சுபாஷ் கபூர் அன்றே கைது செய்யப்பட்டுச் சிறையில் அடைக்கப் பட்டிருப்பான். அமெரிக்க அதிகாரிகள் சுபாஷ் கபூரை விசாரணை செய்தபோது, 'இந்தியாவில் இருந்து கலைப் பொருட்களை அயல் நாடுகளுக்குக் கொண்டு செல்வதைத் தடுக்கும் சட்டங்கள் பற்றித் தனக்குத் தெரியும் என்றும் இந்த கப்பலில் வந்தவை சட்ட விரோதமானவை என்பது தனக்குத் தெரியும் என்றும் அதனால்தான் அவற்றைக் கைகழுவிவிட்டதாகவும் ஒப்புக்கொண்டிருந்தான்' என்று 'தி ஹிந்து' நாளிதழ் செய்திகூட வெளியிட்டிருந்தது.[5] எனினும் எதுவும் நடக்கவில்லை.

இந்த வழக்கு அமெரிக்க நீதிமன்றத்தின் ஓட்டைகள் வழியாக நழுவி விழுந்தது. இந்த வழக்குக்குப் பொறுப்பிலிருந்த அதிகாரி இந்த வழக்கை முன்னெடுத்துச் செல்ல ஆர்வம் காட்டியிருக்கவில்லை. இது தொடர்பான பல கேள்விகளுக்கு இன்றுவரை விடை கிடைக்கவில்லை.

இந்திய அதிகாரிகள் அந்த கப்பலை மும்பை துறைமுகத்திலேயே ஏன் தடுத்து நிறுத்தவில்லை?

சுபாஷ் கபூருக்கு எச்சரிக்கைச் செய்தியை அனுப்பியது யார்?

இந்தியத் துறைமுக அதிகாரிகளுக்கும் அமெரிக்க கஸ்டம்ஸ் அதிகாரிகளுக்கும் இடையிலான தகவல் பரிமாற்றத்தை அவர் எப்படி தெரிந்துகொண்டார்?

இதன் பிறகும் பல ஆண்டுகள் தனது கலைப் பொருள் வணிகத்தை நடத்த கபூர் எப்படி அனுமதிக்கப்பட்டான்?

சுபாஷ் கபூர் பிடிபடாமல் போனதற்கு முன்பு நான் சொன்னதே காரணம் : அவனுக்கு 'எல்லா இடங்களிலும்' நண்பர்கள் உண்டு. உதவிகள் புரிய உயர்மட்டத்தில் ஆட்கள் உண்டு. நல்ல அதிர்ஷ்டமும் உண்டு. ஆனால், கைவிடப்பட்ட அந்த கண்டெய்னரே அவனை மீண்டும் மாட்டிவிடும் என்பது அவனுக்கு அப்போது தெரிந்திருக்க வில்லை.

எச்சரிக்கை செய்தி கிடைத்ததும் சுபாஷ் கபூர் பரபரப்படைந்தான். மும்பை - நியூயார்க் தடம் கண்காணிப்புக்குள் வந்துவிட்டது என்பதால் அமெரிக்காவுக்குப் பொருட்களை அனுப்ப வேறு வழித்தடம் கண்டுபிடித்தாக வேண்டும்.

முன்பே அர்த்தநாரீஸ்வரர் சிலை ஒன்றை நியூயார்க்குக்குக் கொண்டு செல்ல ஹாங்காக், லண்டன்வழியைப் பயன்படுத்தி இருந்தான். அந்தச் சிலையைத்தான் 2004-ல் நியூ சவுத் வேல்ஸ் அருங்காட்சியகத்துக்கு 3,00,000 டாலருக்கு விற்றிருந்தான். தனது உதவியாளரை அழைத்து மீண்டும் அந்த வழித்தடத்தில் அனுப்பத் தேவையான ஏற்பாடுகளைச் செய்யச் சொன்னான். ஹாங்காங்கில் இருந்த அவர்களது கூட்டாளியான 'யூனியன் லிங்க் இண்டர் நேஷனல் மூவர்ஸ் லிமிட'டின் லாய் செயுங்கைத் தொடர்பு கொள்ளச் சொன்னான். முன்பைப் போலவே சென்னை-கொல்கத்தா-மும்பை துறைமுகங்களில் இருந்து ஹாங்காங்குக்கும் பின் அங்கிருந்து லண்டன் வழியாக நியூயார்க்குக்கும் கலைப் பொருட்களைக் கடத்திச் செல்ல முடிவு செய்தான்.

ஹாங்காங்கில் இருக்கும் லாய் செயுங் இந்தியாவில் இருந்து வரும் கண்டெய்னரைப் பெற்றுக்கொள்வான். சில மாதங்கள் தன் வசம் வைத்திருந்துவிட்டு பின்னர் நேரடியாக சுபாஷுக்கு நியூயார்க்குக்கு அனுப்புவான். அல்லது லண்டனில் இருக்கும் கலைப் பொருள் சீரமைப்பு நிபுணர் நீல் பெர்ரி-ஸ்மித்க்கு அனுப்புவான். அவன் அங்கிருந்து அதை சுபாஷுக்கு சிறிது காலம் கழித்து அனுப்பிவைப்பான்.[6]

எதற்காக இப்படிச் சுற்றி வளைத்துச் செல்லும் வழித்தடம்?

ஹாங்காங்குக்கும் லண்டனுக்கும் இந்தக் கலைப் பொருட்களை அனுப்பிவைப்பதன் மூலம் இந்தியாவுக்கும் நியூயார்க் கம்பெனிக்கும் இடையில் சில மறைப்புகளை உருவாக்க சுபாஷால் முடிந்தது. மிக மெல்லிய மறைப்புகள்தான் என்றாலும் அது போதுமானதாக இருந்தது. இந்தியாவில் இருந்து நியூயார்க்கில் இருக்கும் சுபாஷின் நிறுவனத்துக்கு நேரடியாக அனுப்புவ தென்றால் அது சுங்க அதிகாரிகளின் கண்ணில் எளிதில்பட்டுவிடும். இப்படிச் சுற்றுவழியில் அனுப்பினால் அவர்களால் தடம் காண்பது சற்று சிரமம்.

ஹாங்காங்கில் இருக்கும் யூனியன் லிங் நிறுவனம் இதுபோன்ற 'சேவைகளை' பலருக்கும் செய்து தரும் நிறுவனமே. இப்படியான 'சேவைகள்' வழங்கும் வேறு பல நிறுவனங்களும் இருக்கின்றன.

யூனியன் லிங்க் நிறுவனமானது வட கொரியாவுக்கும் பல பொருட்களை இதுபோல் சட்டவிரோதமாக அனுப்பிவந்தது. அதிகாரிகள் இது தொடர்பாகவும் புலனாய்வு நடத்தி வருகிறார்கள்.[7]

சுபாஷ் கபூரின் களவுப் படை எப்படியெல்லாம் செயல்படுகிறது? சஞ்சீவி அசோகன் எப்படி சிலைகளைத் திருடித் தந்தவண்ணம் இருக்கிறான்? இந்தத் திருட்டுச் சிலைகள் எப்படி அமெரிக்காவுக்கு சட்டவிரோதமாகத் தொடர்ந்து கடத்தப்படுகின்றன?

அமெரிக்க துறைமுகத்தில் மும்பை கண்டெய்னர் பிடிபட்டதைத் தொடர்ந்து நிலைமையைச் சீரமைக்க சுபாஷ் கபூர் முயற்சிகள் மேற்கொண்டிருந்தபோது அவனுக்கு 11 பின் இணைப்புகள் கொண்ட ஒரு மின்னஞ்சல் வந்தது. அத்தனையும் சோழர் கால அற்புதமான, அரிய வெண்கலச் சிலைகளின் படங்கள்! ஆயிரம் ஆண்டு பழமையானவை. இருண்ட பாழடைந்த அறையில் நின்ற நிலையில் கரையான் புற்றுகளின் நீண்ட வரிசை பின்னால் சுவரில் தெரிய அந்த அரிய கலைப் பொக்கிஷங்கள் உறைந்துபோன பொற்காலம் போல் இருந்தன. சிலைகளைத் திருடியவர்கள் அனுப்பும் இப்படியான புகைப்படங்களுக்கு 'திருட்டு புகைப் படங்கள்' (Robber photos) என்று அதிகாரிகள் மட்டத்தில் பெயர். இந்தப் புகைப்படங்களைத்தான் அவற்றை வாங்க விரும்பும் டீலர்களுக்கும் அருங்காட்சியகங்களுக்கும் அனுப்பிவைப்பார்கள்.

ஒருவேளை சஞ்சீவி தனது தொழிலின் வேத நூல்கள் என்று சொல்லும் எஸ்.ஆர். பால சுப்பிரமணியம் எழுதிய 'சோழர் காலக் கோவில்கள்' தொடர் புத்தகம் (The Chola Temples), டக்ளஸ் பாரெட் எழுதிய 'ஆரம்பசோழர் கால வெண்கலச் சிலைகள்' (Early Cola Bronzes) மற்றும் பி.ஆர். ஸ்ரீனிவாசன் எழுதிய 'தென்னிந்தியாவின் வெண்கலச் சிலைகள்' (Bronzes of South India) ஆகிய நூல்களை எடுத்துப் பார்த்திருக்கக்கூடும். அந்தப் புத்தகங்களில் ஏராளமான அடையாளங்கள், குறிப்புகள் செய்து வைத்திருந்தான். அந்த மூன்று புத்தகங்களிலும் சோழர் காலகட்டத்து சிலைகளின் முழு விவரங்களும் விரிவாக இடம்பெற்றிருந்தன.

மின்னஞ்சலில் வந்த புகைப்படத்தில் குறிப்பிடப்பட்டிருந்த ரிஷபவாகனம் பற்றி இந்தப் புத்தகங்களில் அவனால் எளிதில்

தகவல்களைச் சேகரிக்க முடிந்தது. ஜடாமுடி தரித்த சிவபெருமான் கழுத்தில் நாகம் சுருண்டு கிடக்க, நந்தியின் மீது வலது கையை ஊன்றியபடி இருக்கிறார். சுபாஷ் அனுப்பிய அந்த மின்னஞ்சல் புகைப்படமானது ஒருமுழுமையான தொகுப்பு. மெல்லிய பச்சைக் களிம்பு படர்ந்த நந்தியின் படமும் அதில் இருந்தது.

அந்தப் புகைப்படங்கள் அப்படி ஒன்றும் பிரமாதமான நிபுணர்களால் எடுக்கப்பட்டவை அல்ல. எனினும் சிலைகளின் கலை வேலைப்பாடுகளைப் பார்த்துப் புரிந்துகொள்ளும்விதமாக இருந்தன. சிவபெருமானின் இடது மேல் கையும் வலது மேல் கையும் உடைந்திருந்தன. ஆனால், லண்டனில் இருந்த நண்பரால் எளிதில் சரி செய்ய முடிந்த குறைபாடுகள்தான் இவை.

ஹெச்.எஸ்.ஐ. அதிகாரிகள் பின்னாளில் கண்டெடுத்த இந்த மின்னஞ்சலில் சஞ்சீவி அசோகன் இரண்டு சிலைகளை அந்த மாதமே திருடி அனுப்ப விரும்புவதாகக் குறிப்பிட்டிருந்தான். ஏனென்றால், அவனுக்குத் தோதான கோவில் அதிகாரிகள் அப்போதுதான் பணியில் இருப்பார்கள் என்றும் குறிப்பிட்டிருக்கிறான். மேலும், 'போன மாதமே கைக்கு வந்திருக்க வேண்டிய சிலை இன்னும் வந்து சேரவில்லையென்றும் அடுத்த வாரம் அதுவும் கைக்குக் கிடைத்துவிடும் என்று நம்புவதாகவும்' தெரிவித்திருந்தான்.

இதனிடையில் ரிஷப வாகனத் திருட்டுக்குத் தயாராகி விட்டிருப்பதாகவும் அதன் சில புகைப்படங்களை அனுப்பி இருப்பதாகவும் தெரிவித்திருக்கிறான். அந்தச் சிலை 48 அங்குல உயரமும் 140 கிலோ எடையும் கொண்டது. நந்தி மட்டுமே 26க்கு 30 அளவு கொண்டது. சுபாஷ் சம்மதம் தெரிவித்தால் அடுத்து ஆக வேண்டிய வேலைகளைத் தொடங்கிவிடத் தயார் என்று சஞ்சீவி தெரிவித்திருந்தான்.

எல்லாமே மிக மிக எளிதில் முடியக்கூடியவையே! சுபாஷ் சரி என்று ஒரு வார்த்தை சொல்லி, கூடவே கொஞ்சம் போலப் பணத்தை சஞ்சீவியின் அக்கவுண்டில் போட்டால் போதும் (சுபாஷ் அதை விற்பதால் கிடைக்கும் பணத்தோடு ஒப்பிடும்போது மிகக் கொசுறான பணம் மட்டுமே). அடுத்த சில மாதங்களிலேயே அந்தக் கலைப் பொக்கிஷங்கள் நியூயார்க்கில் இருக்கும் சுபாஷின் கையில் மின்னும். உடைந்த சிலை மட்டும் லண்டனில் இருக்கும் நீல் பெர்ரி ஸ்மித் வசம் சென்று லேசான மராமத்து வேலைகள் செய்யப்பட வேண்டியிருக்கும். கொஞ்சம்மேல் பூச்சு வேலைகள் செய்ய

வேண்டியிருக்கும். ஏதேனும் ஒரு ஆய்வறிஞரை விட்டு அபாரமான புகழுரைகள் எழுதி வாங்கப்பட வேண்டியிருக்கும். இப்படியான பழமையான சிலைகளை வேதியல் பரிசோதனைக்கு உட்படுத்தாமல் கூட அவனால் தப்பிக்கமுடியும்.

பொதுவாக வெண்கலச் சிலைகளை கார்பன் அடிப்படையிலான காலப் பரிசோதனை செய்வது சிரமம். பிரதான சிலைகள் பெரிதும் முழுவதுமாகவே வெண்கலத்தால் செய்யப்பட்டிருக்கும். நந்தி போன்ற வாகனங்கள் உட்புறம் வெற்றிடமாக மேலே வார்ப்புச் செய்யப்பட்டவையாக இருக்கும். இதுபோன்ற சிலைகளைச் செய்யும்போது உட்புறம் களிமண் அடுக்கு இருக்கும்படியாக வார்ப்புச் செய்திருப்பார்கள். களிமண்ணை கார்பன் பரிசோதனைக்கு உட்படுத்தி அந்தச் சிலைகளின் காலத்தைக் கணக்கிடமுடியும். ஆனால், முழுவதும் வெண்கலத்தாலான சிலைகளை இப்படிப் பரிசோதிப்பது கடினம்.

அடுத்ததாக சுபாஷுக்கு ஒரு ஹங்கேரி அருங்காட்சியக நிர்வாகியை நண்பராக்கிக் கொள்ளவேண்டியிருந்தது. அவருக்கு ஒரு சில சுடு மண் சிற்பங்களை அல்லது பிசாவைஸ் ஓவியங்களைத் தந்து திருப்திப்படுத்த வேண்டியிருந்தது.

இப்போது சுபாஷும் சஞ்சீவியும் குறிவைத்தது காமராசவல்லி ஊரிலிருக்கும் ஸ்ரீ பாலாம்பிகா கார்கோடேஸ்வரர் கோவில். அரியலூரில் இருக்கும் கிராமம் அது. சஞ்சீவி அசோகன் குழுவுக்கு அது மிகவும் வாகான வேட்டைப் பகுதி. எனவே சுபாஷுக்கும் அது மிகவும் விரும்பத்தகுந்த புதையல் பூமியாக இருந்தது. அது ஆரம்ப கால சோழர்கள் கட்டிய களிமண்-செங்கல் கோவில். ராஜராஜ சோழரால் கல் கட்டுமானம் செய்யப்பட்டது. அவருடைய மகன் ராஜேந்திர சோழர் வழங்கிய நன்கொடைகளால் மேலும் செழிப்பாக்கப்பட்ட கோவில். அந்தக் கோவிலில் கல் மற்றும் வெண்கலத்தாலான அருமையான சிற்பங்கள், சிலைகள் ஏராளம் இருந்தன.

சுபாஷின் முந்தைய வியாபாரக் கூட்டாளிகளைவிட சஞ்சீவி துணிச்சலும் திறமையும் வளங்களும் நிறைந்தவனாக இருந்தான். விலை மதிப்பு மிக்க கலைப் பொக்கிஷங்களை கப்பலில் ஏற்றி நாடு கடத்துவதென்பது அவனுக்குக் குழந்தை விளையாட்டுபோல் இருந்தது. அதிகார வர்க்கத்தில் யார் யாரை எப்படி எப்படிக் கவனித்துக்கொண்டால் என்னவெல்லாம் சாதிக்க முடியும் என்ற கலையில் கை தேர்ந்தவன். ஆம் அதை ஒரு கலையாகவே கற்றுத் தேறியிருந்தான்.

கபூரின் வட இந்தியக் கூட்டாளிகள் ஒரு மரபான வழியையே பின்பற்றி வந்தனர். 1970களில் இருந்து அந்தத் திருட்டு வழியை அவன் திறம்படப்பயன்படுத்தி வந்தான். (டிப்ளமேட்) தூதரக அதிகார வர்க்கத்தினருக்கு விமான நிலையங்களில் சில சலுகைகள் தரப்பட்டிருந்தன. அவர்களுடைய பெட்டி, பைகளைச் சோதனைக்கு உட்படுத்தமாட்டார்கள். அதைப் பயன்படுத்தி இந்தியக் கலைப் பொக்கிஷங்கள் வெளிநாடுகளுக்குக் கடத்தப்பட்டன. அரசுக்கு அந்த விஷயம் தெரியவந்ததும் அது தொடர்பான கட்டுப்பாடுகள் விதிக்கப்பட்டன. எனவே கடத்தல்காரர்கள் புதிய வழிமுறையைக் கண்டுபிடிக்க வேண்டிவந்தது.

ஒரு சுமாரான சிற்பி ஒருவரைக் கண்டுபிடித்துக் கடத்த விரும்பும் சிலையின் படத்தைக் கொடுத்து அதுபோல் நகல் சிலை ஒன்றை உருவாக்கச் சொல்வார்கள். கைவினைப் பொருட்கள் ஏற்றுமதி நிறுவனம் என்று ஒரு சிறிய நிறுவனத்தைப் பெயரளவுக்கு உருவாக்கிப் பதிவு செய்துகொள்வார்கள். 'புதிதாகச் செய்த, சாதாரணச் சிலைகள்' என்ற சான்றிதழை சம்பந்தப்பட்ட அரசு அதிகாரிகளிடம் இருந்து பெற்றுக்கொள்வார்கள். இந்தச் சிலைகளின் விலையை மிகக் குறைவாக வைத்து ஏற்றுமதி செய்வார்கள். இதனால் சுங்கப் பிரிவு சோதனைகளில் அதிகம் மாட்டிக் கொள்ளாமல் அந்தச் சிலைகளை வெளிநாடுகளுக்கு அனுப்புவது மிகவும் எளிது. ஆனால், அந்தப் போலி நவீன காலச் சிலைகளுக்கு இடையில் பழங்கால, அரிய, விலை மதிப்பு மிகுந்த சிலைகளையும் நைஸாகப் புகுத்திவிடுவார்கள். இவை எந்தவிதக் கண்காணிப்பும் சிக்கலும் இன்றி உரிய நாட்டுக்கு உரிய நபர்களுக்கு எளிதில் போய்ச் சேர்ந்துவிடும்.

அல்லது இந்திய அகழ்வாராய்ச்சிக் கழகத்தை அணுகி இந்தச் சிலைகளின் நகல்களின் புகைப்படங்களையும் போலிச் சிலை களையும் கூடக் காட்டி 'இந்தச் சிலைகள் எல்லாம் பழமையானவை அல்ல' என்ற சான்றிதழைப் பெற்றுக்கொள்வார்கள். இதில் ஒரு வசதி என்னவென்றால், சிலைகளை ஏற்றுமதி செய்பவர்கள் இந்திய அகழ்வாராய்ச்சிக் கழகத்துக்குக் கொண்டுவந்து சான்றிதழ் பெற்றால் போதும், அதிகாரிகள் கப்பலில் அந்தச் சிலைகள் ஏற்றப்படும்போது போய் சோதனை போடமாட்டார்கள். இப்படிப் பெறப்படும் ஒரு சான்றிதழானது 180 நாட்களுக்குச் செல்லு படியாகும். விலை மதிப்பு குறைத்து நிர்ணயிக்கப்பட்ட நகல் சிலைகளினூடே அரிய விலை மதிப்பு மிகுந்த சிலைகளும் வைக்கப் பட்டு எந்தவிதக் கண்காணிப்பும் தடையும் இன்றி அருமையாகக் கடத்தப்பட்டுவிடும்.

சஞ்சீவியின் கடத்தல் வழிமுறை இதுதான். ஆனால், காலப் போக்கில் அவனுடைய நண்பர் வட்டம் பெருகியதாலும் அவனுடைய தன்னம்பிக்கை மிகவும் அதிகரித்த காரணத்தாலும் நகல் சிலைகள் இல்லாமல் ஒரிஜினல் சிலைகளையே தைரியமாக வெளிநாடுகளுக்கு அனுப்பத் தொடங்கினான். மே 2006-ல் நடராஜர், உமா தேவி, கணேசர் சிலைகளை சர்வ சாதாரணமாக அவன் கடத்திக் காட்டினான்.

வட சென்னையில் இருந்த துறைமுகத்தில் இருந்துதான் இந்தச் சிலைகள் கண்டெய்னரில் ஏற்றி அனுப்பப்பட்டன. இரவுகளிலும் கூட அந்தப் பகுதி ஈரப்பதம் குறைந்து, வெப்பம் நிறைந்து, அழுக்கும் நிறைந்து காணப்படும். மே மாதங்களிலோ சென்னையின் வாட்டியெடுக்கும் கோடையுடன் மின்வெட்டுகளும் சேர்ந்து கொள்ள வெப்பம் வாட்டி எடுக்கும். இரவு 9 மணிக்கு மேல் அரசுக் கட்டுப்பாட்டிலான ஏற்றுமதி வளாகம் மிகுந்த பரபரப்புடன் இயங்கிக் கொண்டிருக்கும். வெளியே நடைபாதைக் கடைகளில் மசாலா தூக்கலான பிரியாணியும் தோசைகளும் பரோட்டாக்களும் சுடச்சுடப் பரிமாறப்பட்டுக்கொண்டிருக்கும்.

காலை நேரங்களில் நகர எல்லைக்குள் கண்டெய்னர்கள் அனுமதிப்படாது என்பதால் வரிசையாக நிறுத்திவைக்கப்பட்ட வண்டிகள் ஒவ்வொன்றாக இருளில் நகருக்குள் ஊர்ந்துவரத் தொடங்கும். ஷிப்பிங் கிளார்க்குகள், தமது எஜமானர்கள் ஏற்றுமதி செய்யும் பொருட்களின் இன்வாய்ஸ்கள், பேக்கிங் லிஸ்ட்கள், ஷிப்பிங் பில்கள் ஆகியவற்றை எடுத்துச்சென்று கஸ்டம்ஸ் அதிகாரி களிடம் கையெழுத்து வாங்குவதில் பரபரப்பாக இருப்பார்கள் (ஏற்றுமதியாளர்கள் தமது கைப்பட நிரப்பி சமர்ப்பிக்க வேண்டிய விண்ணப்பப் படிவங்கள் அவை).

ஏற்றுமதிக்கான ஆவணங்கள் எல்லாம் சரியாக இருக்கின்றனவா என்று பரிசோதிக்க வேண்டிய கஸ்டம்ஸ் கிளார்க் அதிகாரிகள் பொதுவாக ஒவ்வொரு ஏற்றுமதியாளர் தரும் ஆவணங்களை எல்லாம் பெரிதாகப் பரிசோதிப்பதே இல்லை. அவர் தனக்கு முன்னால் இருக்கும் கம்யூட்டரில் தெரியும் ஷிப்பிங் பில் நம்பர் ஏற்கெனவே பரிசோதிக்கப்பட்டுவிட்டதா என்று மட்டும் பார்ப்பார். இந்தப் பரிசோதனையானது கஸ்டம்ஸ் தலைமை அலுவலகத்தில் முன்பே நடந்து முடிந்திருக்க வேண்டும். ஏற்றுமதியாளரின் பெயர், ஏற்றுமதி செய்யப்படும் பொருள், அவற்றின் விலை மதிப்பு இவையெல்லாம் சரியாகக் கணக்கிடப் பட்டுள்ளதா என்பதை அங்கு பரிசோதிப்பார்கள்.

கஸ்டம்ஸ் கிளார்க்கின் வேலை மிகவும் முக்கியமானதுதான். ஷிப்பிங் பில்லில் இருக்கும் பொருள் பட்டியலை நேரடியாக எடுத்துக்கொண்டு போய் கண்டெய்னரில் இருப்பவற்றுடன் ஒத்துப்போகிறதா பரிசோதித்துப் பார்க்கவேண்டும். ஆனால், அந்த வேலையைச் செய்யும் கிளார்க்குகள் ஒரு ஷிஃப்ட்டில் வேலைக்கு வந்து தமது நாற்காலியில் அமர்ந்துவிட்டால் மூன்றே தடவை மட்டும்தான் எழுந்திருப்பார்கள். ஒரு தடவை டீ குடிக்க... இரண்டுதடவை சிகரெட் குடிக்க!

முன்னால் நீட்டப்படும் ஆவணங்களில் 'பரிசோதிக்கப்பட்டது' என்ற சிவப்பு முத்திரையை எந்திரகதியில் குத்துவார்கள். நீட்டப்படும் ஒவ்வொரு ஷிப்பிங் பில்லிலும் 'ஏற்றுமதிக்கு அனுப்பலாம்' என்று முத்திரை குத்துவார்கள். அவர்கள் இப்படி முத்திரை குத்தி அனுப்பும் பில்கள் மிகப் பெரிய பெட்டிக்குள் போடப்படும். நாளொன்றுக்கு இப்படியாக 250 ஷிப்பிங் பில்களை அவர் ஒரு ஷிஃப்டுக்கு முத்திரை குத்தியாகவேண்டும். கொஞ்சம் லேசாகக் கவனித்துவிட்டால் போதும்... அந்த கிளார்க் படு வேகமாகக் கண்களை மூடிக் கொண்டு முத்திரைகளைக் குத்தித் தள்ளிவிடுவார். இதுதான் பரிசோதனையின் லட்சணம்!

சஞ்சீவியின் ஆள் (சில காரணங்களினால் அவன் பெயரை வெளியிட முடியாது) ஏற்கெனவே வேர்வையால் நனைந்து போயிருந்த கைக்குட்டையை எடுத்து நெற்றியை மீண்டும் துடைத்துக் கொண்டான். பிரச்னைகள் அதிகமாக இருப்பதாக எஜமானரிடம் அப்போதுதான் வாக்குவாதம் செய்து முடித்திருந்தான். சஞ்சீவி இந்த முறை சிலைகளைத் தனியான கண்டெய்னர் மூலம் அனுப்புவதற்குப் பதிலாகச் சிலைகள் இருக்கும் மரப் பெட்டிகளை நேரடியாக கப்பலில் ஏற்றி அனுப்பும்படிச் சொல்லியிருந்தான். இது மிகவும் ஆபத்தான விஷயம். ஏனென்றால் இதே நேரத்தில் சுமார் ஆறேழு கண்டெய்னர்களில் சரக்குகள் ஏற்றப்படும். சுமார் நூறுக்கும் மேற்பட்ட கூலிப் பணியாளர்கள் வந்து போய்க் கொண்டிருப்பார்கள். பத்து பன்னிரண்டு கஸ்டம்ஸ் அதிகாரிகள் வேறு கண்காணித்துக்கொண்டிருப்பார்கள். யாருக்காவது சந்தேகம் வந்து ஏதாவது அசம்பாவிதம் நடந்தால் தப்பிப்பது மிகவும் கடினம்.

தனி கண்டெய்னரில் சஞ்சீவியின் வேர் ஹவுஸில் இருந்து ஏற்றி அனுப்பும்போது கண்காணிப்புக்கு ஒரே ஒரு கஸ்டம்ஸ் அதிகாரி மட்டுமே அங்கு இருப்பார். அவரை மட்டும் சமாளித்தால் போதும். இங்கு இப்போது அப்படி இல்லை. தனி கண்டெய்னர் முழுவதும் பொருட்களை ஏற்றி அனுப்புமளவுக்குக் கூடுதல் 'ஆர்டர்கள்'

கிடைக்கும் வரை சிறிது காலம் காத்திருக்கலாம். கண்டெய்னரை கோடவுனுக்கே வரவைத்து அனைத்தையும் எளிதில் ஏற்றி விடலாம் என்று எஜமானரிடம் எவ்வளவோ சொல்லியும் கேட்கவில்லை.

சஞ்சீவி ஒரே ஒரு உத்தரவு மட்டும் கொடுத்திருந்தான்: '9.00 மணி வரை காத்திரு; யார் டெஸ்குக்கு வந்திருக்கிறார் என்பதைச் சொல்'.

அதுதான் அதிகாரிகள் ஷிப்ட் மாறும் நேரம்.

நேரம் 9.00 மணியானது. கஸ்டம்ஸ் டெஸ்கில் வந்தவருடைய பெயரை சஞ்சீவியிடம் அவனுடைய ஆள் தெரிவித்தான். 'நல்லது எந்தப் பிரச்னையும் இருக்காது. நீ தைரியமாக ஆகவேண்டியதைப் பார்' என்றான் சஞ்சீவி அசோகன்.

சஞ்சீவியின் ஆள், கையில் இருந்த ஆவணங்களை மீண்டும் ஒருமுறை சரி பார்த்தான். இந்தியக் கைவினை கலைப் பொருட்கள்; விலை மதிப்பு 1500 டாலர்கள்; 150 டாலர் இன்ஷூரன்ஸ் உட்பட என்று குறிப்பிடப்பட்டிருந்தது. சாதாரண ஆணிகள் அடிக்கப்பட்ட மரப்பெட்டிகளில் அவை வைக்கப்பட்டிருந்தன. சென்னையில் இருந்து 65 கிலோமீட்டர் தொலைவில் இருக்கும் பல்லவர் காலத்துச் சிற்பங்கள் நிறைந்த மாமல்லபுரத்தில் இருந்து அதைக் கொண்டுவந்திருந்தான். கப்பலில் ஏற்றப்படும் பொருட்களின் மொத்த எடை 225 கிலோ என்று குறிப்பிடப்பட்டிருந்தாலும் 3 டன் எடையைத் தூக்கும் கருவி கொண்டு டிரக்கிலிருந்து பெட்டிகளை எடுத்து கப்பலில் ஏற்றும்படி சஞ்சீவி சொல்லியிருந்தான். சுமை தூக்கிக் கொண்டு தூக்கி ஏற்றும்போது அசம்பாவிதமாக அனைவர் முன்னாலும் மரப்பெட்டிகள் கீழே விழுந்து உள்ளே என்ன இருக்கிறது என்பது தெரிந்துவிடக்கூடாது என்பதுதான் காரணம்.

மரப் பெட்டியின் நான்கு பக்கங்களிலும் எச்சரிக்கை: எளிதில் உடையும் பொருள் என்று குறிப்பிடப்பட்டிருந்தது. அந்தக் குறிப்பை மீண்டும் பார்த்தவன் மென்று முழுங்கினான். எந்த அசம்பாவிதமும் நடந்துவிடக்கூடாது. ஏனென்றால் அதே கண்டெய்னரில் வேறு பலருடைய பொருட்களும் ஏற்றப் படுகின்றன. அவர்கள் மிகுந்த கவனத்துடன் அங்கு சுத்தி வந்துகொண்டிருக்கிறார்கள்.

காலையில் கஸ்டம்ஸ் தலைமை அலுவலகத்தில் ஷிப்பிங் பில்களுக்கான பரிசோதனைகள் வெகு எளிதில் நடந்து முடிந்திருந்தன. அங்கும் சஞ்சீவியின் ஆளுக்குக் கொஞ்சம் பதற்றம் இருக்கத்தான் செய்தது. ஏனென்றால் இன்வாய்ஸில் குறிப்பிடப்

பட்டிருந்த விலை மதிப்பு, மோசமான ஸ்டீலுடைய விலையைவிட மிக மிகக் குறைவாக இருந்தது. ஆனால் மரப்பெட்டிகளில் இருந்தவையோ வெண்கலச் சிலைகள். ஆனால், சஞ்சீவிக்கு எந்தப் பயமும் இருந்திருக்கவில்லை. ஏனென்றால் அரசுத் துறைகளிடமிருந்து பெறவேண்டிய எல்லா சான்றிதழ்களையும் அவன் பெற்றிருந்தான். கைவினைப் பொருள் மேம்பாட்டுத் துறை வழங்கும் மங்கலான நீல நிற நகல் பேப்பர் கூடக் கிடைத்து விட்டிருந்தது.

சஞ்சீவி அவனிடம் இரண்டு உறைகளைக் கொடுத்திருந்தார். ஒன்றில் 'P' (Photos) என்று குறிப்பிடப்பட்டிருந்தது. இன்னொன்றில் எதுவும் எழுதப்பட்டிருக்கவில்லை. பெரிய மர மேஜைக்குப் பின்னால் அமர்ந்திருந்த அரசு அதிகாரிக்கு எந்த உறையைப் பிரித்துப் பார்க்கவேண்டும் என்பது தெரிந்திருந்தது. புகைப்படங்கள் என்று குறிக்கப்பட்டிருந்த உறையைப் பிரித்துக் கவிழ்த்தார். நடராஜர், உமாதேவி, கணேசர் புகைப்படங்கள் மேஜையில் விழுந்தன. இன்னொரு கனமான உறை அதிகாரியின் மேஜை டிராயருக்குள் போனது. அந்த டிராயரில்தான் நீல, சிவப்பு நிற முத்திரைகள் இருந்தன. சாவியை நுழைத்துத் திருகியதும் கதவு திறப்பதுபோல் கனமான உறை உள்ளே வைக்கப்பட்டதும் முத்திரைகள் வெளியே வந்தன. தேவையான இடங்களில் தேவையான முத்திரைகள் குத்தப்பட்டன.

மாலையில் இப்போது கஸ்டம்ஸ் கிளார்க் அந்த ஷிப்பிங் பில்களைச் சரிபார்த்து 'ஏற்றுமதி செய்யலாம்' என்ற முத்திரை குத்தி அனுமதி தரவேண்டும். பரிசீலிக்கப்பட்ட ஷிப்பிங் பில்கள் அழகாகக் கோக்கப்பட்டு மேஜை மீது வைக்கப்பட்டன. ஓடாத மின் விசிறியைச் சபித்தபடியே தன் முன் வைக்கப்பட்ட ஆவணக் கட்டைப் பார்த்தார். கனமான உறைகள் எதுவும் உடன் வைக்கப் பட்டிருக்கவில்லை. அந்த அதிகாரி உடனே தனது மேலதிகாரிக்கு போன் போட்டு போனை கஸ்டம்ஸ் அதிகாரியிடம் தந்தார். அந்த அதிகாரி நான்கு இலக்க எண்ணைச் சொன்னார். அந்த அலுவலகத்தின் வெளியே ஒரு ஆட்டோவுக்கு அருகில் யமஹா பைக் வந்து நின்றது. அந்த ஆட்டோவின் எண்ணைத்தான் போனில் சொன்னார். யமஹா பைக்குக்காரன் ஒரு சிறிய, சற்றே அழுக்கான காகிதப் பொதியை ஆட்டோ டிரைவரிடம் கொடுத்தான். ஆட்டோ டிரைவர் அதே கஸ்டம்ஸ் அதிகாரிக்கு போன் போட்டார். உடனே அவர் எந்திரம் போல் நீல, சிவப்பு முத்திரைகளை எடுத்துக் குத்தினார்: 'பரிசோதிக்கப்பட்டுவிட்டன'; 'ஏற்றுமதி செய்யலாம்'.

பலர் தமது இரவு உணவை முடித்துவிட்டுப் பணிக்குத் திரும்பியிருந்தனர். கண்டெய்னரில் சரக்குகளை ஏற்றும் பணி மும்மரமடைந்திருந்தது. சுமை தூக்கிக் கருவிகள் சரக்குகளைத் தூக்கிக் கொண்டிருக்க மக்கள் கூட்டம் அதன் மீது மோதாமல் இங்குமங்கும் நகர்ந்து செல்ல என ஏக களேபரமாக இருந்தது. நியூயார்க்குக்கு அனுப்பவேண்டிய கண்டெய்னரை சஞ்சீவியின் ஆள் தேடிக் கொண்டிருந்தார். பளிச்சென்ற ஆரஞ்சு நிறத்தில் அந்த கண்டெய்னர் ஒரு முனையில் கம்பீரமாக நின்றுகொண்டிருந்தது.

அங்கிருந்த அதிகாரியிடம் ஆவணங்களைக் கொடுத்தான். சுமை தூக்கிக் கருவி மரப் பெட்டிகளை ஏற்றத் தொடங்கியது. டீசல் புகை மண்டலத்தினூடே மூன்று மரப் பெட்டிகள் கண்டெய்னரின் ஒரு மூலையில் நிதானமான, அழகாக அடுக்கப்பட்டன. மளமளவென வேறு ஏற்றுமதியாளர்களின் சரக்குகள் அந்தக் கண்டெய்னரில் ஏற்றப்பட்டன. அங்கிருந்த சர்வேயர், ஏற்றப்பட்ட பெட்டிகளின் எண்ணிக்கையைச் சரிபார்த்து கண்டெய்னரை மூடி சீல் வைக்க உத்தரவிட்டார். நீல நிறக் கதவு நளினமாக மூடப்பட்டது. சாவிகளே இல்லாத பூட்டுப் போட்டுப் பூட்டப்பட்டன. அவற்றை இனிமேல் அமெரிக்காவில் நியூ ஜெர்ஸியில் இறக்கப்படும் இடத்தில் உடைத்துத்தான் திறக்கமுடியும்.

ஐந்து மணிநேரப் பரபரப்பான வேலைகள் முடிந்து சஞ்சீவியின் ஆள் அன்றைக்கான வேலை முடிந்த ஆசுவாசத்தில் நிம்மதிப் பெருமூச்சு விட்டான். இப்போதும் அவனுக்கு எஜமானர் ஏன் தனி கண்டெய்னர் முழுவதும் தமது பொருட்களையே ஏற்றி அனுப்பாமல் இப்படிச் செய்திருக்கிறார் என்று வருத்தத்தில்தான் இருந்தான். மாமல்லபுரத்துக்கு கண்டெய்னரை வரவைத்து வேர்ஹவுஸில் இருந்து ஏற்றியிருந்தால் இவ்வளவு பதற்றம் தேவையே இல்லையே. எஜமானர் சொற்பத் தொகையை மிச்சம் பிடிக்க இப்படிச் செய்துவிட்டாரே என்று அவனுக்கு வருத்தம்.

மறுநாள் காலையில் எந்த ஷிப்பிங் கம்பெனி மூலம் பொருட்களை அனுப்பினார்களோ அந்த நிறுவனத்தின் அலுவலகத்தின் வாசலில் சஞ்சீவியின் ஆள் பதற்றத்துடன் காத்துக்கொண்டிருந்தான். மதியத்துக்குப் பின்னர்தான் லோடிங் பில் கிடைத்தது. அது ஒரு அதிசயமான ஆவணம். ஷிப்பிங் கம்பெனி அனுப்பிய பொருளை ஏற்றுக்கொண்டதற்கான ரசீது, ஏற்றி அனுப்புவது தொடர்பான ஒப்பந்தம் எல்லாம் கலந்த ஆவணம். ஆனால், சஞ்சீவியின் ஆளுக்கு இந்த விவரமெல்லாம் தெரியாது. அவனுக்குத் தெரிந்ததெல்லாம் இந்த ஆவணத்தின் மூன்று ஒரிஜினல்களை

எஜமானருக்கு அனுப்பிவைக்கவேண்டும். அவர் யாருக்கு அந்தப் பொருட்களை அனுப்பியிருக்கிறாரோ அவருக்கு அந்த ஒரிஜினலை அனுப்பிவைப்பார் என்பது மட்டும் தெரியும். யாருக்கு அந்தப் பொருட்கள் சென்று சேருமோ அவர் இந்த ஒரிஜினல்களில் ஏதேனும் ஒன்றைக் காட்டினால்தான் அவர்வசம் அந்தப் பொருட்கள் ஒப்படைக்கப்படும்.

ஷிப்பிங் கம்பெனியின் பெயரையும் யாருக்கு அனுப்பப் பட்டிருக்கிறது என்பதையும் மீண்டும் ஒருமுறை சரிபார்த்தான்.

அனுப்புபவர்: எவர்ஸ்டார் இண்டர்நேஷனல் சர்வீசஸ் (பாக்கியகுமாரின் நிறுவனம்)

பெறுபவர் : நிம்பஸ் எக்ஸ்போர்ட் இம்போர்ட் நிறுவனம்.

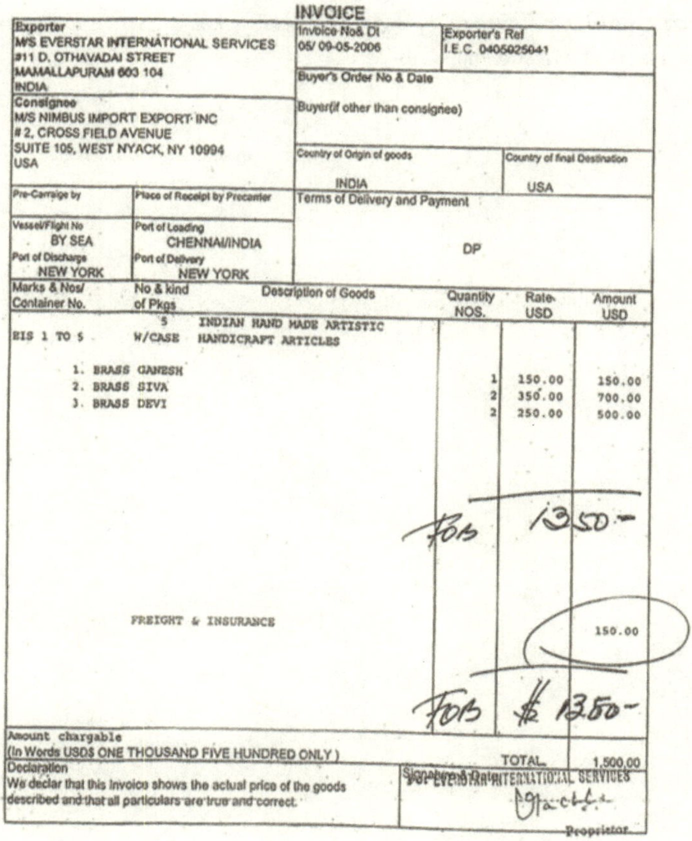
INVOICE

Exporter
M/S EVERSTAR INTERNATIONAL SERVICES
#11 D, OTHAVADAI STREET
MAMALLAPURAM 603 104
INDIA

Invoice No& Dt
05/ 09-05-2006

Exporter's Ref
I.E.C. 0405025041

Buyer's Order No & Date

Consignee
M/S NIMBUS IMPORT EXPORT INC
2, CROSS FIELD AVENUE
SUITE 105, WEST NYACK, NY 10994
USA

Buyer(if other than consignee)

Country of Origin of goods: INDIA
Country of final Destination: USA

Pre-Carraige by
Place of Receipt by Precarrier
Terms of Delivery and Payment: DP

Vessel/Flight No: BY SEA
Port of Loading: CHENNAI/INDIA
Port of Discharge: NEW YORK
Port of Delivery: NEW YORK

Marks & Nos/ Container No.	No & kind of Pkgs	Description of Goods	Quantity NOS.	Rate USD	Amount USD
EIS 1 TO 5	5 W/CASE	INDIAN HAND MADE ARTISTIC HANDICRAFT ARTICLES			
		1. BRASS GANESH	1	150.00	150.00
		2. BRASS SIVA	2	350.00	700.00
		3. BRASS DEVI	2	250.00	500.00
			FOB	1350-	
		FREIGHT & INSURANCE			150.00
			FOB	$ 1350-	

Amount chargable
(In Words USD$ ONE THOUSAND FIVE HUNDRED ONLY) TOTAL 1,500.00

Declaration
We declar that this invoice shows the actual price of the goods described and that all particulars are true and correct.

Signature & Date
For EVERSTAR INTERNATIONAL SERVICES
Proprietor

ஷிப்பிங் இன்வாய்ஸ் 09, மே, 2006

சிறிது நேரத்தில் அவன் பஸ் ஏறி மாமல்லபுரம் சென்றான். மாலை வாக்கில் புலிக்குகை நிறுத்தத்தில் இறங்கி மறையும் சூரியனைப் பார்த்தபடியே தனது எஜமானர் இருந்த இடத்துக்குச் சென்று சேர்ந்தான். அவரிடம் ஆவணங்களைக் கொடுத்தான். 'எப்போது கப்பல் புறப்படும்' என்று சஞ்சீவி கேட்டான். சென்னை துறைமுகத்தில் இருந்து நாளை புறப்படும் என்று பணியாள் பதில் சொன்னான். சஞ்சீவி அந்த ஆவணத்தை ஸ்கேன் செய்து மின்னஞ்சலில் சுபாஷ் கபூருக்கு அனுப்பினான். மின்னஞ்சல் சென்று சேர்ந்தது. சுவரில் இருந்த நாட்காட்டியைப் பார்த்தான். முருகப் பெருமான் நாட்காட்டியில் சிரித்தபடி நின்றுகொண்டிருந்தார். *11, மே, 2006.*

சஞ்சீவி அசோகன் மெள்ளப் புன்னகை புரிந்தபடியே நாட்காட்டி முருகனிடம் சொன்னான்: 'முருகா... உன் பெற்றோரை இப்போது தான் அமெரிக்காவுக்கு அனுப்பியிருக்கிறேன். பத்திரமாகக் கொண்டு சேர்த்துவிடு!'

4

கைது படலம்

24, *ஆகஸ்ட், 2008.* சஞ்சீவி அசோகனை சென்னையில் பாரிஸ் கார்னரில் ஒரு சிறிய கலைப் பொருள் அங்காடியை நடத்தும் சாதாரணக் கலைப் பொருள் வணிகர் என்றுதான் அனைவருக்கும் தெரியும். ஆனால், அவனோ பதினைந்து ஆண்டுகளுக்கும் மேலாக, கூலித் திருடர் படையை வைத்து ஏராளமான அரிய கலைப் பொக்கிஷங்களைத் திருடி சர்வதேசத் திருடனான சுபாஷ் கபூர் போன்றவர்களுக்கு விற்றுக் கோடிகளைச் சம்பாதித்து விட்டிருந்தான்.

சஞ்சீவியின் கெட்ட நேரம் ஆரம்பித்திருந்தது. அவனைச் சுற்றி விரிக்கப்பட்ட வலையில் சிக்கினான். அதற்குக் காரணம் நமது இந்தச் சிலைத்திருட்டு வழக்கின் கதாநாயகர்களில் ஒருவரான டி.எஸ்.பி. செல்வராஜ். சிலைத்திருட்டுத் தடுப்புப் பிரிவில் சேர்ந்து பதினெட்டு மாதங்கள் ஆகியிருந்தது. இதில் வேடிக்கை என்ன வென்றால், சிலைத்திருட்டுத் தடுப்புப் பிரிவு என்பது காவல்துறை அதிகாரிகளுக்கு தண்டனை பதவி மாற்றம் போல்தான் தரப்படும். இந்தத் துறையில் மேற்படி வருமானங்களுக்கோ பெருமை களுக்கோ வாய்ப்பு இல்லை என்றே கருதப்பட்டது.

1980-ல் இந்தப் பிரிவை ஆரம்பித்த நாளில் இருந்து பத்தே ஆண்டுகளில் இந்தத் துறை வலுவற்றதாக ஆக்கப்பட்டு

விட்டிருந்தது. இந்தத் துறையில் அர்ப்பணிப்பும் துடிப்பும் மிகுந்த ஆரம்ப கட்ட காவல் அதிகாரிகள் ஓய்வு பெற்றதைத் தொடர்ந்து அல்லது வேறு துறைகளுக்கு மாற்றப்பட்டதைத் தொடர்ந்து இந்தத் துறை தனது திறமையையும் தீவிரத்தையும் இழந்துவிட்டிருந்தது. அரசாங்கத்துடன் மோதும் அல்லது அரசாங்கத்தின் கடைக்கண் பார்வை பெறாத அதிகாரிகள் ஓரங்கட்டி ஒதுக்கப்படும் துறையாகச் சிலை தடுப்புப் பிரிவு ஆனது. 2010 வாக்கில் சிலை தடுப்புப் பிரிவு என்பது வெறும் ஒன்பது காவல்துறை அதிகாரிகளைக் கொண்டதாகச் சுருங்கியது. தேடுதல் வேட்டை, சட்டவிரோதக் கலைப் பொருட்களைக் கைப்பற்றுதல் போன்ற மிக மிக அடிப்படையான பணிகளைச் செய்யக்கூடப் பிற காவல் துறைகளில் இருந்து ஆட்களைத் தற்காலிகமாக நியமித்துச் செய்யவேண்டிய நிலை.

சிலைத்திருட்டுத் தடுப்புப் பிரிவின் மோசமான நிலையைப் பார்த்து 2017 வாக்கில் சென்னை உயர் நீதிமன்றம் அரசைக் கடுமையாகக் குற்றம் சாட்டியது. அதைத் தொடர்ந்து சிலை தடுப்புப் பிரிவுக்கு 17 அதிகாரிகள் நியமிக்கப்பட்டனர்.

ஆனால், நாம் கொஞ்சம் பின்னோக்கிச் சென்று வேறு சில விஷயங்களை முதலில் பார்ப்போம். அதாவது 24 ஆகஸ்ட் 2008க்குச் செல்வோம். டி.எஸ்.பி செல்வராஜ் என்னவிதமான துறை சார்ந்த நெருக்கடிகளுக்கு இடையே பணிபுரிய வேண்டியிருந்தது என்பதைப் புரிந்துகொள்ள அது மிகவும் அவசியம்.

செல்வராஜுக்கு ஒருவழியாக சஞ்சீவி அசோகனின் திருட்டு பற்றிய தகவல் கிடைத்தது. மிகவும் நம்பகமான அந்தத் தகவலானது திருடிய சிலைகளுடன் அவனைக் கையும் களவுமாகப் பிடித்துச் சிறையில் அடைக்கப் போதுமானதுதான். ஆனால், செல்வராஜுக்கு சஞ்சீவி அசோகன் கோடிக்கணக்கான ரூபாய் மதிப்பிலான சர்வதேசத் திருட்டுகளில் ஈடுபட்டுவந்தவன் என்ற முழுவிவரம் அப்போது தெரிந்திருக்கவில்லை. அவன் தான் ஸ்ரீபுரந்தன், சுத்தமல்லி சிலைத்திருட்டுகளுக்கு உடந்தை என்பதும் தெரியாது. சுபாஷ் கபூரின் கூட்டாளி என்பதும் தெரியாது. சஞ்சீவி சட்ட விரோதமான கலைப் பொருள் வணிகத்தில் ஈடுபட்டிருக்கும் இன்னொரு சாதாரணக் குற்றவாளி என்ற தகவல் மட்டுமே செல்வராஜுக்குக் கிடைத்திருந்தது. தன் வாழ்க்கையின் மிகப் பெரிய, மிக முக்கியமான வழக்காக அது ஆகப் போகிறது என்பது செல்வராஜுக்கு சஞ்சீவியின் பாரிஸ் கார்னர் கடைக்குப் போனபோது தெரிந்திருக்கவே இல்லை.

அந்த சரித்திர முக்கியத்துவம் வாய்ந்த நாளில் என்ன நடந்தது என்பதை டி.எஸ்.பி.,செல்வராஜின் படையில் இருந்த ஒருவரிடம் விசாரித்தேன்.

அது ஒரு ஞாயிற்றுக்கிழமை. வாரத்தில் அன்று ஒருநாள் மட்டுமே பாரிஸ் கார்னர் பகுதியில் இருக்கும் சாலைகளின் முழு அகலத்தை ஒருவர் பார்க்க முடியும். மீதி நாட்களில் கசகசவென கடைகளின் முன் வாகனங்கள் நிறுத்தப்பட்டும் போக்குவரத்து நெரிசலாலும் சாலையே வெகுவாகக் குறுகிப் போயிருக்கும். பாரிஸ் கார்னர் சாலை அவ்வளவு அகலமானது என்பதை செல்வராஜும் அன்றுதான் பார்த்தார். உடைந்த நடைபாதைகூட வெறிச்சோடிக் கிடந்தது. வார நாட்களில் எங்கு பார்த்தாலும் மனிதத் தலைதான் தெரியும். 'தலைவர்' ரஜினிகாந்தின் திரைப்பட போஸ்டரை ஒருவன் பவ்யமாகக் கிழித்துக் கொண்டிருப்பதைப் புன்முறுவலுடன் செல்வராஜ் பார்த்தார். ரஜினிகாந்தின் சமீபத்திய படம் 'குசேலன்' பெரும் தோல்வியைச் சந்தித்திருந்தது. ரஜினி போஸ்டர் கிழிக்கப்பட்டதற்கு அது காரணமல்ல. அடுத்த வாரம் வெளியாகவிருந்த ஜெயம் ரவியின் 'தாம் தூம்' படத்தின் போஸ்டர் ஒட்டப்பட்டது.

மாலை மணி நான்குக்கு மேல் ஆகியிருந்தது. பர்மா பஜாரில் விற்பனை மும்மரமாக நடந்துகொண்டிருந்தது. 'தாம் தூம்' படத்தின் திருட்டு சி.டி. கூட அதற்குள் வெளியாகியிருக்குமோ என்று செல்வராஜ் மனதுக்குள் நினைத்தார். புத்திகூர்மையும் திறமையும் கொண்ட மனித மனங்கள் எப்படி குறுக்குப் புத்தியும் திருட்டுத்தனமும் நிறைந்ததாகவும் இருக்கிறது என்பதை யோசித்த படியே செல்வராஜ் ஜீப்பில் போய்க்கொண்டிருந்தார். இந்த எண்ணங்களைக் கொஞ்சம் ஒதுக்கிவிட்டு, தான் முக்கியமாக என்ன வேட்டைக்காக அங்கு வந்திருக்கிறோம் என்பதை மனதுக்குள் ஓடவிட்டார். 18 மாத புலன் விசாரணையின் இறுதிக்கட்ட நிகழ்வு அன்று நடக்கப்போகிறது.

ஆரம்பத்தில் இது தொடர்பாகக் கிடைத்த தகவல் என்னவோ கொஞ்சம் குழப்பமானதாகவே இருந்தது. ஆனால், பல புள்ளிகளை இணைத்துப் பார்த்தபோது எல்லாம் தெளிவாக ப் புரியத் தொடங்கியிருந்தது. சென்னை மண்ணடி பகுதியில் செல்வராஜின் ரோந்து ஜீப்பிலிருந்து கல் எறியும் தூரத்தில்தான் அசோகன் இருந்ததாகத் தகவல் கிடைத்திருந்தது. உடையார்பாளையத்தில் இருந்து நடுத்தர வயதான இரண்டு பேர் ஒரு சாக்கு மூட்டையுடன் பேருந்தில் ஏறியதாக செல்வராஜுக்குத் தகவல் கிடைத்திருந்தது.

அவர்கள் சஞ்சீவியைப் பார்க்க மண்ணடிக்கு வரப்போகிறார்கள். காவல்துறையினர் அந்த இருவரைக் கைது செய்யத்தான் பதுங்கிக் காத்திருந்தனர்.

சென்னை நோக்கிய பயணத்தின் பாதி வழியிலான உணவு நிறுத்தத்திலும் அந்த இருவரும் வண்டியிலேயே இருந்ததும் உறுதி செய்யப்பட்டிருந்தது. செய்ய வேண்டியதெல்லாம் அவர்களைப் பின்தொடர்ந்து சென்று அவர்கள் அந்தச் சிலைகளை பாரிஸ் கார்னர் கலைப் பொருள் அங்காடியில் இருக்கும் அவர்களுடைய எஜமானரான சஞ்சீவி அசோகனிடம் கொடுக்கும்போது காவல் படை சுற்றி வளைத்துக் கையும் களவுமாகப் பிடித்துவிடவேண்டும். அவ்வளவுதான்.

ஜீப்பில் இருந்து இறங்கி வாடகை டாக்ஸி ஒன்றில் ஏறி அமர்ந்தார் செல்வராஜ். அவருடைய மேலதிகாரிகளுடன் காலையில் நடந்த உரையாடலை நினைவுகூர்ந்தார். அவர்களுக்கு செல்வராஜின் திட்டத்தில் முழு நம்பிக்கை இல்லை. செல்போன் உரையாடல்கள், வேறு சில ரெக்கார்டிங்குகள் ஆகியவற்றைப் போட்டுக் காட்டியிருந்தார். மிகப் பெரிய திருட்டுச் சிலை விற்பனை நடக்கப் போகிறது... சஞ்சீவியை எளிதில் இந்த வழக்கில் கைதுசெய்துவிட முடியும் என்று தெளிவாகவே தெரிந்தது. இருந்தும் அதிகாரிகள் ஒரு மணிநேரம் இதுபற்றி விவாதித்தனர். மந்தகதியில் இயங்கும் அரசு எந்திரம்.

செல்வராஜுக்கு பரபரப்பாக இருந்தது. கால அவகாசம் இல்லை. வெளியே வந்து சிகரெட்டை எடுத்துப் பற்ற வைத்துக்கொண்டார். இது மிகப் பெரிய வாய்ப்பு... இதைத் தவறவிட்டால் சஞ்சீவியை இப்போதைக்குப் பிடிக்க முடியாது என்பது அவருக்கு நன்கு தெரியும். ஏ.டி.ஜி.பி. திலகவதிக்கு போன் செய்தார் செல்வராஜ்.

உரையாடல் மிகச் சுருக்கமாக இருந்தது. செல்வராஜுக்குக் கிடைத்த தகவல் நம்பகமானதுதானா என்று அவர் கேட்டார். 'மேடம், நாங்கள் இப்போது சிலைத்திருட்டுத் தொடர்பான நபர்களின் 53 சிம் கார்டுகளையும் 15 மொபைல் ஐ.எம்.ஈ.ஐ.களையும் கண்காணித்து வருகிறோம். கிடைத்த தகவல் மிகவும் உறுதியானது தான்'. ஏ.டி.ஜி.பி திலகவதி பச்சைக் கொடி காட்டினார். அதைத் தொடர்ந்து எல்லாம் மளமளவென நடந்தேறின.

டி.எஸ்.பி. செல்வராஜ் தன்னுடைய எட்டு காவலர் கொண்ட படையை மூன்று குழுக்களாகப் பிரித்தார். சிலைத்திருடர்கள் பேருந்து நிலையத்தில் இருந்து ரிக்ஷாவில் ஏறித்தான் சஞ்சீவியின்

கலைப் பொருள் கடைக்குச் செல்வார்கள் என்று செல்வராஜ் நினைத்தார். ஞாயிற்றுக்கிழமை என்பதால் போக்குவரத்து நெரிசல் குறைவாகவே இருந்தது. வலை விரிக்கப்பட்டிருந்தது. திருட்டுப் பறவைகள் மெள்ளச் சிறகசைத்தபடி வந்து சேர்ந்தன.

'சார் அவர்களுக்கு ஒரு போன் கால். வாலாஜா ரோடில் இறங்கப்போகிறார்கள்.' மொபைல் போன்களை ஒட்டுக் கேட்கும் குழுவிடமிருந்து இந்தச் செய்தி செல்வராஜுக்கு வந்து சேர்ந்தது.

ஏன்?

'நாயர் மெஸ்ஸில சந்திக்கலாம்னு அவன் சொன்னான் சார்'.

ஏதோ தவறு நடக்கிறது. இப்போது மணி மாலை 4.30. திடீரென்று திட்டத்தை சஞ்சீவி ஏன் மாற்றியிருக்கிறான்.

'சார்... சில்வர் க்வாலிஸ் கார் உங்களை நோக்கி வருகிறது'

அது சஞ்சீவியின் கார்!

செல்வராஜ் அந்த காரைப் பின்தொடரும்படி டாக்ஸி டிரைவரிடம் சொன்னார். மற்ற இரண்டு காவலர் குழுவும் சட்டென்று அந்தப் புதிய இடத்துக்கு வேறு வழியில் விரைந்தன. ஆனால், க்வாலிஸ் கார் செல்வராஜுக்கு டிமிக்கி கொடுத்துவிட்டு நைஸாக எங்கோ மறைந்துவிட்டது.

செல்வராஜுக்கு சிலைத்திருட்டு எஜமானனைக் கைது செய்யும் வாய்ப்பு நழுவிப்போனது புரிந்துவிட்டது. இப்போது அவர் தானாக ஒருமுடிவெடுத்தாகவேண்டும். வண்டியை நாயர் மெஸ் நோக்கித் திருப்பச் சொல்லும் முன் ஒரு நிமிடம் கண்ணை மூடி யோசித்தார். வெளியே சென்னைப் பல்கலைக்கழகத்தின் சிவப்புக் கட்டடம் மாலை நேரச் சூரிய ஒளியில் மேலும் சிவப்பாகப் பிரகாசித்தது, அவருடைய முகத்தைப் போலவே. இந்தச் சிலைத் திருட்டுக் கும்பலைக் கையும் களவுமாகப் பிடிக்க இதற்கு முன்னும் இவ்வளவு பக்கத்தில் வந்திருக்கிறார். முந்தைய நேரங்களைப் போலவே இப்போதும் முக்கிய குற்றவாளிகள் தப்பித்து விட்டிருந்தனர். ஆனால் இந்த முறை செல்வராஜுக்கு ஒருவிஷயம் தெளிவாகிவிட்டிருந்தது. இந்தக் கைது ஆப்பரேஷனை மிக முக்கியமான ஒரு சில உயரதிகாரிகளிடம் மட்டுமே சொல்லி இருந்தார். யார் மூலம் செய்தி கசிந்திருக்கும்?

நாயர் மெஸ்ஸில் கூலித் திருடர்கள் சாக்குப் பையுடன் நின்றுகொண்டிருந்தனர். ரத்தினம், சிவ குமார் என்ற அந்த

இருவரைக் கைது செய்வது மிகவும் சுலபமானதாகவே இருந்தது. க்வாலிஸ் மறுபடியும் அங்கு வருமா என்று சிறிதுநேரம் ஆவலுடன் காத்திருந்தார் செல்வராஜ். ஆனால், இவர்களும் தப்பிப் போய் விடக்கூடும் என்று அவருடைய உள் மனது எச்சரித்தது. செல்வராஜுக்கு நல்ல வாய்ப்பு நழுவிப் போன வேதனை கோபமாக மாறியது. டாக்ஸி கதவை உதைத்துத் தள்ளியபடி வெளியே பாய்ந்தார். சரியாக வேறு இரண்டு ஜீப்களும் சைரன் ஒலிக்க அங்கு வந்து சேர்ந்தன. கூலித் திருடர்களுக்கு விஷயம் புரிந்துவிட்டது. ஆனால், காட்டில் ஜீப் முன் விளக்கின் வெளிச்சத்தில் மாட்டிக்கொண்ட முயல் ஸ்தம்பித்து நிற்பதுபோல் இருவரும் உறைந்து நின்றனர்.

சாக்குப் பை மிகவும் கனமாக இருந்தது. அதை யோசிக்காமல் முட்டாள்த்தனமாக அதைத் தூக்கித் தோளில் போட்டுக்கொண்டு தப்பிக்க முயன்றனர். ஓட முடியாமல் எளிதில் மாட்டிக் கொண்டனர். சாக்குப் பை வெண்கலச் சத்தத்துடன் டாக்ஸி முன்னால் தரையில் விழுந்தது. சாக்கை அறுத்துப் பார்த்தபோது மங்கலான ஆனால், அற்புதமான அம்மன் சிலை புன்னகைத்தபடி வெளியே வந்தது.

இந்தக் கைது முயற்சி பெரிய வெற்றி அல்ல. மூலக் குற்றவாளி தப்பி விட்டார். எனினும் செல்வராஜுக்கு இது ஓரளவுக்கு வெற்றிதான். சிலைகளை மீட்டுவிட்டார்கள். சம்பிரதாயப் பத்திரிகை செய்தி அறிக்கையில் செல்வராஜ் சஞ்சிவியின் பெயரை வேண்டுமென்றே சொல்லாமல் மறைத்தார்.

சஞ்சீவியைக் கையும் களவுமாகப் பிடிக்க மேலும் சிறிது காலம் காத்திருக்க முடிவுசெய்தார். அதற்கான வாய்ப்பு சில மாதங் களிலேயே மீண்டும் வந்தது.

இதனிடையில் மாட்டிக்கொண்ட இருவரும் சஞ்சீவி அசோகன் பற்றிய அனைத்துப் புள்ளி விவரங்களையும் கிளிப்பிள்ளை போல் ஒப்பித்தனர். சஞ்சீவி அசோகன் மிகப் பெரிய சிலைத்திருட்டுத் தொழிலைப் பல கூலித் திருடர்களை வைத்து நடத்தி வருவதாக அவர்கள் சொன்னார்கள். இது செல்வராஜுக்கு ஏற்கெனவே தெரிந்த தகவலை மேலும் உறுதிப்படுத்துவதாக மட்டுமே இருந்தது. ஆனால், அவர்கள் சுத்தமல்லி, ஸ்ரீபுரந்தன் கோவில் சிலைத்திருட்டு பற்றிய தகவலையும் சொன்னபோது சஞ்சீவி அசோகன் சர்வதேச அளவிலான சிலைத்திருட்டில் ஈடுபட்டு வருவது தெரியவந்தது. தென்னிந்தியாவிலேயே மிகப் பெரிய சிலைத் திருட்டுக் கும்பல் அதுதான் என்பதும் புரிந்தது.

அவனை எப்படியும் கைது செய்தாகவேண்டும் என்று முடிவு செய்தார். சஞ்சீவி எங்கே வசிக்கிறான் என்பதுதொடங்கி அவனுடைய மகள் எந்தப் பள்ளியில் படிக்கிறாள் என்பதுவரை அனைத்துத் தரவுகளும் செல்வராஜிடம் இருந்தது. சென்னை, மாமல்லபுரம், புதுச்சேரி ஆகிய பகுதிகளில் இருக்கும் அவனுடைய அலுவலகங்கள், கொடைக்கானலில் இருக்கும் 'ஓய்வு விடுதி' எல்லாவற்றையும் கண்காணிக்க ஏற்பாடு செய்தார். கொச்சியில் இருக்கும் அவனுடைய உறவினர்களின் பட்டியலும் அவரிடம் இருந்தது. செல்வராஜுக்கு கவலை தந்த விஷயம் ஒன்றே ஒன்றுதான். எவ்வளவுதான் ரகசியமாகத் திட்டமிட்டாலும் அது எப்படியோ அவனுக்குத் தெரிந்துவிடுகிறது. ஓரிரு தடவை நடந்தால் திட்டமிடலில் இருக்கும் கோளாறு என்று நினைக்கலாம். தற்செயல் என்று கூட நினைக்கலாம். ஆனால், எத்தனை தடவை முயன்றாலும் எல்லாவற்றிலும் தப்பிவிடுகிறானென்றால், காவல் துறையில் அவனுக்குத் தகவல் சொல்ல யாரோ இருக்கிறார் என்றே அர்த்தம்... யார் அந்தக் கறுப்பு ஆடு?

மார்ச் 2009-ல் தற்செயலாக ஒட்டுக்கேட்ட போனில் இருந்து சஞ்சீவி தொழிலை நிறுத்திவிட்டு ஒதுங்கப் போவதாகத் தெரியவந்தது. அந்த வருடப் பள்ளித் தேர்வுகள் முடிந்ததும் அனைத்தையும் விட்டுவிட்டு எங்கோ போகப்போவதாகச் செய்தி கிடைத்தது. போலீஸிடம் மாட்டிய ரத்தினமும் சிவகுமாரும் உண்மைகளை எல்லாம் சொல்லியிருப்பார்கள் என்பது சஞ்சீவிக்குத் தெரிந்திருக்கும்.

காவல் துறைக்கும் இப்போது சஞ்சீவியைத் திருட்டுச் சிலைகளுடன் கையும் களவுமாகப் பிடிக்கக் காத்திருக்க வேண்டிய அவசியம் எல்லாம் இல்லை. கூலித் திருடர்கள் கொடுத்த வாக்குமூலமே போதும். ஆனால், எதைச் செய்வதானாலும் உடனே செய்தாக வேண்டும் இல்லையென்றால் பிஹார், மத்ய பிரதேசம், ஒடிஸ்ஸா பக்கம் தப்பி ஓடிவிடக்கூடும். அல்லது வெளிநாட்டுக்குக் கூட ஓடிவிட முடியும். அதன் பின் அவனைப் பிடிப்பது முடியாமல் போய்விடும். 15 செல்போன்கள், 53 சிம் கார்டுகள் அவனுக்குத் தீவிரமாக இரவு பகல் பாராமல் உதவிக்கொண்டிருக்கின்றன. ஆனால், சஞ்சீவியின் 'நல்ல நேரம்' முடிவுக்கு வந்துவிட்டிருந்தது.

48 மணி நேரத்தில் கைது ஆணை வந்து சேர்ந்தது. ஆனால், சஞ்சீவியின் வீட்டுக்கு செல்வராஜ் காவல் படையுடன் போனபோது பூட்டிய வீடுதான் அவரை வரவேற்றது. சில்வர் க்வாலிஸ் மட்டும் வாசலில் நின்றுகொண்டிருந்தது. எப்படி, எங்கு தப்பியிருப்பான் என்று செல்வராஜ் யோசித்தார். கால் டாக்ஸி செண்டரைத்

தொடர்புகொண்டார். அங்கிருந்து விமானநிலையத்துக்கு ஒரு டாக்ஸி புக் செய்யப்பட்டது தெரியவந்தது. விமான நிறுவனங்களுடன் தொடர்பு கொண்டதில் கொச்சிக்கு அவன் புறப்பட்டுப் போனது தெரியவந்தது.

இந்த முறை செல்வராஜ் தனது பிரதான குழு நீங்கலாக வேறு யாரையும் நம்பாமல் நேரடியாகக் களத்தில் இறங்கினார். அன்றிரவே கொச்சிக்கு சாலை வழியாகப் பயணித்தார். சட்ட நடைமுறைப்படி கொச்சி காவல் துறைக்குத் தகவல் சொல்லிவிட்டே சஞ்சீவியைத் தமிழகச் சிலை தடுப்புப் பிரிவால் கைது செய்ய முடியும். அதிகாலை ஐந்துமணி கொச்சிக்குப் போய்ச் சேர்ந்தார். கேரளக் காவல்துறை அதிகாரிகளிடம் கைது ஆணையைக் கொடுக்கவேண்டும். ஆனால், அதற்கு எப்படியும் எட்டு ஒன்பது மணி ஆகக்கூடும். அதற்குள் எல்லாவற்றையும் முடித்தாக வேண்டும் என்று செல்வராஜ் தீர்மானித்தார்.

அப்போது அவருடைய செல் போனுக்கு ஓர் அழைப்பு வந்தது. அந்த அதிகாலையில் யாராக இருக்கும் என்று செல்வராஜ் சற்று அதிர்ந்தார். ஆனால் அது ஒரு நல்ல செய்தி. செல்வராஜ் ஏற்பாடு செய்திருந்த உளவாளி ஒருவரிடமிருந்து வந்த அழைப்பு அது. சஞ்சீவி அசோகன் இருக்கும் இடத்தை அந்த உளவாளி தந்தார். செல்வராஜின் நீண்டகாலக் காத்திருப்புக்கும் திட்டமிடலுக்கும் கிடைத்த வெற்றி!

சஞ்சீவி தங்கியிருந்த அடுக்குமாடி ஹோட்டலுக்கு நாலைந்து கட்டடம் தொலைவில் வண்டியை நிறுத்திவிட்டு மஃப்டியில் இருந்த செல்வராஜ் நடந்து சென்றார். வாசலில் இருந்த நடைபாதை இளநீர் வியாபாரியிடம் ஒரு இளநீர் வெட்டித் தரச் சொல்லிக் கேட்டார். அதிகாலைக் குளிருடன் இளநீரின் குளுமையும் சேர்ந்து செல்வராஜைக் குளிர்வித்தன. கூர்மையான அருவாளால் இளநியின் மென்மையான ஓட்டைச் சீவியவர் சொன்ன தகவல் செல்வராஜை மேலும் குளிர்வித்தது : 'மார்னிங் வாக்கிங் முடிச்சுட்டு இப்பத்தான் வந்தான். ஆள் உள்ளதான் இருக்கான் சார்'.

செல்வராஜுக்கு உடனே ஒரு முடிவெடுத்தாக வேண்டியிருந்தது. ஏ.டி.ஜி.பி. திலகவதி மேடமுக்கு போன் போட்டார். அவர் உடனே சுருக்கமாகப் பதில் சொன்னார்: 'கைது செய்யுங்கள். நான் கேரள போலீஸிடம் சொல்லிக்கொள்கிறேன்'.

செல்வராஜ் உடனே தனது படையை அழைத்துக்கொண்டு ஹோட்டலுக்குள் நுழைந்தார். காலை நேர உணவின் மணமும் ரூம் ஃப்ரெஷ்னரின் மணமும் கலந்து நாசியைத் துளைத்துக்

கொண்டிருந்தன. சஞ்சீவி அசோகன் மிகுந்த தெனாவட்டுடன் தன் பெயரிலேயே அறை எடுத்திருந்தான்.

வந்தது : திங்கள் 20, மார்ச் (2009).

ஊர்: சென்னை.

தங்கவிருக்கும் நாட்கள் : 2.

காரணம் : சுற்றுலா.

அறைத்தளம் : 11 வது தளம்.

செல்வராஜ் உடனே ரிசப்ஷன் போன் லைனை துண்டிக்கச் சொன்னார். சஞ்சீவியிருக்கும் அறைக்கு ஹோட்டலில் இருந்து எந்த போன் காலும் போகாமல் பார்த்துக்கொள்ள ஒரு காவலரை அங்கு நிறுத்தினார். இரண்டு காவலர்களை ஹோட்டல் வாசலில் நிறுத்தினார். இப்போது அவருடன் மூன்றே காவலர்கள் இருந்தனர். லிஃப்டில் ஏறினார். 11-வது தளத்தை அடைந்ததும் 'டிங்' என சப்தமாக ஒலித்தது. இரண்டு காவலர்கள் கதவுக்கு இருபுறம் மறைந்து நின்றுகொண்டனர். செல்வராஜ் அழைப்பு மணியை அழுத்தினார். என்ன ஆச்சரியம்... சஞ்சீவி அசோகனே நல்ல பிள்ளையாகக் கதவைத் திறந்தான்!

அந்த அதிகாலையில் இத்தனை அழையா விருந்தாளிகள் தன் அறைக்குள் நுழைவார்கள் என்பதை அவன் நினைத்தே பார்த்திருக்க வில்லை. தனக்கும் சிலைத்திருட்டுக்கும் எந்த சம்பந்தமும் இல்லை என்று முதலில் மறுத்தான். அவனுக்கு உதவியாக ஆட்கள் வந்து குவிந்தனர். காவலர்களைவிட இரு மடங்கு ஆட்கள் வந்து விட்டனர். போன் கால்கள் பறந்தன. ஒருபக்க உரையாடலைக் கேட்ட செல்வராஜுக்கு அவன் பெரும் புள்ளிகளுடன் பேசுவது புரிந்தது. நிலைமை கை நழுவிப் போவது அவருக்குப் புரிந்தது. கால அவகாசம் கொடுத்தால் தனது மேலதிகாரிகள் யாரையேனும் கூடக் கைதை நிறுத்தும்படிச் சொல்லச் செய்துவிடுவான். அந்த நிமிடமே அங்கேயே கைது செய்தாக வேண்டும் என்று முடிவு செய்தார். அதன்படியே கை விலங்கை மாட்டினார். சஞ்சீவி அசோகன் அதிர்ச்சியில் உறைந்தான்.

சிறிது நேரத்தில் கேரளக் காவல் படை ஹோட்டலுக்கு விரைந்தது. செல்வராஜ் குழுவுக்குப் பாதுகாப்புக் கொடுத்துக் குற்றவாளியைத் தமிழ் நாட்டுக்கு அழைத்துச் செல்ல உதவியது. கோவையில் காலை உணவை முடித்துக்கொண்டார்கள்.

செல்வராஜ் சாதித்துவிட்டார்! சிலைத்திருட்டின் முக்கிய புள்ளியைக் கைதுசெய்தாகிவிட்டது.

செல்வராஜின் நல்ல நேரம் தொடர்ந்தது. சஞ்சீவியைக் குண்டர்கள் தடுப்புச் சட்டத்தின் கீழ் கைது செய்ய அனுமதி கிடைத்தது. அப்படி வழக்குத் தொடுத்தால்தான் பிணை கிடைக்காது. காவலர்கள் சஞ்சீவியை நிறுத்தி நிதானமாக விசாரிக்க முடியும். இந்திய சட்டம் 380 (திருட்டு), 457 (அத்து மீறி நுழைதல், வீடு புகுந்து திருடுதல்) ஆகிய பிரிவில் வழக்குத்தொடுத்தால் அவன் எளிதில் வெளியில் வந்துவிடுவான்.

ஆனால், டி.எஸ்.பி. செல்வராஜுக்கு வேறொரு அதிர்ச்சி காத்திருந்தது. ஹோட்டல் அறையில் இருந்து கைப்பற்றப்பட்ட கம்ப்யூட்டரின் ஹார்ட் டிஸ்கில் இருந்த தகவல்கள் அனைத்தும் அழிக்கப்பட்டுவிட்டிருந்தன. சஞ்சீவியின் அறைக்கதவு திறந்ததில் இருந்து அவனைக் கைது செய்து அழைத்துச் செல்வதுவரை கம்ப்யூட்டரை யாரும் எதுவும் செய்யவிடாமல் கண்கொத்திப் பாம்பாகப் பார்த்துக்கொண்டுதான் இருந்தார். ஆனால், எல்லாத் தகவல்களும் அதற்கு முன்பே அழிக்கப்பட்டுவிட்டிருந்தன.

நேஷனல் இன்ஃபர்மேடிக்ஸ் செண்டர், டில்லிக்கு ஹார்ட் டிஸ்கை அனுப்பி ஏதேனும் தரவுகளை மீட்க முடியுமா என்று முயன்று பார்த்தார். ஆனால், இரண்டு வாரங்கள் கழித்து டில்லியில் இருந்து கிடைத்த தகவலும் சோகத்தையே தந்தது. எல்லாத் தரவுகளுமே அழிந்துபோய்விட்டன. சஞ்சீவிக்கு இப்போதும் யாரோ தகவல் சொல்லிவிட்டார்களோ?

கைதுக்குப் பிறகு சஞ்சீவியிடமிருந்து சில சிலைகள் கைப்பற்றப் பட்டன. அவன் சர்வ தேச அளவிலான சிலைத்திருட்டு வளையத்தில் இருப்பவன் என்பது இப்போது நன்கு தெரிந்து விட்டிருந்தது. அவன் சிலைகளைக் கடத்திய அயல் நாடுகளில் இருந்து அவற்றை மீட்டெடுக்கவும் காவல் துறை சார்பாகப் பேச்சுகள் ஆரம்பித்தன. ஆனால், சுபாஷ் கபூருக்கு இந்தச் சிலைத் திருட்டில் இருக்கும் தொடர்பு பற்றிக் காவலர்களும் குறிப்பிட்டிருக்கவில்லை... கைது செய்யப்பட்டவர்களும் சொல்லியிருக்கவில்லை.

சுபாஷ் கபூருக்கும் சஞ்சீவி அசோகனுக்கும் இருக்கும் தொடர்பு பற்றி கபூர் கொடுத்த வெளியிடப்படாத வாக்குமூலம் பற்றி இப்போது பார்ப்போம்.

என் பெயர் சுபாஷ் சந்திர கபூர். வயது 63 / 2012. த/பெ புருஷோத்தம் ராம் கபூர்., தாய்/பெ சஷி கபூர்... இந்தியச் சட்டப்படி நான் எந்தவொரு வாக்குமூலமும் கொடுக்கத் தேவை இல்லை. அப்படி ஏதேனும் கொடுத்தால் அது விசாரணையின் போது எனக்கு எதிராகத் தீர்ப்பு வழங்கப்பட வழிவகுக்கக் கூடுமென்று சப் டிவிஷனல் எக்ஸிக்யூட்டிவ் மெஜிஸ்டிரேட் என்னிடம் தெரிவித்தார். எனினும் உண்மையில் என்ன நடந்தது என்பதை நான் சொல்ல விரும்புகிறேன்...

(அமெரிக்கக் குடியுரிமை பெற்ற நான்) இந்தியா, பாகிஸ்தான், ஹாங்காங், தாய்லாந்து, பேங்காக், ஆஃப்கானிஸ்தான், ஸ்ரீலங்கா, கம்போடியா ஆகிய நாடுகளுக்கு நான் வந்து போனதுண்டு. இந்தியாவில் தமிழ் நாட்டுக்கு மே-ஜுலை 2005 வாக்கிலும் செப்-டிசம்பர் 2006 வாக்கிலும் வந்திருக்கிறேன். சென்னையில் இருக்கும் தாஜ் கன்னிமாரா ஹோட்டலில்தான் நான் எப்போதும் தங்குவது வழக்கம். 'இந்தியன்' என்று போலியாகக் குறிப்பிட்டு 93, பூலாபாய்தேசாய் மர்க், மும்பை-69 என்ற பொய்யான முகவரியையும் தந்திருக்கிறேன். எனது அமெரிக்க முகவரியையும் பாஸ்போர்ட்டையும் மறைத்துவிட்டிருக்கிறேன்.

சென்னைக்கு நான் வந்த போது 'ஆர்க்கேலியா கேலரி' உரிமையாளர் திரு சஞ்சீவி அசோகன், பிச்சைமணி, மாரிச்சாமி, பாக்கியகுமார் ஆகியோருடன் வணிக கூட்டாளிகளாக, கமிஷன் ஏஜெண்ட்களாக, டீலர்களாக எனக்குப் பரிச்சயம் ஏற்பட்டது. பல நூற்றாண்டு பழமை வாய்ந்த சோழர் காலச் சிலைகளை எனக்குத் திருடிக் கொடுத்தால் கணிசமான பணம் கொடுப்பதாகச் சொன்னேன். தமிழகம், கேரளாவில் பல கோவில்களுக்குச் சென்று வந்தோம்.

நியூயார்க்கில் இருக்கும் எனது ஆர்ட் ஆஃப் பாஸ்ட் கடைக்கு சஞ்சீவி அசோகன் தபால் மூலமும் மின்னஞ்சல் மூலமும் பல அரிய சிலைகளின் புகைப்படங்களை அனுப்பியிருக்கிறான். நானும் சஞ்சீவி அசோகனும் தொடர்ந்து தொலைபேசி உரையாடல்களில் ஈடுபட்டுவந்ததுண்டு. சஞ்சீவி அசோகனின் செல் நம்பர் : 9382183***; தொலைபேசி எண் : 044-28510*** மற்றும் 044-28550***.

5

மரகத லிங்கம் தந்த துப்பு

செல்வராஜ் மிகவும் மனச்சோர்வுடன் இருந்தார். முக்கிய குற்றவாளியைக் கைது செய்த பிறகும் அவனுக்குத் தகுந்த தண்டனை வாங்கித் தரமுடியுமா என்று குழப்பத்தில் இருந்தார். தமிழக அரசின் சட்ட திட்டங்கள் போதுமானதாக இருந்திருக்க வில்லை. சஞ்சீவீ மீதான இறுதிக் குற்ற அறிக்கையைத் தாக்கல் செய்ய அவர் தயங்கினார். காரணமென்ன? தமிழக அரசு இந்திய குற்றவியல் சட்டம் செக்ஷன் 380-ல் 1993-ல் ஒரு திருத்தம் கொண்டுவந்திருந்தது.

ஒரிஜினல் செக்ஷனில் இருந்த விஷயம்:

> கட்டடம், கொட்டகை, கலம் இவை வீடாக தங்குவதற்குப் பயன்படுத்தப்பட்டிருந்தாலும் பொருட்களை வைக்கப் பயன் படுத்தப்பட்டிருந்தாலும் அந்தக் கட்டடம், கொட்டகை, கலம் இவற்றில் திருடுபவர் சிறையில் தள்ளப்படுவார். அவருடைய சிறை தண்டனைக் காலம் ஏழாண்டு காலம் நீடிக்கலாம். இதனுடன் அபராதமும் கட்டவேண்டிவரலாம்.

இந்தச் சட்டத்தில் தமிழக அரசு 1993-ல் ஒரு திருத்தம் கொண்டு வந்தது.

> வழிபாட்டிடங்களில் வைக்கப்பட்டிருக்கும் தெய்வச் சிலை அல்லது வேறு சிலைகளைத் திருடுபவர்களுக்குக் கடுமையான சிறைத் தண்டனை வழங்கப்படும். இரண்டாண்டுகளுக்குக்

குறையாமலும் மூன்றாண்டுவரையும் அந்தச் சிறைத் தண்டனை நீடிக்கும். அபராதமாக ரூ 2000த்துக்குக் குறையாமல் கட்ட வேண்டியும் இருக்கும்.

மேலும் தீர்ப்பில் குறிப்பிடக்கூடிய போதுமான விசேஷக் காரணங்களினால் இரண்டு வருடங்களுக்கு குறைவான தண்டனையும் விதிக்க நீதிமன்றத்துக்கு உரிமை உண்டு.

இந்தச் சட்டத் திருத்தம் இன்று வரை நீடிக்கிறது. செக்ஷன் 380-ன் கீழ் வீடு போன்ற இடங்களில் திருடினால் ஏழு ஆண்டு சிறை தண்டனை; கோவிலில் திருடினால் அதிகபட்சம் மூன்றே ஆண்டு தண்டனை மற்றும் அபராதம் வெறும் ரூ 2000 மட்டுமே! இதுதான் தமிழகச் சட்டத் திருத்தத்தில் கொண்டுவரப்பட்ட கடுமையான தண்டனையாம்!

செக்ஷன் 457 இதைவிடக் கடுமையானது.

வீடுகளுக்குள் யாரேனும் இரவு நேரத்தில் அத்து மீறி அல்லது கதவை உடைத்துக் கொண்டு நுழைந்து சிறைத் தண்டனை விதிக்கத் தகுந்த குற்றத்தைச் செய்தால் ஐந்தாண்டு வரை சிறைத் தண்டனை விதிக்கப்படலாம். அதோடு அபராதமும் விதிக்கப் படலாம். திருடும் நோக்கில் அந்தக் குற்றம் இழைக்கப் பட்டிருந்தால் சிறைத் தண்டனை 14 ஆண்டுகள் வரைகூட நீட்டிக்கப்படலாம்.

ஜூன் 2015 வாக்கில் தமிழகக் காவல்துறையின் பொருளாதாரக் குற்றவியல் பிரிவின் கீழ் சிலை தடுப்புப் பிரிவு இயங்கிவந்தது. அந்தப் பிரிவின் ஏ.டி.ஜி.ப்ரதீப் வி.ஃபிலிப் சிலைத்திருட்டைத் தடுக்கச் செய்யவேண்டிய முக்கியமான விஷயம் ஒன்றைக் குறிப்பிட்டார். நமது கலைப் பொக்கிஷங்களின் பாதுகாப்பு தொடர்பாக நாம் செய்ய வேண்டிய முக்கியமான விஷயம் என்ன என்ற கேள்விக்கு பதில் அளிக்கையில்,

சிலைத்திருட்டும் பிற வகைத் திருட்டுகளும் அதிகரித்து வருகின்றன. இது தொடர்பான நமது சட்ட விதிகள் பலவீனமாக இருக்கின்றன. உதாரணமாக, ஏழு ஆண்டுகள் விசாரணை நடக்கின்றன. ஆனால், பிரிவு 380 (திருட்டு) பிரிவு 457 (இரவில் அத்துமீறி வீட்டுக்குள் நுழைதல் அல்லது உடைத்துக் கொண்டு நுழைதல்) கீழான குற்றங்களுக்கு தண்டனை ஆறே மாதங்கள்தான் தரப்படுகின்றன. இரவு நேரத்தில் திருடும் நோக்கில் ஒரு கோவிலை உடைத்துத் திறப்பது என்ற குற்றத்துக்கு ஐ.பி.சி. 457-ன் படி 14 ஆண்டு சிறைத்தண்டனை

வழங்கப்படமுடியும். ஆனால், 1947-லிருந்து எந்தவொரு கோவில் சிலைத்திருட்டுக்கும் அப்படி 14 ஆண்டு சிறைத் தண்டனை தரப்பட்டதே இல்லை. ஏனென்றால் தீர்ப்பு வழங்கும் நீதிபதிக்கு, அதே குற்றத்துக்கு ஆறுமாத தண்டனை வழங்கும் அதிகாரத்தையும் அதே ஐ.பி.சி. 457 வழங்குகிறது.[1]

எனவே செல்வராஜின் தீவிரமான முயற்சிகளுக்குப் பிறகும் வெறும் சொற்ப தண்டனை மட்டுமே கிடைக்க வாய்ப்பு இருந்தது. செல்வராஜ் என்னதான் திறமையாகக் குற்றத்தை நிரூபித்தாலும் சஞ்சீவி விரைவில் வெளியில் வந்துவிடுவான்.

கடவுள் மற்றும் விதியின் போக்கு மிகவும் புதிரானதுதான். இப்படியாக செல்வராஜ் நம்பிக்கை இழக்கத் தொடங்கிய நேரத்தில் அவருடைய குழுவுக்கு அக்-2009 வாக்கில் ஒரு அருமையான துப்பு கிடைத்தது. சஞ்சீவி அசோகனுடைய வழக்குக்கு சம்பந்தம் இல்லாத வகையில் மிகப் பெரிய சிலை ஒன்றின் கடத்தல் தொடர்பாக ஒரு தகவல் கிடைத்தது. அந்தத் தகவல் சஞ்சீவி அசோகன் மீதான வழக்கை மேலும் வலுப்படுத்த உதவுவதாக இருந்தது. அதோடு அனைத்துக்கும் மூல காரணமான சுபாஷ் கபூரைச் சுற்றி வளைக்க ஒரு வாய்ப்பை ஏற்படுத்தித் தருவதாகவும் இருந்தது. மெதுவாக, ஆனால் வலுவாகத் தனித் தனி புள்ளிகள் எல்லாம் இணைப்புப் பெற்று சஞ்சீவிக்கும் சுபாஷுக்கும் இருந்த தொடர்பை அம்பலப் படுத்தின. சுத்தமல்லி, ஸ்ரீபுரந்தன் கோவில் சிலைத்திருட்டுனான அவர்களுடைய தொடர்பும் வெளிச்சத்துக்கு வந்தன.

சிலைத்திருட்டுத் தடுப்புப் பிரிவில் இருக்கும் கறுப்பு ஆடு யார் என்பதையும் செல்வராஜ் கண்டுபிடிக்கத் துடித்தார். தனது உதவியாளர் காதர் பாட்ஷா அந்தக் கறுப்பு ஆடாக இருப்பானோ என்று சந்தேகித்தார். எனவே, தனது உதவியாளர் காதர் பாட்ஷாவை ஒரு தேடுதல் வேட்டைக்கு அனுப்பினார். அவரிடம் முக்கிய தேடுதல் வேட்டையின் பொறுப்பை ஒப்படைப்பதால் அது வெற்றிகரமாக முடிய வாய்ப்பு உண்டா? அல்லது சிலைத்திருட்டுத் தடுப்புப் பிரிவை ஏமாற்றிவிட்டுத் திருடன் தப்பிவிடுவானா? இந்தத் தேடுதல் வேட்டை அவர்களுடைய மிகப் பெரிய சாதனையாக இருக்கப் போகிறது. இருந்தும் செல்வராஜ் காவல் நிலையத்திலேயே இருந்துகொண்டார். இந்தத் தேடுதல் வேட்டை வெற்றிகரமாக நடக்குமா இல்லையா என்பதைப் பொறுத்திருந்து பார்க்க முடிவு செய்தார்.

26, அக் 2009. கோயம்பேடு பேருந்து நிலையம். மாலை நேரம்... எனினும் சூடு குறைந்தபாடில்லை. குறுக்கும் நெடுக்குமாகப் போய்க்கொண்டிருந்த பேருந்துகளின் புகையும் நூற்றுக்கணக்கான பயணிகளின் கசகசப்பும் நெரிசலும் நிலைமையை மேலும் மோசமாக்கியிருந்தன. புயல் வெள்ள நீர் வடிகால்களுக்காகச் சாலைகள் தோண்டிப் போடப்பட்டிருந்தன. குப்பைகள் வேறு தெருவில் மலை போல் குவிக்கப்பட்டிருந்தன. காதர் பாட்ஷா கூட்டத்தைச் சல்லடை போட்டுத் தேடிக் கொண்டிருந்தார். மாநிறம்... பாதி நரைத்த தலை... மீசை... வட்டமான முகம்... பதற்றமாக இருந்தார். ஆசுவாசப்படுத்திக்கொள்ள சிகரெட்டை எடுத்துப் பற்றவைத்தார். தன்னை மேலதிகாரி சந்தேகிக்கிறாரா?

சிறிது நேரத்தில் இருட்டிவிடும். பயணிகளின் கூட்டம் அதிகரித்து விட்டால் காதர் பாட்ஷாவால் தேடும் நபர்களை அடையாளம் காண்பது சிரமமாகிவிடும். நல்லவேளையாக அன்று திங்கட் கிழமை என்பதால் கூட்டம் கொஞ்சம் குறைவாகவே இருந்தது. பாட்ஷாவுடன் நான்கு காவலர்கள் அந்த வேட்டைக்கு வந்திருந்தனர். நம்பத் தகுந்த இடத்திலிருந்து அந்தத் தகவல் கிடைத்திருந்தது. விலை மதிப்பு மிகுந்த பொருள் ஒன்று கடத்தப் பட்டு சென்னை வந்தடைந்திருக்கிறது. உடன் வந்திருந்த காவலர் களில் இருவரை நுழைவு வாசல் மற்றும் வெளியேறும் வாசல்களில் நிறுத்தி வைத்திருந்தார். பேருந்து எண் 44 நிற்கும் இடத்தில் ஒரு பேருந்தின் மேலே ஒருவரை நிறுத்தி வைத்திருந்தார். நான்காவது காவலர் பாட்ஷாவுடன் இருந்தார்.

தனது ஜாம் ஜாம் பெல்டின் கீழே ரிவால்வரை மறைத்து வைத்திருந்தார். அதை எடுத்து வர அனுமதி பெற மிகவும் பலமான காரணங்களைச் சொல்ல வேண்டியிருந்தது. வேறு வழியில்லை என்ற நிலை ஏற்பட்டால் ஒழிய அதைப் பயன்படுத்தக்கூடாது என்று டி.ஐ.ஜி. தெளிவாக உத்தரவிட்டிருந்தார். ஏனென்றால் பேருந்து நிலையம் மக்கள் கூட்டம் மிகுதியாக இருக்கும் இடம். அவசரப்பட்டு அதை வெளியே எடுத்துவிட்டால் கூட்டம் அலறி அடித்து பயத்தில் நெரிசலில் பலர் சிக்கிக்கொள்ள நேர்ந்துவிடும்.

ஒரு வாரத்துக்கு முன்பிருந்தே இந்த வேட்டையை பாட்ஷா திட்டமிட்டிருந்தார். திருவாரூர் மாவட்டத்தில் இருக்கும் வலங்கைமான் காவல் நிலையத்தில் இருந்து அனுப்பப்பட்ட புகைப்படங்கள் தூசி படிந்து மங்கிப் போயிருந்தன. ரமேஷ்... செந்தில்... என்ற இரண்டு இளம் வயது கூலித் திருடர்களின் புகைப்படங்கள் அவை.

பாட்ஷாவின் செல் போன் அதிர்ந்தது. எடுத்து பதில் சொல்லும் முன் சுற்றுமுற்றும் பார்த்தார். கண்ட்ரோல் ரூமில் இருந்து வந்த அழைப்பு. அவர்கள் கண்காணித்து வந்த நபரின் செல் போன் கோயம்பேடு வட்டாரத்துக்குள் வந்துவிட்டிருக்கிறது. அதாவது, டார்கெட் 1 பஸ் ஸ்டேண்டில் இருக்கிறான்.பாட்ஷா துப்பாக்கியை எடுத்து வந்தது வீண் போகவில்லை.

டார்கெட்-1 சாதாரணத் திருடன் அல்ல. ஏற்கெனவே காவல் துறை ஜீப்பை எரித்த வழக்கு ஒன்றில் கைது செய்யப்பட்டிருந்தான். சிலைத் திருட்டுத் தொடர்பான மூன்று நபர்களின் 13 செல் போன்களை காவல்துறை கண்காணித்து வந்தது. ஒரு போன் வாங்க அடையாள அட்டை, முகவரிக்கான ஆதாரம் எனப் பல ஆவணங்கள் கொடுக்க வேண்டியிருக்கும் நிலையிலும் எப்படி ஒருவனிடம் பல செல் போன்கள் இருக்கின்றன என்பது புரியாத புதிர்தான்.

கண்ட்ரோல் ரூமில் இருந்து இன்னொரு போன் கால் வந்தது. இரண்டாவது செல் போனும் கண்காணிப்புப் பகுதிக்குள் வந்து விட்டது. டார்கெட் 2-ம் இப்போது பேருந்து நிலையத்தில் வந்து விட்டான். அவன் திருச்சி ஜெயிலில் இருந்து சமீபத்தில்தான் வெளியே வந்திருக்கிறான். பாட்ஷா பிற காவலர்களைத் தயார் நிலைக்கு வரச்சொன்னார்.

புகைப்படங்களில் பார்த்த உருவத்தைக் கூட்டத்தில் இருக்கும் முகங்களுடன் பொருத்திப் பார்த்தபடி இருந்தார். டார்கெட்-1 தென்பட்டான். ஏதோ ஒன்று வித்தியாசமாக இருப்பதாகத் தோன்றியது. இத்தனை வருடக் காவல் துறை அனுபவம் எச்சரிக்கை அடையச் செய்தது. டார்கெட்-1 கையில் பெட்டி படுக்கைகள் எதுவும் இல்லை. ஆனால், ஒரு சிலிண்டரைத் தூக்கிக் கொண்டு வந்தான். அது காலி சிலிண்டர் போலவே தெரிந்தது. சில அடிகள் தள்ளி இரண்டாவது டார்கெட்டும் நின்று கொண்டிருப்பதை பாட்ஷா பார்த்துவிட்டார். அவர்கள் இருவரும் ஒருவரை ஒருவர் பார்த்துக்கொள்ளவே இல்லை. ஆனால், இரண்டாவது நபர் அந்த சிலிண்டரை கொஞ்சம் கூடுதலாக அடிக்கடி ஓரக் கண்ணால் பார்த்த படி இருந்தான். பாட்ஷாவுக்கு ஏதோ புரிந்ததுபோல் இருந்தது. உடனே செயல்பட்டாகவேண்டும்.தனது குழுவினரை டார்கெட் 1 -2 ஐச் சுற்றி வளைக்கச் சொன்னார்.

கையில் இருந்த சிகரெட்டைக் கீழே போட்டபடி பாட்ஷா கேஸ் சிலிண்டரை வைத்திருந்தவனை நோக்கி வேகமாக நடந்தார். நாலைந்து அடி எடுத்து வைத்தால் அவனைப் பிடித்துவிடமுடியும். சிலிண்டர் வைத்திருந்தவன் பாட்ஷாவை நிமிர்ந்து பார்த்தான்.

பாட்ஷா அவனைப் பெயர் சொல்லி அழைத்தார்... 'டேய் ரமேஷ்...' அவன் அதிர்ச்சியில் உறைந்தான். அவனுடைய கூட்டாளி செந்தில் ஏதோ அசம்பாவிதம் நடந்துவிட்டது என்பதைப் புரிந்துகொண்டு வாசல் நோக்கிப் பாய்ந்தவன் வயிற்றில் ஒரு எத்து விடப்பட்டதை உணர்ந்து சுதாரிப்பதற்குள் கீழே சுருண்டு விழுந்தான். ரமேஷ் தாம் சுற்றி வளைக்கப்பட்டிருப்பதைப் புரிந்துகொண்டு உடனே சரணடைந்தான்.

சிலிண்டருக்குள் மறைத்து வைத்துக் கடத்த முயன்றது அருமையான யோசனை. பொதுவாக மரப்பெட்டி அல்லது சாக்குப் பையில் போட்டுத்தான் கொண்டுசெல்வார்கள். சிலிண்டருடன் போகிறவரை யாருக்கும் சந்தேகம் வராது. சிலிண்டரில் மேலே மூடி போல் அமைப்பு இருந்தது. அதைத் திறந்ததும் உள்ளே ஒரு சிறிய பை இருந்தது. ஜீப்பினுள் இருந்த விளக்கு மங்கலானது என்பதால் ஜீப்பின் முன் பக்க விளக்குப் பக்கம் அந்தப் பையைக் கொண்டு சென்று திறந்து பார்த்தார். உள்ளே காகிதத்தில் பொதியப்பட்ட பொருள் இருந்தது. ஒரு கிலோவுக்குக் குறைவாக இருந்தது. காகிதத்தைக் கிழித்தபோது அது மலையாளச் செய்தித்தாள் என்பது தெரிந்தது. காகிதத்திலிருந்து பெயிண்ட் வாசனை வந்தது.

காகிதத்தைக் கிழித்ததும் உள்ளே கறுப்பு நிறத்தில் கோளவடிவில் ஒரு பொருள் இருந்ததைப் பார்த்தார். அருகில் இருந்த பெட்ரோல் பங்குக்கு நடந்து சென்றார். தன்னுடைய அடையாள அட்டையைக் காண்பித்துக் கொஞ்சம் பெட்ரோல் வேண்டும் என்று கேட்டார். உடனே கிடைத்தது.

கறுப்பு நிற பெயிண்ட் பூசப்பட்ட பொருள் மேல் அதை ஊற்றினார். பெயின்ட் உரிந்துகொண்டு வந்தது... சந்தோஷ மிகுதியில் மேலதிகாரி செல்வராஜுக்கு உடனே போன் போட்டார் பாட்ஷா : சார்... பல கோடி மதிப்புள்ள மரகத லிங்கம் சார்..!

பாட்ஷா கிண்டியில் இருக்கும் தனது காவல் நிலையத்துக்கு வந்து சேர்வதற்குள் ஏகப்பட்ட போன் கால்கள். அதற்குள் செய்தி பரவிவிட்டிருந்தது. ஏனென்றால், மரகத லிங்கம் கண்டுபிடிக்கப் பட்டது இதுவே முதல் தடவை. தமிழகத்தில் இன்னும் ஐந்து மரகத லிங்கங்கள் திருடப்பட்ட வழக்கு இருந்து வருகிறது. அதோடு காலடியில் இருக்கும் சங்கர மடத்திலிருந்தும் ஒரு மரகத லிங்கம் காணவில்லை என்று கேரளாவில் இருந்தும் மிகுந்த நெருக்கடி தரப்பட்டு வந்திருந்தது. அடுத்த நாள் பத்திரிகைகளுக்கு பாட்ஷா செய்தி அறிவித்தாகவேண்டும். எனவே அந்த வேலையில் இறங்கினார்.

தொலைகாட்சி, பத்திரிகை என அனைத்து ஊடகங்களும் நாளை குழுமிவிடும். நாளை அனைத்து பத்திரிகைகளின் தலைப்புச் செய்தி என்ன என்பது அவருக்குத் தெரியும்... கோவில் திருட்டுத் துப்பு துலங்கியது. 53 கோடி மதிப்பிலான மரகத லிங்கம் பிடிபட்டது!

இந்த மரகத லிங்கம் திருவாரூர் மாவட்டம், திருத்துறைப்பூண்டியில் இருக்கும் மருதீஸ்வரர் கோவிலில் இருந்து திருடப்பட்டிருந்தது.

பிற மரகத லிங்கங்கள் எங்கே என்பது அவருக்குத் தெரியாது. ஏழு மரகத லிங்கங்களை ஒன்றாக வைத்து அபிஷேகம் செய்து பூஜித்தால் 'அம்பானித்துவ' சம்பத்துகளில் இருந்து சிரஞ்சீவி பாக்கியம்வரை அனைத்தும் கிடைக்கும் என்று நம்பப்படுகிறது.

நிதானமாக நடந்ததை எழுதி மேலதிகாரி டி.எஸ்.பி. செல்வராஜுக்கும் சிலைத்திருட்டுத் தடுப்புப் பிரிவுக்கும் அனுப்பி வைத்தார்.

செல்வராஜுக்கு நிம்மதியாக இருந்தது. அதே நேரம் அவர் ஒருவிதக் குழப்பமும் ஏற்பட்டது. இந்த வேட்டை வெற்றிகரமாக முடிந்துவிட்டது. மிக முக்கியமான தேடுதல் வேட்டையை காதர் பாட்ஷா முடித்துவிட்டார். செய்தி துளியும் கசியவில்லை. அப்படியானால், யார்தான் அந்தக் கறுப்பு ஆடு?

மரகத லிங்கம் மீட்கப்பட்ட செய்தி அனைத்துத் தொலை காட்சிகளிலும் பிரைம் டைமில் ஒளிபரப்பப்பட்டது. கேரளக் காவல்துறையினர் அடுத்த நாள் சென்னை வந்து சேர்ந்தனர். காலடி கோவிலில் இருந்து திருடுபோன மரகத லிங்கத்தைத் தேடிக் கண்டுபிடித்தாகவேண்டிய நெருக்கடியில் அவர்கள் இருந்தனர்.

எர்ணாகுளத்தில் ஆதி சங்கரர் பிறந்த காலடியில் இருக்கும் கோவிலில் இருந்து பச்சை நிற அரை அடி உயரமுள்ள மரகத சிவலிங்கம் 27, மார்ச், 2009-ல் திருடப்பட்டிருந்தது. அதைத் தொடர்ந்து கேரள அரசு கோவில் திருட்டுச் சிறப்புப் புலனாய்வுப் பிரிவு ஒன்றை உருவாக்கியிருந்தது. அந்தப் பிரிவு வேறு பல திருட்டுகளை வெற்றிகரமாகத் துப்புத் துலக்கியிருந்தது.

காலடி கோவிலில் இருந்து தொலைந்த மரகத லிங்கமானது சிருங்கேரி மடத்திலிருந்து 1910-ம் ஆண்டு கொண்டுவரப் பட்டிருந்தது. அது 500 ஆண்டுகள் பழமை வாய்ந்ததாக நம்பப்படுகிறது. ஆனால், அதை உறுதிப்படுத்த எந்த ஆவண ஆதாரமும் இல்லை. அந்தக் கோவிலிலும் ஆதி சங்கரரின் தாயார் சாரதாம்பாளின் சமாதியிலும் இருந்த வெள்ளி பூஜைப் பொருட்கள்,

உண்டியல் போன்றவையும் மரகத லிங்கத்துடன் திருடப் பட்டிருந்தன.

இன்று வரையிலும் அதைத் திருடியது யார் என்பது கண்டுபிடிக்கப் பட்டிருக்கவில்லை. அதோடு, அக் 2016-ல் திருக்குவளையில் இருக்கும் தியாகராஜ ஸ்வாமி கோவிலில் இருந்தும் ஒரு மரகத லிங்கம் திருடப்பட்டது.

கேரளக் காவல்துறையிடமிருந்து தமிழகச் சிலைத்திருட்டுத் தடுப்புப் பிரிவுக்குக் கிடைத்த தகவல் இது. கேரளக் காவல் துறையினர் அந்த ஆண்டு தொடக்கத்தில் சிறிய கணேசர் சிலை ஒன்றை ஒரு லாரி டிரைவரிடமிருந்து மீட்டிருந்தனர். அவன் ஸ்ரீபுரந்தன், சுத்தமல்லி கோவில் திருட்டுகளிலும் சம்பந்தப் பட்டிருந்தது பின்னர் தெரியவந்தது.

கேரள நெடுஞ்சாலையில் இருந்த செக் போஸ்ட்களில் ஒன்று அது. எறும்புகள் சாரை சாரையாகச் செல்வதுபோல் லாரிகளின் வரிசை மெதுவாக ஊர்ந்து சென்று கொண்டிருந்தது. மெலிதாகத் தூறிக் கொண்டிருந்தது. மண் சாலை சகதியாகியிருந்ததால் வாகனங்கள் மிக மெதுவாகவே நகர முடியும். சாலை விரிவாக்கப் பணிகள் வேறு நடந்துகொண்டிருந்தன. செக் போஸ்டைக் கடக்க எவ்வளவு நேரம் ஆகும் என்று யாராலும் சொல்ல முடியாத நிலை. லாரி டிரைவர்களுக்கு அங்கிருக்கும் டீக்கடைகளில் கிடைக்கும் நேந்திரம்பழ பஜ்ஜி, கேரளத்து டீ இவை மட்டுமே ஒரே ஆறுதல், உணவு. டிரைவர்கள் வண்டியை மெதுவாக ஓட்ட, க்ளீனர்கள் முன்னதாகவே ஆவணங்களை எடுத்துச் சென்று முத்திரையும் கையெழுத்தும் பெற்று வருவார்கள். பின்னால் மெதுவாக வரும் வண்டி செக் போஸ்டை அடைந்ததும் க்ளீனர்கள் அப்படியே துள்ளி ஏறிக்கொண்டு டாட்டா காட்டியபடியே போய்விடுவார்கள். ஆண்டாண்டு காலமாக நடக்கும் வழக்கமான 'பரிசோதனை' அது.

உண்மையில் அந்த வண்டிகள் செக் போஸ்டில் நிறுத்தப்பட்டு செக் போஸ்ட் காவலர்கள் லாரியில் ஏறி பில்லில் சொல்லப் பட்டிருப்பதையும் வண்டியில் இருப்பதையும் ஒப்பிட்டுச் சரி பார்த்தபிறகே அனுப்பவேண்டும். ஆனால், செக்போஸ்டை அடையவே அரை நாள் ஆகும் நிலையில் சோதனை வேறு செய்வதென்றால் லாரிகள் அங்கேயே நாட்கணக்கில் கிடக்க வேண்டியதுதான். எனவே, எந்தப் பரிசோதனையும் செய்யப் படாமல் எல்லாம் அனுப்பப்படுவதுதான் வழக்கம். எப்போதாவது ஏதாவது காவலருக்குப் போரடித்தால் ஏதேனும் வண்டியில் ஏறி

எதையாவது சோதிப்பார். மற்றபடி செக் போஸ்ட் என்பது மிகப் பெரிய ஸ்பீட் பிரேக்கர் மட்டுமே.

ஒரு முறை ஒரு லாரியில் இருந்து க்ளீனர் யாரும் வந்து முத்திரை எதுவும் பெறவில்லை. அதோடு அந்த வண்டி செக்போஸ்டில் நிற்கவும் இல்லை! லாரியின் பிரேக் பிடிக்கவில்லையா? லத்தியுடன் எழுந்த காண்டபிளின் கண்கள் டிரைவரின் கண்களை ஊடுருவின. டிரைவர் பயத்தில் உறைந்துவிட்டான். சட்டென்று வண்டியை சடன் பிரேக் போட்டு நிறுத்திவிட்டு கீழே குதித்துப் புதர்களினூடாக மலைப்பகுதிக்கு ஓடினான். கான்ஸ்டபிள் மலையாளத்தில் கத்தியபடியே அவனைப் பின் தொடர்ந்தார். மழை பெய்து மண் சாலை சேறும் சகதியுமாக இருந்ததால் டிரைவரால் ரொம்ப தூரம் ஓட முடியவில்லை. வழுக்கியடித்துக் கீழே விழுந்தான். துரத்தி வந்த காவலர்கள் அவனைப் பிடித்து விலங்கு பூட்டிப் பக்கத்துக் காவல் நிலையத்தில் ஒப்படைத்தனர்.

ஒரு மணி நேரத்தில் கேரளக் கோவில் திருட்டுத் தடுப்புச் சிறப்புப் புலனாய்வுப் பிரிவுக்கு முக்கியமான செய்தி பறந்தது.

பிடிபட்ட டிரைவரிடமிருந்து சிறிய வெண்கல கணேசர் விக்கிரகம் மீட்கப்பட்டது. ஒரு மணி நேரம் கழித்து அவனிடமிருந்து மேலும் பல தகவல்கள் வந்து குவிந்தன. சுத்தமல்லி, ஸ்ரீபுரந்தன் கோவில் திருட்டில் அவனுக்கு இருந்த பங்கு பற்றியும் வரிவிடாமல் ஒப்பித்தான். அந்தக் கோவிலில் இருந்து எடுத்த கணேசர் விக்கிரகத்தைத் தன்னிடமே வைத்திருப்பதாகச் சொன்னான். அந்தச் சிலையைத் திருடியதிலிருந்து தனக்குத் துன்பம் மேல் துன்பம் வந்துகொண்டிருப்பதாகச் சொன்னான். வண்டி அடிக்கடி பங்சர் ஆனது. ஸ்டியரிங் வீல் சரியாகத் திரும்பவில்லை. அந்தத் திருட்டுதான் அனைத்துத் தீமைகளுக்கும் காரணம் என்று அவன் நம்பினான். இறுதியாக சஞ்சீவி அசோகனின் உத்தரவின் பேரிலேயே இந்தத் திருட்டுகளைச் செய்வதாக ஒப்புக்கொண்டான்.

கேரளக் காவல்துறையினர் அவன் சொன்னதையெல்லாம் பதிவு செய்து தமிழகக் காவல் துறையினருக்கு அனுப்பிவைத்தனர். ஆனால், துரதிஷ்டவசமாக அந்தத் தகவல் சிலைத்திருட்டுத் தடுப்புப் பிரிவில் இருந்த செல்வராஜை வந்து சேர்ந்திருக்கவே இல்லை. அந்தத் துறையில் இருந்த கறுப்பு ஆடு அதை மென்று தின்றுவிட்டது.

ஆனால், காதர் பாட்ஷா மூலம் தற்போது செல்வராஜுக்கு வலுவான ஆதாரங்கள் கிடைத்துவிட்டன. சஞ்சீவிக்குக் கடுமையான தண்டனை

வாங்கித் தர எல்லாம் கூடிவரத் தொடங்கியிருந்தது. திருச்சி சிறையில் இனி நிரந்தரமாக அவனைக் களி தின்ன வைத்துவிட முடியும் என்பது செல்வராஜுக்குத் தெரிந்துவிட்டது. கிடைக்கத் தொடங்கியிருக்கும் தடயங்கள் எல்லாம் அவனை ஸ்ரீபுரந்தன் கோவில் சிலைத்திருட்டிலும் சுத்தமல்லி திருட்டிலும் வலுவாகத் தொடர்புபடுத்தத் தொடங்கிவிட்டிருந்தன. ஆனால், இந்தச் சிலைத்திருட்டுப் பின்னலின் மூல காரணகர்த்தாவான அயல் நாட்டுப் பிரமுகருடைய பங்கு இன்னும் தெரியவந்திருக்கவில்லை. சுபாஷ் கபூர்! அமெரிக்காவில் தனது அரண்மனை போன்ற பங்களாவில் நீச்சல் குளத்தில் திராட்சை ரசம் அருந்தியபடி உல்லாசமாக இருந்து வந்தான். உள்ளூர்த் திருடன் சஞ்சீவியை வலை வீசிப் பிடிப்பது வேறு... அமெரிக்கத் திமிங்கிலத்தைப் பிடிப்பது வேறு. வீசும் வலைகளையெல்லாம் அது அறுத்து எறிந்துவிடும். அதைப் பிடிக்க வேறு உபகரணங்கள் வேண்டும்.

6

இண்டி பொறுப்பேற்கிறார்

இந்தியாவில் சிலைத்திருடர்களுக்கு நெருக்கடிகள் முளைக்கத் தொடங்கிய காலகட்டத்தில், உலகின் மறுபகுதியில் நியூயார்க்கில் 2009 வாக்கில் அமெரிக்க புலம்பெயர்தல் மற்றும் சுங்க வரித் துறையில் ஹோம்லேண்ட் செக்யூரிட்டி இன்வெஸ்டிகேஷன்ஸ் என்ற பெயரில் ஒரு புதிய துறை உருவாக்கப்பட்டது. அமெரிக்காவில் சுபாஷ் கபூர் மீதான வலை இறுகத் தொடங்கியதன் தொடக்கம் அது.

நியூயார்க்கின் அதிகம் பிரபலமடையாத சிட்டி பிளாக்கின் ஒரு கட்டடத்தில் அந்தப் புதிய அதிகாரி தன் பணியைத் தொடங்கினார். 'B' என்ற ஆங்கில எழுத்துப் பொறித்த பேஸ்பால் தொப்பியை அணிந்தபடித் தன் பணியைத் தொடங்கினார். கலைப் பொக்கிஷங்கள் திருடுபோவதைத் தடுக்கும் இந்தியாவின் போராட்டத்தை மட்டுமல்ல இத்தாலி, ஈராக், பாகிஸ்தான், கம்போடியா போன்ற நாடுகள் அனைத்தின் நலனையும் கருத்தில் கொண்டு உருவாக்கப்பட்ட துறை அது. அடுத்த எட்டு ஆண்டுகள், சர்வ தேசக் கலைப் பொருள் திருட்டைத் தடுக்க அமெரிக்கா தலைமையில் முன்னெடுக்கப்பட்ட உலகளாவிய போராட்டத்தின் தலைமையகமாக ஐஞ்சுக்கு ஐஞ்சு அடியில் இருந்த அந்த அலுவலகம் ஆனது.

அந்த அதிகாரி நியமிக்கப்பட்டதைத் தொடர்ந்து பல தீவிர நடவடிக்கைகள் முன்னெடுக்கப்பட்டன. அவை பற்றி இந்தப்

புத்தகத்தில் ஆங்காங்கே விளக்கமாகப் பார்க்கலாம். பாதுகாப்பு மற்றும் நடைமுறைக் காரணங்களுக்காக அவருடைய உண்மை அடையாளத்தை வெளியிட முடியாது. எனவே நம் வசதிக்காக அவரை 'இண்டி' என்று அழைப்போம். நெடுநெடுவென உயரமானவர்... மெலிந்த உடல் வாகு... மழிக்கப்பட்ட தலை... முன்னொரு காலத்தில் நீச்சல் வீரராகவும் பியானோ இசைக் கலைஞராகவும் இருந்தவர்.

அவர் பதவி ஏற்றதும் அவருக்கு நினைவுக்கு வந்த முதல் விஷயம் 2007 மும்பை கண்டெய்னர் வழக்குதான். சுபாஷ் கபூருடைய நிறுவனத்துக்கு வந்த அந்த கண்டெய்னரை அவன் கைகழுவி விட்டிருந்தான். 2007ம் ஆண்டு கைப்பற்றப்பட்ட இந்திய கலைப் பொக்கிஷங்கள் அவர் நினைவுக்கு உடனே வந்ததில் ஆச்சரியப்பட எதுவுமில்லை. அந்த வழக்கை மீண்டும் உயிர்ப்பித்தார். இதை சுபாஷுக்கும் இந்திய அதிகாரிகளுக்கும் தெரியாமல் முன்னெடுத்தார். சுபாஷ் கண்காணிப்பு வலைக்குள் கொண்டுவரப்பட்டது அவனுக்கே தெரியாமல் நடந்தது.

சர்வ தேச கலைப் பொருள் திருட்டுத் தடுப்புத் துறை வெறும் ஒரு படாடோபமான நிறுவனமாக தன்னைப் பற்றிப் போலியாகப் புகழ்ந்துகொள்ளும் ஒன்றாகவே இருந்தது. ஒரு சில கலைப் பொக்கிஷங்களைக் கைப்பற்றுவார்கள். லேசான அடிப்படை ஆவணப் பதிவுகளைச் செய்வார்கள். ஆடம்பரத் தூதரக மாளிகைகளில் பிரமாண்ட அலங்கார நிகழ்வுகளில் அதிகாரிகள் ஒருவரை ஒருவர் பாராட்டிக்கொள்வார்கள். அதன் பிறகு அனைத்தையும் அப்படியே மறந்துவிடுவார்கள். கைதுகள் கிடையாது... விசாரணைகள் கிடையாது... தண்டனைகள் கிடையாது.

கலைத் திருட்டுத் தொழிலில் ஈடுபடுபவர்கள் இப்படியான அரிதான காவல்துறை நடவடிக்கைகளை வெறும் ஒரு அடையாள எச்சரிக்கையாக, தவிர்க்க முடியாத சாதாரண நிகழ்வாகவே பார்ப்பார்கள். அதுமட்டுமல்ல அந்தக் காவல் துறை நடவடிக்கைகள் எல்லாம் அந்தக் கலைப் பொருட்கள் எந்த நாட்டைச் சேர்ந்தவையோ அவற்றின் பத்திரிகைகளில் துண்டுச் செய்தியாகக்கூட வெளியாவதில்லை. பிடிபட்டவர் யார்... எங்கே... எந்தவொரு தகவலும் இருக்காது. நம் ஊர்களில் பிக்பாக்கெட் திருடர்களை ஒவ்வொரு காவல் நிலையத்திலும் பொது இடங்களிலும் போட்டோ ஒட்டி எச்சரிக்கை செய்திருப் பார்கள். சர்வ தேசத் திருடர்களைப் பற்றிய செய்தி எங்குமே வெளியாகாது. அவர்களுக்குச் சிறைத் தண்டனை கிடையாது.

அபராதம் கிடையாது. பிடிபட்டவர்கள்கூடக் குறிப்பிட்ட கொஞ்ச காலம் அமைதியாக இருந்துவிட்டுப் பின்னர் தொழிலைத் தொடங்கிவிடலாம்.

பால சகாப்தத்தைச் சேர்ந்த வராக மூர்த்தி சிலைத் திருட்டு இதற்கு நல்ல எடுத்துக்காட்டு. அரக்கன் ஹிரண்ய கசிபுவிடமிருந்து பூமியைக் காப்பாற்றிய வராக அவதாரம். அந்த 9-ம் நூற்றாண்டுச் சிலை மஹாவிஷ்ணுவின் பத்து அவதாரங்கள் தொடர்பான கலை அலங்கார வேலைப்பாடுகளையும் கொண்டு வடிவமைக்கப்பட்ட அற்புதமான சிலை. 2000ஆண்டில் மத்தியபிரதேசத்தின் மாண்டசூர் பகுதியில் இருக்கும் வராக மூர்த்தி கோவிலில் இருந்து திருடப் பட்டிருந்தது. பின்னாளில் நாம்கா தோர்ஜி நியூயார்க்கில் தனது குடியிருப்பில் நடத்திய போத் சித்தா அருங்காட்சியகத்தில் காட்சிக்கு வைக்கப்பட்டிருந்தது இருந்தது. என்றாலும் யாரும் அது தொடர்பாகக் கைது செய்யப்பட்டிருக்கவில்லை! ஐ.சி.இ. அதிகாரிகள் அது குறித்துக் கேட்டதும் அவர் அந்தச் சிலையைத் தானாகவே ஒப்படைத்துவிட்டார்.[1] போதிய ஆதாரங்கள் எதுவும் இல்லை என்பதால் அந்தத் திருட்டில் ஈடுபட்டவர்கள் யார் என்பதைக் கண்டுபிடிக்க முடிந்திருக்கவில்லை. இதில் நல்ல விஷயம் என்னவென்றால், அந்தச் சிலை மாண்டசூர் கோவிலுக்குத் திரும்பி வந்துவிட்டது.

வலுவான ஆதாரங்களுடன் பதிவு செய்ய முடியும்படியான வழக்குகள் எதுவும் வந்திருக்கவில்லை. அமெரிக்க கலைப் பொருள் வியாபாரிகள் நன்கு தெரிந்துதான் சட்டவிரோதமான கலைப் பொக்கிஷங்களை இறக்குமதி செய்திருக்கிறார்கள்; போலியான ஆவணங்களை உருவாக்கி அவற்றை அருங்காட்சியகங்கள், கலைப் பொருள் சேகரிப்பாளர்களிடம் விற்றிருக்கிறார்கள் போன்றவற்றை சர்வ தேச நீதிமன்ற ங்களில் நிரூபிக்கும்படியான வலுவான ஆதாரங்களோ ஆவணங்களோ எதுவும் கிடைத்திருக்கவில்லை.

2007 மும்பை ஷிப்மெண்ட் எந்த நிறுவனத்துக்கு வந்தது என்பதை இண்டி தேடிக் கண்டுபிடித்தார்: நிம்பஸ் நிறுவனம்.இந்த இறக்குமதியாளருடைய நடவடிக்கைகளைக் கொஞ்சம் தோண்டித் துருவி ஆராய்ந்தபோது இண்டிக்கு பல சுவாரசியமான விஷயங்கள் தெரியவந்தது. அதாவது 2007க்குப் பிறகு அந்த நிறுவனத்துக்கு வந்து குவிந்த இறக்குமதிப் பொருட்களின் அளவு குறைவதற்கு பதிலாக வெகுவாக அதிகரித்திருக்கிறது! பார்சல்கள், கொரியர்கள், கண்டெய்னர்கள், வான் வழி சரக்குகள் என ஏராளமானவை

இந்தியா, ஹாங்காங், பிரிட்டன் மற்றும் தாய்லாந்து, துபாய் நேபாளத்திலிருந்தும் வந்து குவியத் தொடங்கியிருக்கின்றன.

சுபாஷ் கபூரிடமிருந்து கலைப் பொருட்கள் வாங்கிக் கொள்ளும் ஒரு சிறிய கலைப் பொருள் வியாபாரிக்கு கலிஃபோர்னியாவில் ஒரு சந்தேகத்துக்கு இடமான கப்பல் சரக்கு வந்து சேர்ந்தது. கூப்பிட்டு விசாரித்ததில் தான் செய்த கஸ்டம்ஸ் விதிமீறல்களை ஒப்புக் கொண்டான். ஆனால், அவனிடம் மேற்கொண்டு விசாரணை எதுவும் நடத்தப்படவில்லை. சின்ன மீனைப் போட்டு பெரிய மீனைப் பிடிக்கத் திட்டமிடப்பட்டது. அவனைக் காவல்துறை தனது உளவாளியாகப் பயன்படுத்திக்கொள்ளத் தீர்மானித்தது. பின்னாளில் சுபாஷ் கபூருக்கு எதிரான ஹெச்.எஸ்.ஐ.யின் வழக்கில் அவன் தான் பெயர் குறிப்பிடப்படாத முதல் உளவாளியாக இருந்தான். அடுத்த சில வருடங்கள் அந்த முதல் உளவாளி எப்போதெல்லாம் சுபாஷ் கபூரைச் சந்தித்தாரோ அப்போதெல்லாம் அது பற்றிய தகவல்களைக் காவல்துறைக்கு அளித்து வந்தார்.

அந்த வழக்கில் அடுத்த வெற்றி என்பது நிம்பஸ் நிறுவனத்துக்கு லண்டனில் இருந்து வந்த கப்பல் சரக்கின் மூலம் கிடைத்தது. அது மிகவும் புகழ் பெற்ற நீல் பெர்ரி-ஸ்மித் கலைப் பொக்கிஷ சீரமைப்பாளர்களிடமிருந்து வந்திருந்தது. அது லண்டனுக்கு ஹாங்காங்கிலிருந்து வந்திருந்தது. அந்தப் பொருட்களின் ஆவணங்கள் மிகவும் தவறாக இருந்தன. சட்ட விரோதப் பொருட்கள் என்பது முதல் கட்ட விசாரணையிலேயே தெரிந்துவிட்டது. கப்பலில் வந்த அந்த சரக்குகளில் சிங்க ஆசனத்தில் அமர்ந்த வெண்கல புத்தர் சிலையும் வேறு இரண்டு 12-ம் நூற்றாண்டு சிலைகளும் இருந்தன. அவை இந்தியாவைச் சேர்ந்தவை.

ஆனால், அந்தச் சிலைகளை அதிகாரிகள் உடனே கைப்பற்றிவிட வில்லை. இந்தச் சிலைத்திருட்டு வலை எந்த அளவுக்குப் பெரிதாக, என்னவெல்லாம் செய்கிறது... சுபாஷின் விற்பனை வழிமுறைகள் என்னென்ன என்பதையெல்லாம் கண்டுபிடிக்கும் நோக்கில் இண்டி கொஞ்சம் அடக்கி வாசித்தார்.

2010 வாக்கில் சுபாஷ் கபூருக்கு வந்து குவியும் இறக்குமதிப் பொருட்களைப் பார்த்து இண்டி அதிசயித்துப் போனார். சர்வ தேசச் சட்ட திட்டங்கள், சுங்க விதிகள் ஆகியவற்றைக் கேலிக்கூத்தாக்கும் வகையில் கடல்வழியாக, வான் வழியாக டன் கணக்கில் பொருட்கள், பார்சல்கள், கொரியர்கள் என வந்து குவிந்தன.ஆனால் வெளியுலகுக்கோ சுபாஷ் கபூர் ஒரு கண்ணியமான கலைப் பொருள்

வணிக ஜாம்பவான். அவர் கொடுத்த கலைப் பொருள் நன்கொடைகள் அருங்காட்சியகங்களில் அவருடைய பெயர்ப் பலகையுடன் காட்சிக்கு வைக்கப்பட்டன. உயர் தர ஹோட்டல் களை அலங்கரித்தன. மேட்டுக்குடியினருக்கு கலைப் பொருள் சேகரிப்பு பற்றி அரிய ஆலோசனைகள் வழங்க அவன் அழைக்கப் பட்டான். மதுக் கோப்பைகள் ஒலி எழுப்ப வெள்ளித் தட்டுகள் மினுமினுக்க அவன் அனைவர் முன்னிலையிலும் கனவானாகத் தலை நிமிர்ந்து நடந்தான்.

பின்னணியில் அவனுடைய குழு போலி ஆவணங்களைத் தயாரித்துக்கொண்டிருந்தது. புகழ் பெற்ற கலைப் பொக்கிஷ அறிஞர்கள் குழு அவனுடைய சட்ட விரோதக் கலைப் பொக்கிஷங்களுக்கு புகழுரைகள் எழுதி அருங்காட்சியகங்களில் அங்கீகாரம் தேடிக் கொடுத்துக்கொண்டிருந்தது. புகழ் பெற்ற கலைப் பொருள் ஏல நிறுவனங்களான சோத்பைஸ், கிறிஸ்டிஸ் ஆகியவற்றுடன் அவனுக்கு வங்கிப் பரிமாற்றம் இருந்தது. ஆர்ட் லாஸ் ரெஜிஸ்டர் அமைப்பு அவனுடைய அனைத்து கலைப் பொருட்களுக்கும் நற்சான்றிதழ் அளித்தது. அவனுடைய முறைகேடான கலைப் பொருட்களுக்கு நம்பகத்தன்மையையும் அங்கீகாரத்தையும் அந்தச் சான்றிதழ்கள் தந்தன. ஆர்ட் லாஸ் ரெஜிஸ்டர் என்பது காணாமல் போன மற்றும் திருடப்பட்ட பொருட்களுக்காகத் தனியார் நடத்திய தகவல் திரட்டு (டேட்டா பேஸ்). ஆனால், ஒரு கலைப் பொருள் அந்தத் தகவல் திரட்டில் இல்லையென்றால், அது சட்ட விரோதப் பொருள் அல்ல என்று அர்த்தமில்லை. அந்தப் பதிவேட்டில், தகவல் திரட்டில் அது இல்லை என்று மட்டுமே அர்த்தம். இது குழப்பமான ஆதாரம் என்பது எனக்குப் புரிகிறது. ஆனால், அது அப்படித்தான் (ஆர்ட் லாஸ் ரெஜிஸ்டர் பற்றிப் பின்னிணைப்பு இரண்டில் விரிவாகப் பார்க்கலாம்)

கபூர் பற்றிய தரவுகள் கணிசமாக அதிகரித்ததும் இண்டி இந்திய உதவியை நாடினார். அரச அதிகார வர்க்க உதவியையும் அதற்கு 'அப்பாற்பட்ட உதவி'யையும் அவர் தேடிப் பெற்றார். சட்ட விரோதக் கலைப் பொருட்களைத் தெரிந்தே சுபாஷ் கபூர் இறக்குமதி செய்திருக்கிறான் என்பதை உறுதிப்படுத்த அந்தப் பொருட்களின் திருட்டு வழக்கில் அவனுடைய பங்கை உறுதிசெய்தாக வேண்டியிருக்கும். ஆனால், இந்திய உதவியை அவர் நாடியபோது, முன்னர் பல விசாரணைகளைத் தடம் புரள வைத்த சிவப்பு நாடாக் கட்டுப்பாடுகள் இப்போதும் தன் வேலையைக் காட்டின.

ஆனால், மனம் தளராத இண்டி, சரியான நேரத்துக்காகக் காத்திருந்தார். 2011 வாக்கில், அமெரிக்க பத்திரிகையாளர் ஜேஸன் ஃபெல்ச், ஆஸ்திரேலிய புலனாய்வு நிருபர் மைக்கேலா போலந்து, மும்பை ஆய்வறிஞர் டாக்டர் கிரித் மன்கொடி, 'பகலில் இந்திய ஷிப்பிங் அதிகாரி - இரவில் வலைதளக்காரர்' என்று இருக்கும் சிங்கப்பூர் எஸ்.விஜய் குமார் ஆகிய நான்குபேரின் உதவி அவருக்குக் கிடைத்தது.

நாங்கள் நால்வருமே சர்வ தேசக் கலைப்பொருள் திருட்டைத் தடுப்பதில் தீவிரமாக, வெளிப்படையாகச் செயல்பட்டு வருகிறோம். சொந்தமாக வலைதளங்கள் நடத்தியும் செய்தித்தாள்களில் கட்டுரைகள் எழுதியும் வருகிறோம். நாங்கள் ஒருவருக்கொருவர் உதவிக்கொள்ளும் இயல்பான நண்பர்கள் குழு.

ஜேஸன் விருதுகள் பெற்ற எழுத்தாளரும் புலனாய்வு நிருபரும்கூட. சட்ட விரோத கலைப் பொருள் திருட்டு பற்றி மிக விரிவாக ஆய்வுகள் மேற்கொண்டவர். குறிப்பாக இத்தாலிய பழங்காலப் கலைப் பொருட்கள் பற்றி அதிகக் கவனம் செலுத்துபவர். பெரிய ஏல நிறுவனங்களின் மோசடிகள், விலை மதிப்பு மிகுந்த கலைப் பொருட்களைக் கடத்துபவர்கள் குறித்து விரிவாக ஆய்வு மேற்கொண்டுவருபவர்.

2006-ம் ஆண்டு புலனாய்வு செய்தி சேகரிப்புப் பிரிவுக்கான புலிட்ஸர் விருது பெறுவோர் பட்டியலில் இறுதிச் சுற்றுக்கு ஜேஸன் ஃபெல்ச் மற்றும் ராலே ஃப்ரோமோலினோ இருவர் பெயரும் இடம் பெற்றது. திருடப்பட்ட கலைப் பொருட்கள் சந்தையில் ஜே. பவுல் கெட்டி அருங்காட்சியகம் மற்றும் பிற அமெரிக்க அருங் காட்சியகங்களின் பங்கை அம்பலப்படுத்திய விஷயத்தில் அவர்கள் அந்தப் பரிசுக்கான பட்டியலில் இடம்பெற்றனர். 'சேஸிங் அஃபோர்டைட்' என்ற அவர்களுடைய புத்தகம் ஏராளமாக விற்பனையாகக்கூடியது. பல விருதுகளையும் வாங்கிக் குவித்திருக்கிறது. அந்தப் புத்தகத்தின் பெயரிலேயே ஆரம்பிக்கப் பட்ட தங்களுடைய வலைதளமான chasingaphrodite.com-ல் கலைப் பொருள் திருட்டுப் பற்றித் தொடர்ந்து எழுதி வருகிறார்கள்.

ஜேஸன் மூலமாக எனக்கு மைக்கேலா பற்றித் தெரியவந்தது. ஏபிசியின் சிறப்பு ரிப்போர்டிங் குழுவில் தேசிய கலை, கலாசாரம், பொழுதுபோக்குப் பிரிவில் நிருபராக இருக்கிறார். 'ஆஸ்திரேலியன்' பத்திரிகையின் முன்னாள் நிருபர், எண்டர்டெயின்மெண்ட் துறையின் புனித நூல் போன்ற 'வெரைட்டி'யின் (Variety) முன்னாள்

ஆஸ்திரேலிய செய்தியாளர் எனப் பல பணிகளில் இருந்திருக்கிறார். என்.ஜி.ஏ. வில் இருக்கும் திருடப்பட்ட கலைப் பொருட்கள் தொடர்பான இவருடைய புலனாய்வுகள் ஆஸ்திரேலிய அருங்காட்சியகங்கள், பிற நிறுவனங்கள் ஆகியவற்றின் கலைப் பொருட்களை வாங்கும் வழிமுறைகளில் அதிரடியான தலைகீழ் மாற்றங்களைக் கொண்டுவர உதவியிருக்கின்றன.

அடுத்ததாக டாக்டர் மன்கொடி. மிக அரிதான, உன்னதமான ஆய்வறிஞர். பிற ஆய்வாளர்களைப் போல் அல்லாமல் அணுகுவதற்கு எளியவர். அன்பானவர். அகழ்வாராய்ச்சி தொடர்பான விஷயங் களைப் பேசுவதென்றால் பாதி வயது குறைந்ததுபோல் உற்சாகமாக, துடிப்புடன் பேச ஆரம்பித்துவிடுவார். இந்தியக் கோவில்கள், அவற்றின் கட்டடக் கலை தொடர்பாகச் சில புத்தகங்கள் எழுதி இருக்கிறார். தனது வலைதளமான plunderedpast.com-ல் தொடர்ந்து எழுதி வருகிறார். அதோடு, அகழ்வாராய்ச்சிப் பகுதிகளில் நடக்கும் திருட்டுகள் பற்றிக் கலைப் பொருள் அருங்காட்சியக உரிமை யாளர்கள், அதிகாரிகள் செய்ய வேண்டிய வழக்குகள், புகார் மனுக்களைச் சம்பந்தப்பட்ட துறை அதிகாரிகளுக்கு அனுப்பும் பணியையும் செய்து வருகிறார்.

இறுதியாக நான். முன்பே சொன்னதுபோல் ஷிப்பிங் எக்ஸிக்யூட்டிவாகப் பணிபுரிகிறேன். 2007-2008 வாக்கில் இந்திய கோவில் கலைகள், சிலைகள் பற்றி என் வலைதளமான poetryinstone.in-ல் எழுதத் தொடங்கினேன். நமது பாரம்பரியமான, புனிதமான கலை பற்றிய ஆரம்பநிலைக் கையேடு போன்றது எனது எழுத்துகள். அடிப்படையில் நான் சாதாரண மனிதர் ஒருவரின் பார்வையில் இந்திய சிற்பம், சிலைகள் ஆகியவை பற்றிப் பொதுவெளியில் எழுதி வருகிறேன். எனது வலைதளத்தில், துறை சார்ந்த கலைச் சொற்களைப் போட்டுக் குழப்பாமல் எளிய மொழியில் ஏராளமான புகைப்படங்கள், விளக்கப்படங்கள் துணையுடன் அனைவருக்கும் புரியும் வகையில் எழுதி வருகிறேன். என் வாசகர்கள் அவற்றை விரும்பி வரவேற்கிறார்கள். தினமும் புதிய புதிய விஷயங்களை நான் எழுதத் தூண்டி வருகிறார்கள்.

ஒரு முறை நான் சிவபெருமான் தன் சரி பாதி உடலை பார்வதிக்குக் கொடுத்து உருவான அர்த்த நாரீஸ்வர சிலை பற்றிச் சில விஷயங்கள் பேச முயன்றேன். ஒரு சிற்பிக்கு அந்தச் சிலையை வடிப்பதென்பது மிகப் பெரிய சவால். சிலையின் ஒரு பாதியில் ஆண்மையின் கம்பீரம் மிளிரச் செய்யவேண்டும். மறுபாதியில் பெண்மையின்

நளினம் மிளிரச் செய்ய வேண்டும். த்ரிபங்கா என்று இந்திய சிற்பக் கலையில் சொல்லப்படும் கால் முட்டு, இடை, கழுத்து ஆகிய மூன்றும் ஒன்றுக்கொன்று மாறுபட்ட திசைகளில் வளைந்து பாம்பு போன்ற நளினமான வளைவுடன் ('S' போன்ற வடிவில்) உருவாக்கப்படவேண்டும்.

எலிஃபண்டா குகை சிற்பங்கள் தொடங்கி சோழர் காலச் சிலைகள் வரை அனைத்தையும் அலசி ஆராய்ந்து பார்த்தேன். ஒரு பக்கம் ஆண், மறு பக்கம் பெண் என்ற இந்த விசித்திர, முற்றிலும் மாறுபட்ட உடலமைப்புகளைச் சமன்படுத்தி, ஒருங்கிணைக்க விசேஷமான வழிமுறையை இந்தியச் சிற்பிகள் பயன்படுத்தி இருப்பதைத் தெரிந்துகொண்டேன்.

வலது பக்கத்தில் ஆண் வடிவம்; இடது பக்கத்தில் பெண் வடிவம். அதோடு ஆண் வடிவத்தை சற்றே உயரமாக வடிவமைப்பதன் மூலம் வலது பக்கத்தில் சிறிய சாய்வு ஏற்படும்படியாகச் செய்திருக்கிறார்கள். வலது காலை சிறிது மடக்கி வளைப்பதன் மூலம் இடுப்புக்குக் கீழான பகுதியில் ஒருவிதச் சமநிலையைக் கொண்டுவந்திருக்கிறார்கள். ஆனால், இடுப்புக்கு மேலே இருக்கும் உடம்புப் பகுதி வலது பக்கம் சரிந்த நிலையில் பார்ப்பதற்குச் சற்று விகாரமாக இருக்கும். இதைச் சரி செய்ய சிற்பிகள், நந்தியைச் சிலையில் கொண்டுவந்து, சிவபெருமானை நந்தியின் மீது கையை வைத்தபடி ஒய்யாராகச் சாய்ந்து நிற்பதுபோல் வடிவமைத்து அந்த விகாரத்தைச் சரி செய்திருப்பார்கள். இது அபாரமான கற்பனை வளத்தின் எடுத்துக்காட்டு. நான் ஆராய்ந்த 99 சிலைகளில் இப்படித்தான் இருந்தது. ஒரு சில சிலைகளில் மட்டும் ஆண் பெண் உருவங்கள் இட வலமாக அமைக்கப்பட்டிருந்தன. அப்படியான சிலைகளில் நந்தியின் இடமும் மாற்றிச் செதுக்கப்பட்டிருந்தன! இந்த வலை தளக் கட்டுரைக்கு நல்ல வரவேற்புக் கிடைத்தது.

எனது இந்தச் சிற்ப, சிலை ஆராய்ச்சிகளின் போது எனக்கு தனிப்பட்ட முறையில் மிகவும் பிடித்த ஒரு சிலையைக் காண நேர்ந்தது. விருதாச்சலத்தில் இருக்கும் விருதகிரீஸ்வரர் கோவில் அர்த்தநாரீஸ்வர கோஷ்ட கற் சிலை. அந்த ஊர் நான் பிறந்த ஊருக்கு வெகு அருகில் இருக்கும் ஒன்றுதானென்றாலும் நான் அங்கு போய்ப் பல ஆண்டுகள் ஆகிவிட்டன. நான் எனது வலை தளத்தில் பயன்படுத்தும் படங்கள் ஹண்டிங்டன் ஆன்லைன் ஆர்க்யூவ் உட்பட வேறு பல ஆர்க்யூவ்கள், புத்தகங்களில் இருந்து பயன் படுத்தப்படுபவையே.

அந்தச் சிலை ஏன் எனக்கு மிகவும் பிடித்துப்போனது?

அந்தச் சிலையின் நான்கு கரங்களில் கீழ் பகுதி கரங்கள் இரண்டுமே உடைந்து போயிருக்கும் இருந்தும் அந்தச் சிலை எந்தவித நளினமும் அழகும் குன்றாமல் இருக்கும். இந்தப் புகைப்படத்தை என் வலைதளத்தில் வெளியிட்டிருந்தேன். ஆனால், அது இந்திய கலைப் பொருள் திருட்டுத் தடுப்புத் தொடர்பான நடவடிக்கைகளை அப்படியே புரட்டிப்போடும் என்பது எனக்கு அப்போது தெரிந்திருக்கவில்லை (இது பற்றிப் பின்னர் விரிவாகப் பார்க்கலாம்). இப்போதைக்கு 2011-ல் கலைப் பொருள் திருட்டு தடுப்பு தொடர்பான எங்கள் 'குழு' ஒன்றுசேர்ந்து களத்தில் குதித்தது என்பதை மட்டும் இங்கு பதிவு செய்கிறேன்.

7

கைவிடப்பட்ட காதலியின் பழிவாங்கல்

எனது வலைதளம் poetryinstone.in-ஐ ஆரம்பிப்பதற்கு ஒரு வருடம் முன்பாக, ப்ரூக்ளின் அருங்காட்சியகத்தில் ஆசிய கலைப் பொருள் பிரிவின் நிர்வாகியான ஜோன் கம்மின்ஸ் 2007, ஆகஸ்ட் 14 அன்று ஒரு செய்திக் கட்டுரையைத் தனது வலைதளத்தில் வெளியிட்டிருந்தார். 'மிக அரிய, முக்கியமான கலைப் பொக்கிஷத்தைக் கலைப் பொருள் தொகுப்புக்காக வாங்குவது' என்ற தலைப்பில் அந்தக் கட்டுரை எழுதப்பட்டிருந்தது.

கம்மின்ஸ் அருங்காட்சியக நிர்வாகியாகச் சுமார் எட்டு ஆண்டுகளுக்கு மேலாகப் பணிபுரிந்திருந்தார். தனது பணியில் 'மிகவும் உற்சாகமானதும் மிக மிக நெருக்கடி மிகுந்ததுமான' கலைப் பொருள் தொகுப்புக்குப் புதிய கலைப் பொருட்களை வாங்கிச் சேர்ப்பதில் இருக்கும் முக்கிய அம்சங்கள் பற்றி விரிவாக எழுதியிருந்தார். அவரைப் பொறுத்தவரையில், 'ஒரு அருங்காட்சிய கத்துக்குப் புதிதாக ஒரு அரிய, புராதனக் கலைப் பொருளை வாங்குவதென்பது அந்த அருங்காட்சியகத்தின் நிர்வாகிக்கோ, கலை விமர்சகர்களுக்கோ, பார்வையாளர்களுக்கோ அந்தக் கலைப் பொருள் எந்த அளவுக்குப் பிடித்திருக்கிறது என்பதைப் பொறுத்தது அல்ல. எனக்குப் பின்னால் ஐம்பது நூறு ஆண்டுகளுக்குப் பிறகு இந்த அருங்காட்சியகப் பொறுப்புக்கு வருபவர்கள் அதை விரும்புவார்களா என்பதுதான் மிகவும் முக்கியமான விஷயம்' என்று சூசகமாகச் சொல்லியிருந்தார்.

‘ஒரு அருங்காட்சியகத்துப் புதிய கலைப் பொருள் வாங்கிச் சேர்ப்பதில் கலைப் பொருள் ஆய்வுக் குழுக்கள், பல்வேறு சட்ட திட்டங்கள் என மிகப் பெரிய பின் துணை இருப்பது மிக மிக உதவிகரமாக இருக்கிறது’ என்றும் குறிப்பிட்டிருந்தார். அவருடைய அருங்காட்சியகம் சமீபத்தில் வாங்கிய அரிய கலைப் பொக்கிஷம் எப்படிப் பெறப்பட்டது என்ற வழிமுறைகளை விவரித்தார்: ‘அது சோழர் காலச் சிலை. பொ.யு 970 வாக்கில் செய்யப்பட்ட இரண்டடி உயரமுள்ள சிவ பெருமானின் சிலை. இந்தச் சிலை மிகவும் அரிதானது. இந்த அளவுக்குப் பழமையான, கலை அழகு மிகுந்த சிலைகள் பொதுவாகக் கலைப் பொருள் சந்தையில் வருவதே இல்லை. இப்படியான மிக அரிய கலைப் பொக்கிஷத்தைத்தான் அருங்காட்சியகத்தினர் மிகுந்த ஆர்வத்துடன் எதிர்பார்க்கிறார்கள்’ என்று குறிப்பிட்டிருந்தார்.[1]

அருங்காட்சியகத்தினரின் அப்படியான ‘மிக அரிதான’ கலைப் பொருட்கள் மீதான தாகம் என்ன மோசமான விளைவுகளை ஏற்படுத்துகிறது என்பது அவர்களுக்குத் தெரிந்திருந்தால் என்ன சொல்லியிருப்பார்களோ...

அவர் தொடர்ந்து எழுதிய பல கட்டுரைகள் அருங்காட்சியகங்கள் அரிய கலைப் பொருட்களை எப்படியெல்லாம் வாங்குகின்றன என்பதைப் பற்றி விவரித்தன. கம்மின்ஸைப் பொறுத்தவரை, அருங்காட்சியகத்தினர், கலைப் பொருள் ஆய்வு கமிட்டி ஆகியவற்றுக்கு ஒரு கலைப் பொருளை வாங்குவதில் மிகவும் முக்கியமானது அந்தக் கலைப் பொருளின் நம்பகத்தன்மைதான். ஏனென்றால் ஆசிய கலைப் பொருட்களுக்கு சர்வ தேசச் சந்தையில் இருக்கும் மிக மிகப் பெரிய கிராக்கியானது (அருங்காட்சியகங்களே அவற்றின் மலைக்க வைக்கும் விலைகளுக்கு ஒருவகையில் காரணமும் கூட) திரைமறைவுக் குழுக்கள் போலிச் சிலைகளை உருவாக்கி அனுப்ப வழிவகுத்துவிட்டிருந்தது.

இதில் இன்னொரு முக்கியமான விஷயம் ‘இந்தச் சிலை எங்கிருந்து, எப்படி வந்தது? முந்தைய உரிமையாளர்கள் யார்?’ என்பவைதான்.

‘பெரும்பாலான அமெரிக்க அருங்காட்சியகங்கள், இந்தக் கலைப் பொருட்களை வாங்குவதில் ஒருவித மேட்டிமை மனதுடனே இருந்தன. அதாவது அவர்கள் வளரும் நாடுகளில் இருந்து கலைப் பொக்கிஷங்களை ‘காப்பாற்றும்’ மிகப் பெரிய சேவையைச் செய்வதாக ஏகாதிபத்திய மனநிலையில் இருந்தனர்’.

அந்த மனோபாவம் இருக்கும் இடத்தில் நேர்மை, நாணயம் எல்லாம் புறக்கணிக்கப்படுகிறது. கம்மின்ஸைப் பொறுத்த வரையில் இந்த மனோபாவம் இப்போது மாறிவிட்டது என்கிறார். 'இன்றைய அருங்காட்சியகங்கள், தாம் புதிதாக வாங்கிச் சேகரிக்கும் புராதன அரிய கலைப் பொருட்களை நேர்மையான முறையில் வாங்கவேண்டும் என்ற தீர்மானத்துக்கு வந்துவிட்டிருக்கின்றன. அரிய கலைப் பொருட்களை வாங்குவது உற்சாகமான விஷயம் தான். என்றாலும் சந்தையில் நேர்மையான கலைப் பொருட்கள் கிடைக்கவில்லையென்றால் புதிதாக எதையும் வாங்காமல் இருப்பதே நல்லது என்ற முடிவுக்கு அருங்காட்சியகங்கள் இப்போது வந்துவிட்டிருக்கின்றன' என்கிறார்.

அது உண்மையாக இருந்திருந்தால் நன்றாகத்தான் இருந்திருக்கும்.

'அருங்காட்சியகங்கள் வாங்க விரும்பும் கலைப் பொருளானது அதன் சொந்த நாட்டில் இருந்து 20-ம் நூற்றாண்டின் மத்திம கால கட்டத்தில், வெளிநாட்டில் யாரேனும் ஒருவருடைய வீட்டுக்கோ, ஏதேனும் ஆர்ட் கேலரிக்கோ வந்து சேர்ந்திருக்கவேண்டும்' என்று கம்மின்ஸ் குறிப்பிடுகிறார்.

ஏன் இப்படிச் சொல்கிறார்?

ஏனென்றால் 1970 வாக்கில்தான் பல நாடுகள் தமது நாடுகளில் இருந்து 100 ஆண்டுகளுக்கும் மேலான பழமையான கலைப் பொருட்களை அயல் நாடுகளுக்குக் கொண்டுசெல்வதைச் சட்டபூர்வமாகத் தடுத்துச் சட்டம் இயற்றின. அருங்காட்சியகங்கள் ஒரு கலைப் பொருளை வாங்குவதென்றால் அந்த லட்சுமண ரேகையை அவை தாண்டக்கூடாது.

'ஒரு கலைப் பொக்கிஷம் விற்கப்பட்ட தேதியுடன் கூடிய பில் அல்லது அந்தக் கலைப் பொருள் ஏதேனும் ஆர்ட் கேலரியில் இருந்திருந்தால் அதன் பொருளடக்கப் பட்டியலில் அந்தக் கலைப் பொருள் இருந்ததற்கான புகைப்படத்துடன் கூடிய சான்று என ஒரு கலைப் பொருளின் பூர்விகம் பற்றிய தரவுகளைப் பெறுவது மிகவும் அவசியம். இதில் ஒரு பிரச்னை என்னவென்றால், இப்படி ஒரு கலைப் பொருள் நம்பகத்தன்மையுடைய ஆவணங்களைக் கொண்டதாக இருந்தால் அதன் விலை மதிப்பு தாறுமாறாக ஏறவும் செய்யும். முந்தைய உரிமையாளர்கள் பற்றிய விவரங்கள் தெரிவதென்பது அந்தக் கலைப் பொருளின் நம்பகத்தன்மைக்கு வலு சேர்ப்பதாகவும் இருக்கும். 20-ம் நூற்றாண்டின் ஆரம்ப கட்டங்களில் கலைப் பொக்கிஷங்களுக்கு போலிகள் தயாரிப்பது

பெரிய அளவில் இருந்திருக்கவில்லை (அல்லது அப்படித் தயாரிக்கப்பட்ட போலிகள், இன்றைப்போல் ஒரிஜினல் போன்ற துல்லியத்துடன் இருந்திருக்கவில்லை).'[2]

இப்போது கம்மின்ஸ் பொறுப்பாளராக இருந்து வாங்கிய சோழர் கால சிவ பெருமான் சிலை விஷயத்துக்குத் திரும்புவோம். அது பற்றி கம்மின்ஸ் சொன்னது : 'ப்ரூக்ளினில் இருந்து வாங்கப்பட்ட சிவன் சிலை 1960களிலேயே அயல் நாட்டுக்கு வந்ததுதான். மதிப்புக்குரிய நியூயார்க் கலைப் பொருள் வியாபாரி ஒருவரிடம் இருந்து ஆசிய கலைப் பொருள் சேகரிப்பாளர் 1960களில் நடுப்பகுதி வாக்கில் வாங்கியிருக்கிறார். அவர் அந்த வெண்கலச் சிலையைத் தனது ஆர்ட் கேலரியில் சிறிது காலம் வைத்திருந்திருக்கிறார். அதன் பிறகு தனது நண்பருக்குக் கொடுத்திருக்கிறார். அவர் அதைத் தனது வீட்டில் 30 ஆண்டுகளுக்கு மேல் வைத்திருந்திருக்கிறார். அதன் பிறகு ஒரு கலைப்பொருள் வியாபாரி அவரிடம் பேசி அந்தச் சிலையை ப்ரூக்ளின் அருங்காட்சியகத்துக்கு விற்க ஏற்பாடு செய்திருக்கிறார்'.[3]

இப்படியாக அவர் தனது வலைதளக் கட்டுரையில் கலைப் பொருட்களை வாங்குவது தொடர்பான நேர்மையான வழிமுறைகள், தேவையான பரிசோதனைகள், அங்கீகாரங்கள் போன்றவை பற்றி விவரித்துக்கொண்டே செல்கிறார். அதேநேரம் இந்தக் கலைப் பொருள் விற்பனை தொடர்பாக இருக்கும் ஒருவித ரகசியத்தன்மை பற்றியும் குறிப்பிடுகிறார். அருங்காட்சியகங்கள் பின்பற்றும் கடுமையான விதிமுறைகளைப் பாராட்டும் கம்மின்ஸ், 'சில முக்கியமான தரவுகளை அவர்கள் வெளியிடாமல் இருப்பது' குறித்தும் குறிப்பிட்டிருக்கிறார்.

இப்படியான 'வெளியே பெயர் சொல்ல முடியாத' நபர்கள், விஷயங்கள் பற்றி இந்தப் புத்தகத்திலும் பல இடங்களில் நாம் பார்க்கத்தான் போகிறோம். கலைப் பொருள் சந்தையைப் பீடித்திருக்கும் தீரா நோய் இது. முறையான விசாரணைகளில் இருந்து தப்பிக்க எளிய வழி சில முக்கிய தரவுகளை ரகசியம் என்ற பெயரில் வெளியிடாமல் மறைப்பதுதான். பொதுவெளியில் சொல்லப்படுவதெல்லாம் ஒன்றே : 'நாங்கள் நேர்மையாக விசாரித்து, நியாயமாக நடந்துகொண்டிருக்கிறோம். கவலை வேண்டாம். ஆனால், நாங்கள் இது தொடர்பாகக் கூடுதல் தகவல்கள் எதுவும் சொல்ல முடியாது. பெயர்களோ, பிற தரவுகளோ தர முடியாது. நீங்கள் எங்களை நம்பித்தான் ஆகவேண்டும்'.

ஆனால், கம்மின்ஸ் எழுதிய சாதுவான நல்ல நோக்கம் கொண்ட இந்தக் கட்டுரைக்கு அதைவிட நல் நோக்கு கொண்ட பின்னூட்டம் வந்தது. அந்தப் பின்னூட்டத்தை எழுதியவர் சுபாஷ் கபூரின் கடத்தல் சாம்ராஜ்ஜியத்தை தரைமட்டமாக்க வழிவகுத்தார். ஏப் 2009 அன்று கிரேஸ் பரமஸ்ப்ரி என்பவர் அந்தப் பின்னூட்டத்தை எழுதியிருந்தார்.

'அந்தச் சிவபெருமானின் சிலை திரு.சுபாஷ் கபூரிடமிருந்து வந்ததா? அதன் முந்தைய உரிமையாளர்கள் பற்றிய விவரங்களில் பிரிட்டனில் இருந்ததற்கான சான்றுகள் ஏதேனும் உண்டா?'

கம்மின்ஸ் அதற்கு பதிலளிக்கையில், '1960லிருந்து அந்தச் சிலை யார் யாரிடம் இருந்தது என்பது தொடர்பான ஆதரங்கள் எங்களிடம் இருக்கின்றன. அப்போது அது பிரிட்டனில் இருந்திருக்கவில்லை. சுபாஷ் கபூர் வழியாக வந்திருக்கவும் இல்லை'.

ஆனால், அது உண்மையான பதில் இல்லை. அல்லது அந்த பதில் போதுமானதல்ல.

கம்மின்ஸ் இரண்டு வருடங்களுக்கு முன் எழுதிய செய்திக் கட்டுரைக்கும் பரமஸ்ப்ரி இதேபோல் சில கேள்விகள் எழுப்பினார்.

யார் இந்த கிரேஸ் பரமஸ்ப்ரி? அவரது பின்னூட்டத்தின் நோக்கம் என்ன?

அந்தக் கட்டுரைகள் என்னதான் அலங்கார மொழியில் நீதி, நேர்மை பற்றிப் பேசியிருந்தாலும் ப்ரூக்ளின் அருங்காட்சியகம் இந்தக் கேள்விகளுக்கு ஏன் சரியான பதிலைச் சொல்லவில்லை? 1960-லிருந்து அந்தச் சிலை தொடர்பாக இருக்கும் அனைத்து பில்கள், ஆவணங்களை வெளியிட ஏன் தயங்குகிறார்கள்? இன்று வரையிலும் அவர்கள் அதைச் செய்யவில்லை. அது தொடர்பான கேள்விகளுக்கு எந்தப் பதிலும் தரவும் இல்லை.

சரி... யார் இந்த கிரேஸ் பரமஸ்ப்ரி? அவரைப் பற்றித் தெரிந்துகொள்ள நாம் சிங்கப்பூருக்குச் செல்லவேண்டும்.

சிங்கப்பூரின் சர்வதேசத்தரத்தின் அடிப்படையில் சொல்வதென்றால் அந்த டாங்லின் ஷாப்பிங் செண்டர் கொஞ்சம் சிதிலமடைந்த ஒன்றுதான். டாங்லின் சாலையில் செல்வச் செழிப்பான வளாகங்கள் நிறைந்த ஆர்ச்சட் ரோடுக்கு சற்று

தொலைவில் இருந்த ஏராளமான 'ஆர்ட் கேலரி'களில் ஒன்று. நவீன புத்தரின் பல வண்ணச் சிலைகளில் தொடங்கி கெமர் புரட்சியாளனின் அஸ்திக் கலசங்கள் வரை இன்னதென்று சொல்ல முடியாத கலைப் பொருட்கள் விற்கப்படும் கடை. யாருக்கேனும் மலிவு விலைப் பரிசைக் கொடுக்க விரும்பி வரும் ஏதாவது 'அயல் நாட்டு' பயணி அல்லாமல் வேறு வாடிக்கையாளரும் வராமல் ஈயோட்டிக் கொண்டிருக்கும் கடை. ஆனால், ஆர்ட் கேலரிகள் பொதுவாகத் தமது கலைப் பொக்கிஷங்களில் சிலவற்றை மட்டுமே அலமாரிகளில் விற்பனைக்கு வைத்திருப்பார்கள். முக்கியமான, அரிய கலைப் பொக்கிஷங்களை வேறு இடங்களில் ரகசியமாக வைத்திருப்பார்கள். மேட்டுக்குடி கலை ரசிகர்களின் தனிப் பார்வைக்கு மட்டுமே அவற்றைக் காட்டுவார்கள்.

டாங்லின் ஷாப்பிங் மாலில் இருக்கும் அப்படியான ஒரு கடைதான் 'ஜாஸ்மின் ஆசியன் ஆர்ட்ஸ்' கடை. அதன் உரிமையாளர்தான் கிரேஸ் பரமஸ்ப்ரி பொன்னுச்சாமி. பரமஸ்ப்ரி ஐலண்டு சிட்டி ஸ்டேட்டில் பிறந்து வளர்ந்த பெண்மணி. தந்தை தமிழர்... தாய் சீனர். சுபாஷ் கபூரின் கலைப் பொருட்களை விற்பவர். 1977-ல் சுபாஷ் கபூரைச் சந்தித்த பிறகு அவரைக் காதலிக்கவும் ஆரம்பித்தவர்.

1976-ல் இந்தியாவில் நீரு என்பவரை சுபாஷ் கபூர் குடும்ப சகிதமாக அமெரிக்காவுக்குப் புறப்படுவதற்கு முன்பாகத் திருமணம் செய்ததாக முன்பு சொன்னது நினைவிருக்கும். அவர்களுக்கு மம்தா கபூர் என்று ஒரு மகள் உண்டு. ஆனால் 1986-ல் அவர்கள் விவாகரத்து செய்துகொண்டனர். அதிலிருந்து தனியாகத்தான் வசித்து வருகிறார்கள். கிரேஸ்-சுபாஷ் காதல் தொடர்பாக மிகக் குறைவான தகவல்களே கிடைத்திருக்கின்றன. ஆனால், அவர்கள் இருவரும் ஜோடியாக ஏராளமான 'வர்த்தக மேம்பாட்டு' பயணங்களைத் தென்கிழக்கு ஆசியா முழுவதும் மேற்கொண்டு பல வணிக டீலர்கள், சப்ளையர்களைச் சந்தித்து வந்திருக்கிறார்கள்.

உண்மையில் கபூர்-கிரேஸ் ஜோடி மிகவும் நெருக்கமாக இருந்திருக்கிறார்கள். கபூர் தனது கலைப் பொருட்கள் தொடர்பான போலி ஆவணங்களுக்கு கிரேஸைப் பயன்படுத்திக் கொண்டான். அருங்காட்சியகங்களுக்கு அவன் விற்ற பல கலைப் பொருட்களுக்கு போலி உடமையாளராக கிரேஸ்தான் கையெழுத்துப் போட்டிருக்கிறாள்.

சுமார் பத்து ஆண்டுகளுக்குப் பிறகு அதாவது 2008 வாக்கில் கபூருக்கும் கிரேஸுக்கும் இடையிலான காதல் முடிவுக்கு வந்தது.

கபூர் அமெரிக்காவில் சலினா முகம்மது எனும் பெண்ணுடன் பழக ஆரம்பித்திருந்தான். ஆனால், இதுதான் கிரேஸுடனான உறவு முறியக் காரணமா என்று தெரியவில்லை. ஆனால், கபூரின் கடத்தல் வேலைகளில் சலீனாவுக்கும் பங்கு உண்டு என்பது மட்டும் தெரியும். கிரேஸுடனான உறவு சுமுகமான முறையில் முறிந்திருக்கவில்லை. 2010-ல் சிங்கப்பூர் நீதிமன்றத்தில் வழக்கு நடந்துதான் வர்த்தகக் கணக்குகள் சரி செய்யப்பட்டன. கபூர் தனது சாமர்த்தியத்தின் மூலமும் டீலர்களிடம் இருந்த நல்லுறவின் மூலமும் அந்த வழக்கில் தனக்கு சாதகமான தீர்ப்பைப் பெற்றிருந்தான்.

2010 ஸ்ட்ரெய்ட்ஸ் டைம்ஸ் வெளியிட்ட செய்தியில் கீழ்க் கண்டவாறு குறிப்பிடப்பட்டிருந்தது:

> சிங்கப்பூரைச் சேர்ந்த கலைப் பொருள் வணிகப் பெண்மணி ஒருவர் அமெரிக்க கலைப் பொருள் வணிகர் ஒருவருடன் நெருங்கிய உறவில் இருந்தார். அவர்களுடைய உறவு இரண்டு வருடங்களுக்கு முன் முறிந்த பிறகும் அந்தப் பெண்மணி பல கோடி டாலர் மதிப்பிலான கலைப் பொருட்களைத் தன்வசம் வைத்திருந்திருக்கிறார். அவை தன்னுடையவை என்று அவற்றைத் திரும்பப் பெற, திரு சுபாஷ் கபூர் (வயது 61) சிங்கப்பூர் உயர்நீதிமன்றத்தில் வழக்குத் தொடுத்தார். அந்த வழக்கில் அவருக்குச் சாதகமாகத் தீர்ப்பு வழங்கப்பட்டது. கிரேஸ் பரமஸ்ப்ரியின் வழக்கறிஞர் சொன்னதுபோல், 'இந்த வழக்கு நீதிமன்றத்துக்கு வந்திருக்கவே கூடாது. இது இரண்டு காதலர்களிடையேயான உறவு முறிவு சம்பந்தப்பட்டது' என்பதை நீதிபதி ஸ்டீவன் சாங் அங்கீகரித்திருக்கிறார்.
>
> அந்த நீதிபதி மேலும் தெரிவிக்கையில், அந்த பிரச்னைக்குரிய 19 கலைப் பொருட்களும் தமக்குத் தான் சொந்தம் என்று இருவராலுமே முறையான ஆவணங்களைச் சமர்ப்பிக்க முடிய வில்லை. திரு. கபூர் (61) பேங்காக்கிலிருந்து மூன்று கலைப் பொருள் டீலர்களை வரவைத்து அந்தக் கலைப் பொருட்களில் சில அவர்களால் கபூருக்கு விற்கப்பட்டவை என்பதை உறுதிப்படுத்தியிருக்கிறார். திருமதி பரமஸ்ப்ரி (54) அவருக்கு அளிக்கப்பட்ட மூன்று நாள் அவகாசத்தில் எந்தவொரு கலைப் பொருள் டீலர் மூலமும் எதையும் உறுதிப்படுத்த முடிந்திருக்க வில்லை. எனவே, டாங்லின் சாலையில் இருக்கும் ஜாஸ்மின் ஆசியன் ஆர்ட்ஸ் உரிமையாளரான திருமதி பரமஸ்ப்ரி, வழக்கு தொடர்பான செலவினங்களையும் சேர்த்து திரு கபூருக்குத் தரவேண்டும் என்று இந்த நீதிமன்றம் உத்தரவிடுகிறது.[4]

இந்தத் தீர்ப்பில் இருக்கும் முக்கியமான இன்னொரு விஷயம் என்னவென்றால், 'அந்த பிரச்னைக்குரிய 19 கலைப் பொருட்களும் தமக்குத் தான் சொந்தம் என்று இருவராலுமே முறையான ஆவணங்களைச் சமர்ப்பிக்க முடியவில்லை' என்பதுதான்.

சிங்கப்பூர் செய்தித் தாள்களில் இந்தச் செய்திக்குப் பெரிய முக்கியத்துவம் தரப்படவில்லை. ஆனால், சுபாஷ் கபூரின் 'ஆர்ட் ஆஃப் தி பாஸ்ட்' நிறுவனத்துடன் கலைப் பொருள் வணிகம் மேற்கொண்ட ஆசியன் சிவிலைசேஷன் மியூஸியம் (ஏ.சி.எம்.) இந்த வழக்கை நிச்சயம் கூர்ந்து கவனித்திருக்கும்.

கிரேஸுக்கு இது மிகப் பெரிய இடி. வழக்கு தோற்றுவிட்டது. பணம், கலைப் பொருட்கள் எல்லாம் கைவிட்டுப் போயின. அதோடு பொதுவெளியில் அவர் அவமானப்படுத்தவும் பட்டிருக்கிறார். பழிவாங்குவதற்கான தருணத்தை எதிர்பார்த்துக் காத்திருந்தார். அதனால்தான் ப்ரூக்ளின் அருங்காட்சியக வலைத் தளத்தில் அப்படியான ஒரு பின்னூட்டத்தை வெளியிட்டார். அது அமெரிக்க அதிகாரி இண்டியின் கண்ணில் பட்டது. கிரேஸ் பின்னாளில் இந்திய சட்ட அமலாக்கத்துறை அதிகாரிகளைச் சந்தித்து சுபாஷ் கபூருக்கு தண்டனை வாங்கித் தந்து தன் பழிவாங்கலை இனிதே முடித்தார்.

சுபாஷ் கபூரின் வார்த்தையில் இந்தக் கதையின் விடுபட்ட கண்ணிகளை இணைத்துப் பார்ப்போம்.

> *நானும் என் மனைவியும் 1986-87 வாக்கில் அமெரிக்காவில் விவாகரத்து பெற்றோம். அதன் பிறகு இருவரும் தனியாகவே வசித்து வருகிறோம். 32 வயதான எங்கள் மகள் மம்தா கபூர் தற்போது அவருடைய கணவருடன் நியூயார்க்கில் வசித்து வருகிறார்.*
>
> *சஞ்சீவி அசோகனிடமிருந்து எனக்குக் கிடைத்த சந்திரசேகரர் (சிவபெருமான்) வெண்கலச் சிலையானது ஒரு பழம்பொருள் சேகரிப்பாளருக்கு விற்கப்பட்டது. அது தற்போது ப்ரூக்ளின் அருங்காட்சியகத்தில் இருக்கிறது என்று நினைக்கிறேன்.*
>
> *சஞ்சீவி அசோகனிடமிருந்து நான் பெற்றுக்கொண்ட அனைத்து திருட்டுச் சிலைகளுக்கும் போலியான ஆவணங்களை எனது*

> நீண்ட காலத் தோழி சலீனா முகம்மது, என் பணியாளர்கள் ஆரோன் ஃப்ரீட்மேன், ஜெனிஃபர் மூர் ஆகியோரின் உதவியுடன் உருவாக்கினேன்.

இந்த வாக்குமூலத்தில் சலீனா முகம்மதுவுடனான உறவு பத்து வருடங்களுக்கு மேல் இருப்பதாகவும் 'எனது அலுவலகம் மற்றும் வீட்டுக்கு சலீனா எப்போது வேண்டுமானாலும் வந்துபோக முடியும்' என்றும் தெரிவித்திருந்தான்.

8

பீடத்து வாசகமும் பூடகமான துப்புத் தகவலும்

அமெரிக்க அதிகாரி இண்டி தேவையான தரவுகளைத் தேட முயற்சி செய்துகொண்டிருந்தவேளையில் சுபாஷ் தனது ஆடம்பர அமெரிக்க மாளிகையில் உல்லாச வாழ்க்கை வாழ்ந்து வந்தான். இந்திய அதிகாரிகளும் அந்தப் பெரிய திமிங்கிலத்தை பிடிக்க வாகான வழியைத் தேடிக் கொண்டிருந்தனர். ஸ்ரீபுரந்தன், சுத்தமல்லி கோவில் திருட்டுகளில் ஈடுபட்ட சஞ்சீவி அசோகனுக்கும் சுபாஷுக்கும் இடையில் இருக்கும் தொடர்பை வலுவாக நிரூபிக்கும் ஆதாரம்தான் அவர்களுக்குத் தேவையாக இருந்தது. அப்படியான ஒரு துப்பு எங்களுக்குத் தானாகக் கிடைத்தது!

2010-ல் எனக்கு ஒரு தகவல் பெயரற்ற ஒருவரிடமிருந்து கிடைத்தது. அந்தத் தகவல் கிடைத்ததைத் தொடர்ந்து நான் சுபாஷ் கபூர் வழக்கில் நுழைந்தேன். அன்றிலிருந்து இன்றுவரை அந்த வழக்கை நான் கூர்ந்து கவனித்து வருகிறேன்.

இந்தியாவில் சமூக வலைதளங்கள் அப்போதுதான் சூடுபிடிக்கத் தொடங்கியிருந்தன. எனது வலைதளமான poetryinstone.in தொடங்கி இரண்டு வருடங்கள்தான் ஆகியிருந்தன. எனது வலைதளத்தின் மூலம் இந்தியக் கலைப் பொக்கிஷங்கள் தொடர்பாக ஆர்வமும் அக்கறையும் கொண்ட குழுவை உருவாக்க

முயற்சி செய்து வந்தேன். நாங்கள் சமூக வலைக் குழுக்களை உருவாக்கினோம். சிவன் வாரம், விஷ்ணு வாரம் எனத் தொடங்கித் தகவல்களைப் பரிமாறிக்கொண்டோம்.

கலைப் பொக்கிஷங்களை ஆவணப்படுத்தும் நோக்கில் பல பயணங்களும் மேற்கொண்டோம். ஓரிரு வாரங்கள் நீளும் அந்தப் பயணங்களில் பல அரிய கோவில்கள், நினைவுச்சின்னங்கள் போன்ற இந்திய கலைப் பெருமை மிகுந்த இடங்களுக்குச் சென்று புகைப்படங்கள் எடுத்து அவற்றைப் பதிவு செய்தோம்.

எங்கள் வலைதளங்களில் அந்தப் புகைப்படங்களை எந்தவிதக் கட்டுப்பாடும், கட்டணமும் இன்றி அனைவரும் பயன்படுத்தும் வகையில் இலவசமாக வெளியிட்டோம். காப்புரிமை கோரல்கள் இருக்காது... பின்னணியில் நீர் நிழல் போன்ற முத்திரைகள் (வாட்டர் மார்க் இடையூறுகள்) இருக்காது. இது தொடர்பான எங்கள் பார்வை என்னவென்றால், இந்த அரிய, அற்புதமான கலை பொருட்களை அர்ப்பணிப்பு உணர்வுடன் செய்தவர்கள் தங்களுடைய பெயரை அதில் பொறித்திருக்கவில்லை. அப்படி இருக்க அவற்றை வெறுமனே ஒற்றை 'கிளிக்' செய்து புகைப்படம் எடுக்கும் நாங்கள் மட்டும் உரிமை கோருவது எந்தவகையில் நியாயம்?

இந்தியாவில் அல்லது ஏல அரங்குகளில் அல்லது அருங் காட்சியகங்களில் இருக்கும் அனைத்து இந்திய கலைப் பொக்கிஷங் களுக்கான மிகப் பெரிய இணையக் கருவூலத்தை உருவாக்குவது தான் எங்கள் நோக்கம். சமூக வலைதளங்கள் அதிக நபர்களை எளிதில் சென்று சேர வழிஅமைத்துக்கொடுத்தன. சர்வதேச ஆய்வறிஞர்கள், ஆய்வு மாணவர்கள், ஆர்வமுள்ள கலைப் பயணிகள் எனப் பலரும் ஆர்வத்துடன் தங்கள் வசமிருந்த புகைப் படங்களை அனுப்பிச் சிற்பங்கள், சிலைகளைப் பற்றி நிறைய விஷயங்கள் தெரிந்துகொள்ளவும் உதவினார்கள்.

இந்திய கலைப் பொக்கிஷங்கள் தொடர்பாகத் தங்களிடம் இருக்கும் புகைப்படங்களை எல்லாம் அனுப்பிவைக்கும்படிக் கேட்டுக்கொண்டோம். ஏராளமான புகைப்படங்கள் வந்து குவிந்தன. புராதனக் கோவில், அருங்காட்சியகம், ஆர்ட் கேலரி, ஏல அரங்கு என எந்த இடமானாலும் அரிய கலைப் பொருளுடன் அந்த நபரும் இருக்கும் புகைப்படம் ஒன்று; அவர் இல்லாமல் கலைப் பொக்கிஷம் மட்டும் இருக்கும்படியான புகைப்படம் ஒன்று என அனுப்பும்படிக் கேட்டுக்கொண்டிருந்தோம்.

இந்தியாவின் தகவல் தொழில் நுட்பப் புரட்சி இந்திய இளைஞர்களை உலகம் முழுவதற்கும் அனுப்பிவைத்திருந்தது. அவர்களுடைய உதவியுடன் இந்தியாவுக்கு வெளியே எங்கெல்லாம் இந்திய கலைப் பொக்கிஷங்கள் இருந்தனவோ அவற்றின் புகைப்படத் தொகுப்பை எங்களால் எளிதில் உருவாக்க முடிந்தது.

இதனிடையே நாங்களும் இந்தியக் கலைகள் தொடர்பான அனைத்துப் புத்தகங்களையும் வாங்கி, கடன் பெற்று, நகலெடுத்து, விவாதித்து எங்கள் அறிவை அந்தத் துறை சார்ந்து மேம்படுத்திக் கொண்டோம்.

நண்பர்களும் அவர்களுடைய குடும்பத்தினரும் புகைப்படங்கள், புத்தகங்களை ஒரு பக்கம் விடாமல் ஸ்கேன் செய்து ஆவணப்படுத்த உதவினார்கள். அதன் மூலம் இந்தியக் கலைகள் சார்ந்த பிரமாண்ட மான இணையக் கருவூலத்தை எங்களால் உருவாக்க முடிந்தது.

கற் சிலைகள், குடவரைக் கோவில்கள், ஓவியங்கள், உலோகச் சிலைகள் எனப் பல்வேறு கிளைத்துறைகள் சார்ந்து ஆவணப் படுத்தினோம். எனக்கு தனிப்பட்ட முறையில் சோழர் கால வெண்கலச் சிலைகள் மீது மிகுந்த ஈர்ப்பு இருந்தது. அவை தொடர்பாக நம்பகமான ஆவணப் பதிவுகள் மிகக் குறைவாகவே இருந்தன. அதுபற்றிய ஆய்வறிஞர்களும் மிகக் குறைவாகவே இருந்தனர். நான் சோழர் கால வெண்கலச் சிலை சார்ந்த ஆய்வுகளில் நிபுணராக விரும்பினேன்.

ஆவணப்பணிகள் தொடர்பாகப் புராதனக் கோவில்களுக்குச் செல்லும்போது, உற்சவ மூர்த்திகளை விரிவாக ஆராய்வது வழக்கம். அவற்றின் வடிவமைப்பு பாணி, கலை நயம், நுட்பமான வேலைப் பாடுகள், சிலை பற்றிய வரலாறு இவற்றையெல்லாம் விரிவாக ஆராய்வோம். அதோடு அந்த உலோகச் சிலை அல்லது கற்சிலைகளில் கரிமம் இருக்காதென்பதால் கார்பன் டேட்டிங் மூலம் எத்தனை காலப் பழமையானது என்பதைக் கண்டுபிடிக்க முடியாது. எனவே, பிற தரவுகளை வைத்துக் காலத்தைக் கணிக்க முற்படுவோம். கார்பன் டேட்டிங் சாத்தியமில்லை என்பதால், சிலைகள் - சிற்பங்களின் காலம் குறித்த நிபுணர்களின் கருத்துகள் ஒருவருக்கொருவர் மாறுபட்டதாகவே இருக்கும்.

நாங்கள் இந்த ஆவண-ஆய்வுப் பயணங்களை மேற்கொண்டபோது எங்கள் அனைவருக்கும் ஏற்பட்ட பொதுவான ஒரு உணர்வு என்னவென்றால், எங்களைப் பார்த்த அனைவருமே எங்களை

மிகவும் சந்தேகித்தனர். கலைப் பொக்கிஷ ஆய்வாளர்கள் எங்களிடம் முகம் கொடுத்துப் பேச விரும்பியிருக்கவில்லை. சிலைகளையும் சிற்பங்களையும் புகைப்படம் எடுத்தால் கோவில் பணியாளர்கள் எங்களை உடனே கழுத்தைப் பிடித்து வெளியே தள்ளினார்கள். எல்லாத் தளங்களிலும் ஏதோ ஒரு தவறு இருந்தது.

ஆனால், எங்கள் குழுவின் பலம் எங்கள் எண்ணிக்கையிலும் ஆர்வத்திலும் இருந்தது. 2010 வாக்கில் எனக்கு வந்த ஒரு மின்னஞ்சல் இதை வலுவான உறுதிப்படுத்தியது. அமெரிக்காவில், சுபாஷ் கபூரின் ஆர்ட் ஆஃப் பாஸ்ட் அமைப்பு, பீடத்தில் வாசகங்கள் பொறிக்கப்பட்ட நடராஜர் -சிவகாமி அம்மை தம்பதி சிலையை மன்ஹட்டனில் விற்கவிருப்பதாக அந்த மின்னஞ்சல் தெரிவித்தது. முன்பே சொன்னதுபோல் சோழர் காலச் சிலைகளில் வாசகங்கள் பொறிக்கப்படுவது மிகவும் அபூர்வமே. அப்படி இருக்க வேறு எங்குமே ஆவணப்படுத்தப்படாத, வாசகம் பொறித்த சோழர் காலச் சிலை... அதுவும் ஜோடியாக என்பது அந்தச் சிலையை ஒப்புமை இல்லாத அதிசயக் கலைப் பொருளாக ஆக்கியிருந்தது.

அதுதொடர்பாக அனுப்பப்பட்டிருந்த புகைப்படங்கள் அந்தச் சிலைகள் அற்புதமான வடிவில் இருப்பதை உணர்த்தின. அந்தச் சிலைகளின் அபார கலை நயமும் துல்லியமும் எங்களை வியப்பில் ஆழ்த்தியன. அதே நேரம் எங்களுக்குள் சந்தேகத்தையும் கிளப்பியது. அவற்றின் பளபளப்பைப் பார்த்தால் அப்போதுதான் சிலை செய்து, பாலிஷ் போட்டுக் கொண்டுவந்ததுபோல் இருந்தது. எண்ணெய்த் திட்டுகள் கூட சிலைமீது இருந்ததைப் பார்க்க முடிந்தது. அதாவது அந்தச் சிலைகள் மிக சமீபத்தில்தான் இந்தியக் கோவிலில் இருந்து எடுத்துச் செல்லப்பட்டிருக்கவேண்டும் என்ற சந்தேகத்தை ஏற்படுத்தியது. அப்படியானால் அது தடை செய்யப் பட்ட சட்ட விரோதமான சிலையே. சிலையின் பீடத்தில் எழுதியிருக்கும் வாசகத்தைப் பெரிதுபடுத்திப் பார்த்தோம். தூய தமிழில் 'சுத்தமல்லி' என்று எழுதப்பட்டிருந்தது!

எங்கள் இணையத் தளப் பக்கத்துக்குள் நுழைந்தோம். தமிழகத்தில் அந்தப் பெயரில் எந்தக் கோவிலும் எங்கள் தகவல் திரட்டில் இல்லை. தமிழகக் கோவில்கள் பற்றிய கெஜட்டியர், இந்திய கல்வெட்டுகள், தென் இந்திய கல்வெட்டுகள் என ஏராளமான பி.டி.எஃப். கோப்புகளில் நாட்கணக்காகத் தேடினோம். சுத்தமல்லி என்ற பெயரே எதிலும் இருந்திருக்கவில்லை. 2008-ல் அந்தக் கோவில்களின் சிலைகள் திருடப்பட்ட விஷயம் தெரியவந்த போதும் சுத்தமல்லியோ ஸ்ரீபுரந்தனோ ஊடகக் கவனத்துக்கு

வந்திருக்கவே இல்லை. இத்தனைக்கும் மிகவும் துணிச்சலாக, திறமையாக மேற்கொள்ளப்பட்ட திருட்டுகள் அவை.

ஆனால், எங்கள் தேடலில் சுத்தமல்லி பற்றி எதுவுமே அப்போது தெரிந்திருக்கவில்லை. அப்படியானால், மீண்டும் முட்டுச் சந்தில் சென்று முட்டிவிட்டோமா? அப்படிப் போயிருந்தால் அது மிகப் பெரிய இழப்பாக, சோகமாக இருந்திருக்கும்.

தமிழில் ஒரு பழமொழி உண்டே, பல நாள் திருடன் ஒரு நாள் அகப்படுவான் என்று. இந்தத் திருடர்கள் என்னதான் சாமர்த்திய சாலிகள் என்றாலும் அவர்கள் கொள்ளையடிக்கும் சிலைகள் பற்றிய ஆவணம் எங்கேனும் இருக்கும் என்பது அவர்களுக்குத் தெரிந்திருக்கவில்லை. கலைப் பொருள் ஆய்வுலகத்திலும் பலருக்கு அப்படி ஒரு ஆவணக் காப்பகம் இருப்பது (நல்ல வேளையாக) அதுவரை தெரியாது. முன்னாள் ஃப்ரெஞ்சு காலனியும் தற்போது யூனியன் பிரதேசமாகவும் இருக்கும் புதுச்சேரியில் கடற்கரையோரமாக அமைதியான அழகான சூழலில் அமைந்திருக்கும் சிறிய ஆய்வு மையம் ஒன்றில் இந்தத் தரவுகள் மைக்ரோ ஃபிலிம்களாக, பழைய புத்தகங்களாக, ஒற்றை மழைத் துளிக்காக பூமியின் அடியில் உறங்கிக் கொண்டிருக்கும் விதை போல மறைந்து கிடந்தன.

'இன்ஸ்டிடுட் ஃப்ரான்கைஸ் தெ பாண்டிச்சேரி' (ஐ.எஃப்.பி) தமிழகக் கோவில்கள் பற்றிய தரவுகளை 1955லிருந்து பதிவு செய்து வந்திருக்கிறது. நல்லிதயம் படைத்த முனைவர் முருகேசன் என்ற ஆராய்ச்சி அறிஞர் பொறுப்பாளராக இருந்தார்.

ஐ.எஃப்.பி. ஆவணக் காப்பகக் குழு ஸ்ரீபுரந்தன் கோவிலுக்கு 1994 நவம்பர் 23 அன்று சென்று வந்திருக்கிறது. சுத்தமல்லிக்கு ஜூன் 24, 1961-ல் சென்று வந்திருந்தது. கடத்தப்பட்ட சிலைகள் அந்தக் கோவில்களில் இருந்த நேரம் அது. எனவே அவற்றின் புகைப் படங்களை அந்த ஆய்வுக்குழு எடுத்திருக்கிறது. அவர்களுடைய ஆவணக் காப்பகப் பதிவுகள் அப்போது வலை தளத்தில் ஏற்றப்பட்டிருக்கவில்லை. நூலகத்தில் புத்தகங்களாக மைக்ரோ ஃபிலிம்களாக உறங்கிக் கொண்டிருந்தன.

அங்குதான் ஸ்ரீபுரந்தன், சுத்தமல்லி கோவில் சிலைகளின் அரிய புகைப்படங்களை நாங்கள் பார்த்தோம் (உண்மையில் அதன் பெயர் சுத்தவல்லி. ஒரு எழுத்து மாறியிருந்தது எங்கள் தேடலை மேலும் சிரமமாக்கியது). அந்தக் கோவில்தான் திருடர்களால் சமீபத்தில் முழுவதுமாகக் கொள்ளையடிக்கப்பட்டது தெரியவந்தது.

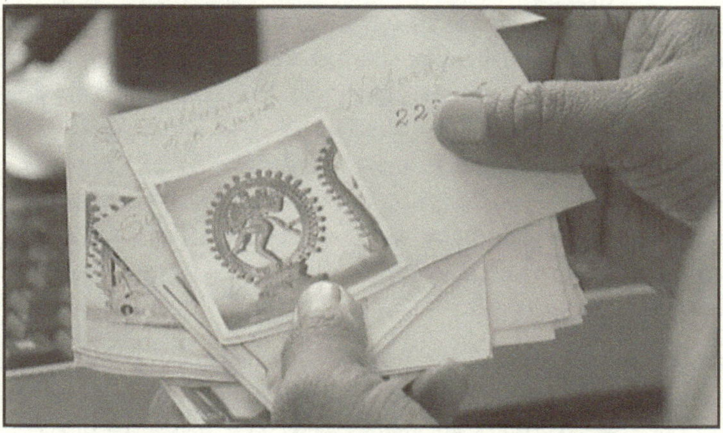

சுத்தமல்லி நடராஜரின் ஐ.எஃப்.பி. புகைப்படம்

சுத்தமல்லி திருட்டுக்கும் சுபாஷுக்கும் இடையிலான தொடர்பை உறுதிப்படுத்தும் வேறொரு தகவலும் கிடைத்தது. மார்ச் 2010-ல் வெளியான 'ஆர்ட்ஸ் ஆஃப் இந்தியா' பத்திரிகையில் நியூயார்க்கில் ஆசிய வாரக் கொண்டாட்டத்தின்போது சுபாஷ் கபூர் நடராஜர்-சிவகாமி அம்மை சிலைகளுக்கு அருகில் நின்று கொண்டிருக்கும் புகைப்படம் வெளியாயிருந்தது. 'தமிழகத்தின் 12-13-ம் நூற்றாண்டைச் சேர்ந்த சோழர் கால சிவ நடராஜர் - உமா பரமேஸ்வரி சிலைகளின் பெருமை மிகு உரிமையாளர் சுபாஷ் கபூர்' என்று புகைப்படத்தின் கீழேகுறிப்பிடப்பட்டிருந்தது. இந்த 'இறை தம்பதிகள் ஜோடியாக இருப்பதும் அவர்களின் நெருப்பு பிரபைகளும் தாமரைப் பீடங்களும் சிதையாமல் இருப்பதும் மிகவும் அதிசயிக்கத் தக்கது' என்று அவர் சொன்னதும் அந்தப் பத்திரிகையில் குறிப்பிடப்பட்டிருந்தது.[1]

அவை சுத்தமல்லி வெண்கலச் சிலைகளேதான். அடையாளம் உறுதிப்படுத்தப்பட்டது. இனி சுத்தமல்லி திருட்டுடன் சுபாஷ் கபூரை வலுவான ஆதாரங்களுடன் இணைப்பது ஒன்றுதான் வேண்டும்.

நான் உடனே எனக்கு மின்னஞ்சலில் கிடைத்த புகைப்படம், சுபாஷ் அந்தச் சிலைகளுடன் இருக்கும் புகைப்படம் ஆகியவற்றைச் சிலைத்திருட்டுத் தடுப்புப் பிரிவுக்கு அனுப்பினேன். டி.எஸ்.பி. செல்வராஜ் உடனே தீவிரமாகச் செயல்படத் தொடங்கினார். 2010 நடுப்பகுதியில் எங்கள் இலக்கை நெருங்கத் தொடங்கியிருந்தோம்.

நமது இந்திய அதிகாரிகள் மிக முக்கிய வழக்குகளில்கூட எவ்வளவு அசட்டையாகச் செயல்படுவார்கள் என்பதற்கு இந்த வழக்கும் ஒரு நல்ல எடுத்துக்காட்டு. சிலைத்திருட்டுத் தடுப்புப் பிரிவினர் திருடப்பட்ட சிலைகளின் படமாக ஐ.எஃப்.பி.இல் கிடைத்த பி.டி.எஃப் ஃபைலை அப்படியே தமது வலை தளத்தில் ஏற்றிவிட்டார்கள். இது அவர்களுடைய தொழில்நுட்ப அறிவின் போதாமையை எடுத்துக் காட்டுகிறது. அதோடு அந்தப் படத்தின் அளவுகளை மாற்றி அமைத்துப் புகைப்படக் குறிப்பாக மிகத் தவறாக எழுதி வெளியிட்டிருந்தார்கள்.

வேறொரு இடத்தில் நடனமாடும் குழந்தை சம்பந்தரை நடனமாடும் கிருஷ்ணர் என்று குறிப்பிட்டிருக்கிறார்கள். மாணிக்க வாசகரை ஞானசம்பந்தர் என்று குறிப்பிட்டிருக்கிறார்கள். இது போன்ற முக்கிய விஷயங்களில்கூட நமது தரப்பில் இருந்து இப்படிப் பிழையான தகவல்கள் தரப்பட்டால் நாம் சொல்வதை நீதிமன்றங்கள் எப்படி அக்கறையுடன் எடுத்துக்கொள்ளும்?

சுபாஷ் கபூரின் வாக்கு மூலத்தின் வேறொரு பகுதியை இங்கு பார்ப்போம்:

> *அந்தப் புகைப்படங்களைப் பார்த்ததுமே நான் சுத்தமல்லி, ஸ்ரீபுரந்தன் கோவில்களில் இருக்கும் அனைத்து சிலைகளையும் வாங்கிக் கொள்வதாகத் தெரிவித்தேன். ஏனென்றால் அந்தச் சிலைகள் எல்லாம் 11-12-ம் நூற்றாண்டு சோழர் காலத்தைச் சேர்ந்த அரிய சிலைகள்.*
>
> *நாங்கள் பேசி வைத்ததுபோல் ஸ்ரீபுரந்தன் கோவிலின் எட்டு சிலைகளும் நான்கு பிரிவுகளாக நவம்பர் 2006க்கு முன்னதாக என் கைக்கு வந்துசேர்ந்தன. சஞ்சீவி அசோகனின் கூட்டாளியான பாக்கியகுமாரின் 'எவர் ஸ்டார் இண்டர்நேஷனல் சர்வீசஸ்' மூலம் நியூயார்க்கில் இருக்கும் என்னுடைய 'நிம்பஸ் இம்போர்ட் எக்ஸ்போர்ட்' நிறுவனத்துக்கு வந்து சேர்ந்தன.*
>
> *மார்ச் 2008 வாக்கில் சஞ்சீவி அசோகன் என்னைத் தொடர்பு கொண்டு சுத்தமல்லி கோவிலில் இருந்து 10 வெண்கலச் சிலைகள் திருடப்பட்டுவிட்டதையும் அவற்றை எப்படி அனுப்பிவைக்க என்றும் கேட்டான். ஏற்கெனவே பிப்ரவரி 2007-ல் நடந்ததுபோல் காவல்துறையினரும் சுங்கத்*

துறையினரும் கண்டுபிடித்துவிடக்கூடும் என்று பயந்து நான் நியூயார்க்குக்கு நேரடியாக அனுப்பவேண்டாம் என்று கேட்டுக் கொண்டேன். எனவே சென்னையில் இருந்து அந்தச் சிலைகளை ஹாங்காங்கில் இருந்த எனது கூட்டாளியான 'யூனியன் லிங் இண்டர்நேஷனல் மூவர்ஸ் லிமிடட்' நிறுவனத்துக்கு அனுப்பச் சொன்னேன். ஹாங்காக் கூட்டாளியிடம் அந்த பத்து சிலைகளை பிரிட்டனில் இருந்த கலைப் பொருள் சீரமைப்பாளர் நீல் பெர்ரி ஸ்மித்துக்கு அனுப்பச் சொன்னேன். நீல் பெர்ரி ஸ்மித் அந்தச் சிலைகளைச் சீரமைத்து எனக்கு நியூயார்க்குக்கு அனுப்பி வைத்தான்.

அந்தச் சிலைகளில் ஒன்றான நடராஜர் சிலையின் பீடத்தில் சில எழுத்துகள் பொறிக்கப்பட்டிருந்ததைப் பார்த்தேன். 'சுத்தவல்லி' என்று தமிழில் எழுதியிருப்பதாக சஞ்சீவி அசோகன் மூலம் தெரிந்துகொண்டேன். அந்தச் சிலை எடுக்கப்பட்ட கோவில் இருந்த ஊரின் பெயர் அது. அங்கிருந்துதான் 2008-ல் சஞ்சீவி அசோகனும் அவனுடைய கூட்டாளிகளும் 18 சோழர் கால வெண்கலச் சிலைகளைத் திருடியிருந்தார்கள். நான் அவற்றில் சிலவற்றை அருங்காட்சியகங்களுக்கும் கலைப் பொருள் சேகரிக்கும் தனி நபர்களுக்கும் விற்றிருக்கிறேன்.

9

ஜெர்மனியில் கைது

சஞ்சீவி அசோகன் ஏற்கெனவே சுபாஷ் கபூருக்காகத்தான் அனைத்துத் திருட்டுகளையும் செய்ததாக ஒப்புக்கொண்டிருந்தான். அதோடு இப்போது சுத்தமல்லி நடராஜர் - சிவகாமி அம்மை ஜோடி சிலை சுபாஷ் வசம் இருப்பதும் உறுதியாகிவிட்டது. இதைத் தொடர்ந்து சுபாஷ் மீதான வலை இறுகத் தொடங்கியது.

சஞ்சீவி அசோகன், சுபாஷ் கபூர், அவர்களுடைய கூட்டாளிகள் ஆகியோர்மீது காவல்துறை வழக்குப் பதிவு செய்தது. 'சுபாஷ் கபூர் குற்றச் சதித் திட்டத்தில் ஈடுபட்டு சுத்தமல்லி கிராமத்தில் இருக்கும் வரதராஜ பெருமாள் கோவிலில் இருந்த 18 பழங்கால உலோகச் சிலைகளைத் திருடிய குற்றத்தில் ஈடுபட்டிருக்கிறார் என்பது நிரூபிக்கப்பட்டுள்ளது. சிலைகளை மீட்பதற்காக ஜூலை 2011-ல் அவருக்குப் பிணையில்லா கைது ஆணை பிறப்பிக்கப்படுகிறது. இதே திருடர் கூட்டம்தான் அரியலூர் மாவட்டம் ஸ்ரீ புரந்தன் கிராமத்தில் இருக்கும் ஸ்ரீ பிரகதீஸ்வரர் கோவிலில் இருந்து எட்டு பழங்கால உலோகச் சிலைகளின் திருட்டிலும் சம்பந்தப் பட்டிருப்பதாகத் தெரியவந்துள்ளது' என்று தீர்ப்பில் கூறப்பட்டுள்ளது.[1]

அவர்கள் ஈடுபட்ட 'குற்றச் சதித்திட்டம்' (க்ரிமினல் கான்ஸ்பிரஸி) என்ன? திருட்டு, போலி ஆவணத் தயாரிப்பு, வீடு(கோவிலுக்குள்) இரவில் பூட்டை உடைத்து நுழைந்தது, ஏமாற்று, திருட்டுப்

பொருளைப் பெற்றுக்கொண்டது ஆகியவையே அந்தக் குற்றங்களின் பட்டியல்.

இதைத் தொடர்ந்து சுபாஷ் கபூர் மீது இண்டர்போல் மூலம் 'ரெட் கார்னர் நோட்டீஸ்' விடப்பட முயற்சிகள் மேற்கொள்ளப்பட்டன. அயல் நாட்டில் இருக்கும் நபர் குற்றச் செயலில் ஈடுபட்டிருந்தால் அவரைக் கைது செய்து சொந்த நாட்டு நீதிமன்றத்தில் ஆஜர்படுத்தி தண்டனை வழங்க இந்த ஆணை பிறக்கப்படவேண்டும்.

இந்த இடத்தில்தான் கைவிடப்பட்ட முன்னாள் காதலி கிரேஸ் பரமஸ்ப்ரி பொன்னுச்சாமி தன் பங்கை ஆற்ற முன்வந்தார். 2010வாக்கில் ஆஸ்திரேலியாவில் அகழ்வாராய்ச்சித் துறையில் படித்துக்கொண்டிருந்த அமெரிக்க முனைவர் பட்ட ஆய்வாளர் டேமியன் ஹஃபருடன் சுபாஷ் கபூருக்கு இணையத்தில் ஒரு வாக்குவாதம் நடைபெற்றது. ஹஃபர் தனது வலைப் பக்கத்தில் சிலைத்திருட்டுத் தொடர்பான விஷயத்தில் பல்வேறு வழக்குகள் சுபாஷ் கபூரின் மீது குற்றம் சாட்டுவதைப் பற்றி எழுதி வந்தார். ஆத்திரமடைந்த கபூர் 2010 வாக்கில் ஹஃபருக்கு ஒரு மின்னஞ்சல் அனுப்பியிருந்தார். அதில்,

> அன்புக்குரிய திரு டேமியன்... சிலர் எந்தவித உண்மையும் இன்றி என் மீது சுமத்தும் ஆதாரமற்ற குற்றச்சாட்டுகளை மட்டுமல்ல முழுக்க முழுக்கப் பொய்யான அவதூறுகளை எல்லாம் நீங்கள் உங்கள் வலைப் பக்கத்தில் பகிர்ந்து வருகிறீர்கள் என்று என் கவனத்துக்குக் கொண்டுவரப்பட்டிருக்கிறது. என்னை மிரட்ட விரும்பும் சிலரால் தவறாக வழிநடத்தப்பட்டு, அவர்களுடைய கைப்பாவையாக நீங்கள் ஆகிவிட்டிருப்பதாக நான் நினைக்கிறேன். ஒரு விஷயத்தை நீங்கள் மனதில் கொள்ளுங்கள், நீங்கள் மூன்றாம் உலக நாட்டில் வசிப்பவர் இல்லை. என் பெயருக்கும் என் நிறுவனத்துக்கும் நீங்கள் இழைக்கும் அவமானங்களுக்கு மிகக் கடுமையான பின் விளைவுகளை நீங்கள் சந்திக்க நேரும்.

ஹஃபர் உடனே தனது வலைப் பக்கத்தில் இருந்து அந்தப் பதிவுகளை நீக்கிவிட்டார். அதைத் தொடர்ந்து கபூர் தனது கோபத்தை கிரேஸ் பொன்னுச்சாமி பக்கம் திருப்பினார். 22, பிப், 2011 அன்று அவர் எழுதியது :

> சிங்கப்பூரில் வசிக்கும் இந்தப் பெண்மணி பலரை ஏமாற்றி இருக்கிறார். ஏமாற்றுப் பேர்வழிகள் பொதுவாகச் செய்வது போல் பல தடவை தன் பெயரை மாற்றிக்கொண்டிருக்கிறார்.

கடைசியாக எனக்குக் கிடைத்த தகவலின்படி அவர் இப்போது தன் நிறுவனத்தின் பெயரையும் மாற்றிக்கொண்டு புதிய கடை ஒன்றைத் திறந்திருப்பதாகத் தெரிகிறது.

இந்தியாவில் இருந்து நான் எந்தவொரு சட்டவிரோதத் திருட்டுப் பொருளையும் வாங்கியதில்லை என்று உறுதிபடக்கூறுகிறேன். நினைத்துப் பாருங்கள்... கடந்த நான்கு ஆண்டுகளில் நான் ஆஸ்திரேலியா உட்படப் பல நாடுகளுக்குப் பயணங்கள் மேற் கொண்டிருக்கிறேன். சர்வதேசக் காவல்துறைக்கு என்னைப் பற்றி ஏதேனும் சந்தேகமோ புகாரோ இருந்திருந்தால் என்னை இந்நேரம் கைது செய்திருக்கமாட்டார்களா என்ன?[2]

முன்னாள் தோழியுடனான சுபாஷ் கபூரின் சண்டை முடிவுக்கு வந்திருக்கவில்லை. கிரேஸ் பரமஸ்ப்ரி பழிவாங்க சரியான தருணத்துக்காக வன்மத்துடன் காத்திருந்தார். வெறுமனே மின்னஞ்சலில் மிரட்டுவதோடு நிற்கக்கூடியதல்ல அந்த வன்மம். தமிழக சிலைத்திருட்டு தடுப்புப் பிரிவு அதிகாரிகளை வந்து சந்தித்து அவர்களுக்கு முக்கியமான தரவுகளைக் கொடுத்தார். இந்திய அதிகாரிகள் அமெரிக்க குடியுரிமை பெற்ற சுபாஷ் கபூரை அமெரிக்காவில் வைத்துக் கைது செய்வதை விரும்பியிருக்க வில்லை என்று நம்பப் போதிய இடம் இருந்தது.

கிரேஸ் தமிழக காவல்துறையினருக்கு சுபாஷின் புகைப்படத்தை மட்டுமல்ல அவர் எங்கு, எப்போது இருப்பார் என்ற தகவலையும் தந்திருந்தார். ஜெர்மனியில் அக், 2011-ல் நடக்கவிருக்கும் கலைக் கண்காட்சிக்கு அவன் வருவான் என்ற தகவலையும் தந்திருந்தார். அங்கு சென்றால் அவனை வளைத்துப் பிடித்துவிட முடியும்.

'சுபாஷின் சமீபத்திய புகைப்படமும் அவன் இருக்கும் இடமும் கிடைத்ததைத் தொடர்ந்து அவனைக் கைது செய்வது மிகவும் எளிதாக இருந்தது' என்று புலனாய்வு அதிகாரி தெரிவித்தார். இந்த விஷயங்கள் எதுவும் தெரியாத சுபாஷ் கபூர் 30, அக், 2011 அன்று ஃப்ராங்ஃபர்ட் சர்வ தேச விமான நிலையத்தின் இமிக்ரேஷன் கவுண்டருக்கு சென்றார். முத்திரை குத்தி, புன்முறுவலுடன் அனுப்பப்படுவதற்குப் பதிலாக இண்டர்போல் காவல்துறை அவனைக் கைது செய்தது. ஐந்து நாட்களுக்கு முன்பாக சி.பி.ஐ., கபூரைக் கைது செய்ய சர்வதேச பிடி ஆணை பிறப்பிக்க வழி செய்திருந்தது. சர்வ தேச பிடி ஆணை பிறப்பிக்க வைத்து ஒருவரை இந்திய அரசு கைது செய்த மிக மிக அரிதான நிகழ்வுகளில் இதுவும் ஒன்று.

சுபாஷ் கபூர் எட்டு மாதங்கள் இண்டர்போல் வசம் இருந்தான். அதன் பிறகு இந்தியா கொண்டுவரப்பட்டான். இதனிடையில் டி.எஸ்.பி. செல்வராஜ் பணி ஓய்வு பெற்றிருந்தார்.

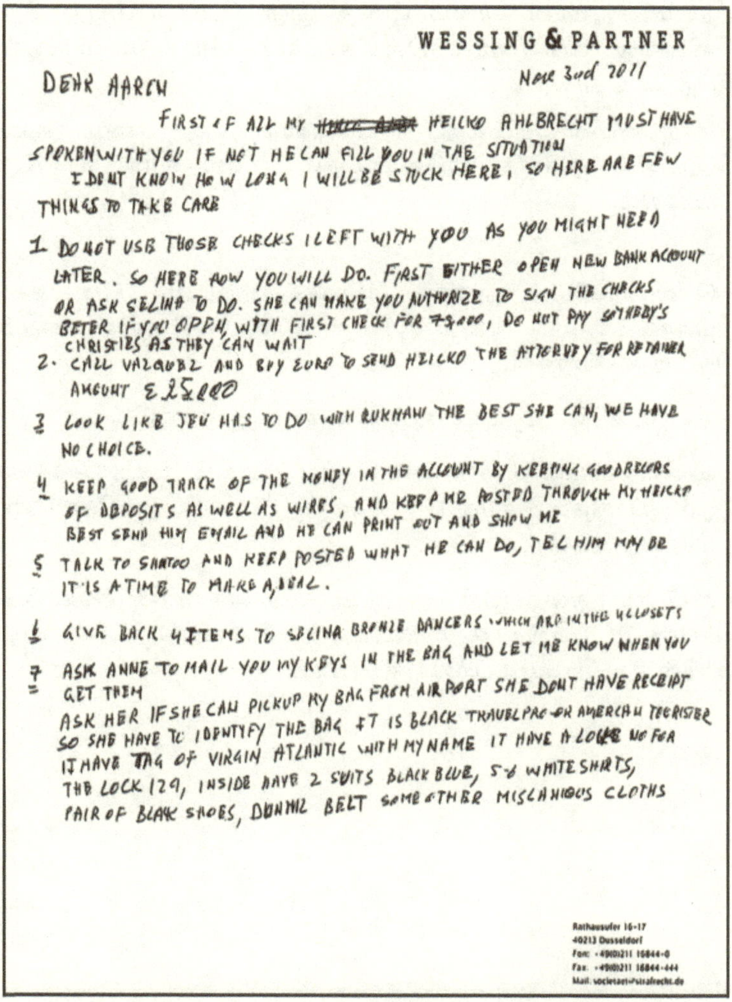

WESSING & PARTNER

DEAR AARCH — Nov 3rd 2011

FIRST OF ALL MY ~~[illegible]~~ HEICKO AHLBRECHT MUST HAVE SPOKEN WITH YOU IF NOT HE CAN FILL YOU IN THE SITUATION

I DONT KNOW HOW LONG I WILL BE STUCK HERE, SO HERE ARE FEW THINGS TO TAKE CARE

1 DO NOT USE THOSE CHECKS I LEFT WITH YOU AS YOU MIGHT NEED LATER. SO HERE HOW YOU WILL DO. FIRST EITHER OPEN NEW BANK ACCOUNT OR ASK SELINA TO DO. SHE CAN MAKE YOU AUTHORIZE TO SIGN THE CHECKS BETER IF YOU OPEN, WITH FIRST CHECK FOR 75,000, DO NOT PAY SOTHEBY'S CHRISTIES AS THEY CAN WAIT

2. CALL VAZQUEZ AND BUY EURO TO SEND HEICKO THE ATTORNY FOR RETAINER AMOUNT £25,000

3 LOOK LIKE JEU HAS TO DO WITH RUKHANI THE BEST SHE CAN, WE HAVE NO CHOICE.

4 KEEP GOOD TRACK OF THE MONEY IN THE ACCOUNT BY KEEPING GOOD RECORS OF DEPOSITS AS WELL AS WIRES, AND KEEP ME POSTED THROUGH MY HEICKO BEST SEND HIM EMAIL AND HE CAN PRINT OUT AND SHOW ME

5 TALK TO SANTOO AND KEEP POSTED WHAT HE CAN DO, TEL HIM MAY BE IT IS A TIME TO MAKE A DEAL.

6 GIVE BACK 4 ITEMS TO SELINA BRONZE DANCERS WHICH ARE IN THE CLOSETS

7 ASK ANNE TO MAIL YOU MY KEYS IN THE BAG AND LET ME KNOW WHEN YOU GET THEM

ASK HER IF SHE CAN PICKUP MY BAG FROM AIRPORT SHE DONT HAVE RECEIPT SO SHE HAVE TO IDENTYFY THE BAG IT IS BLACK TRAVELPRO OR AMERCAN TOURISTER IT HAVE TAG OF VIRGIN ATLANTIC WITH MY NAME IT HAVE A LOCK NO FOR THE LOCK 129, INSIDE HAVE 2 SUITS BLACK BLUE, 5-6 WHITE SHIRTS, PAIR OF BLACK SHOES, DUNHIL BELT SOME OTHER MISCLANIOUS CLOTHS

Rathausufer 16-17
40213 Dusseldorf
Fon: +49(0)211 16844-0
Fax: +49(0)211 16844-444
Mail: societaet@strafrecht.de

சுபாஷ் கபூர் தன் உதவியாளர் ஃப்ரீட்மென் ஆரோனுக்கு ரகசியமாக அனுப்பிய குறிப்பு 3, நவ 2011

கபூர் இண்டர்போல் வசம் இருந்தபோது ஒரு விசித்திரமான சம்பவம் நடந்தது. அவன் தனது அலுவலகத்தில் இருந்தவர்களுக்கு ஒரு குறிப்பை 'எப்படியோ' அனுப்பினான். ஜெர்மனியைச் சேர்ந்த வெஸ்ஸிங் பார்ட்னர் என்ற வழக்கறிஞர் நிறுவனத்தின் காகிதத்தில் இந்தக் குறிப்பை எழுதி அனுப்பியிருந்தான். அது கபூரின் உதவியாளர் ஆரோன் ஃப்ரீட்மேனுக்கு எழுதப்பட்டிருந்தது.

அன்புக்குரிய ஆரோன்,

நான் எத்தனை காலம் இங்கு இருப்பேன் என்பது தெரிய வில்லை. நீங்கள் கவனத்தில் கொள்ளவேண்டிய சில விஷயங்கள் பற்றிச் சொல்கிறேன்.

சோத்பைஸ் அல்லது கிறிஸ்டிஸ்களுக்கு பணம் எதுவும் இப்போதைக்குத் தரவேண்டாம். அவர்களால் காத்திருக்க முடியும்.

...

செலினாவிடம் நான்கு வெண்கல நடனச் சிலைகளைக் கொடுக்கவும். அவை நான்கு க்ளோசெட்களில் வைக்கப் பட்டிருக்கின்றன.

அந்தக் கடிதத்தில் பூடகமான ஒரு வரியும் இருந்தது.

ஷாண்டூவிடம் பேசி என்ன செய்ய முடியும் என்று கேளுங்கள். ஓர் ஒப்பந்தம் செய்து கொள்ள இதுவே சரியான நேரம் என்று சொல்லுங்கள்.[3]

சுபாஷ் கபூர் தனது இன்னொரு உதவியாளர் ஷாண்டூவிடம் எந்த 'ஒப்பந்தம்' பற்றிக் குறிப்பிட்டான். சிலைத்திருட்டுத் தடுப்பு பிரிவின் கறுப்பு ஆடு பற்றிக் குறிப்பிட்டானா?

10

பிடிபடாத தீனதயாளனும் கை உடைந்த நடராஜர் சிலையும்

ஞாயிறு, *19, ஜுன் 2005.*

அதிகாலை... சூரியன் தன் பொன்னிறக் கிரணங்களால் உலகை அற்புதமான ஓவியமாக, பொன்னாலான சிலையாக உருமாற்றிக் கொண்டிருந்த தருணம். திருநெல்வேலி-கன்யாகுமரி எல்லையில் பழவூரில் அமைந்திருக்கும் ஆறாம் நூற்றாண்டைச் சேர்ந்த ஸ்ரீ நாறும்பூ நாத ஸ்வாமி திருக்கோவிலின் சுந்தர பட்டர் கோவிலை நோக்கி நடந்துகொண்டிருந்தார். இந்து அறநிலையத் துறையின் கீழ் அந்தக் கோவில் வந்திருந்தது. வேட்டியைச் சரி செய்துகொண்ட பின் சாவியை இடுப்பில் மீண்டும் சொருகிக் கொண்டார். பள்ளிகள் விடுமுறை முடிந்து திறந்தாயிற்று. என்றாலும் வார இறுதி நாள் என்பதால் பக்தர் கூட்டம் இன்று அதிகமாக இருக்கும் என்று எதிர்பார்த்தார். ஆனால், அந்த நாள் அவருடைய வாழ்நாளின் அதி பயங்கரமான நாளாக ஆகும் என்பதை அவர் நினைத்தே பார்த்திருக்கவில்லை.

கோவிலை அடைந்தவர் பிரதான கதவின் பூட்டு உடைக்கப் பட்டிருப்பதைப் பார்த்து அதிர்ந்தார். உடனே கூக்குரலிட்டு அனைவரையும் அழைத்தார். கிராமத்தினர் உடனே அங்கு கூடினர். ஒரு மணிநேரத்தில் காவலர்கள் வந்து சேர்ந்தனர்.

அவருடைய வாழ்வின் மிக மோசமான நிகழ்வு - அந்தக் கோவிலின் 13 வெண்கலச் சிலைகளும் திருடப்பட்டிருந்தன, அவர் பூஜை செய்த நடராஜர்-சிவகாமி அம்மை சிலைகள் உட்பட!

மோப்ப நாய் வந்தது. கை ரேகை நிபுணர்கள் வந்தனர். மோப்ப நாய் பிரதான சாலையில் சிறிது தூரம் ஓடிவிட்டுத் திரும்பிவிட்டது. கை ரேகை நிபுணர்கள் ஓரிரு மணி நேரம் தடயங்களைச் சேகரித்து விட்டுப் போய்விட்டனர். காவலர்கள் சுந்தர பட்டரைச் சுற்றி வளைத்து விசாரிக்கத் தொடங்கினர்!

காவலர்கள் தன்னையும் சந்தேகிப்பார்கள் என்பதை அவரால் நினைத்தே பார்க்க முடியவில்லை. தனது குழந்தைகள்போல் அவர் ஸ்வாமி சிலைகளை மதித்துப் போற்றியவர். தந்தைசொல் மிக்க மந்திரமில்லை என்ற வாக்கின்படி தந்தை சொல்லித் தந்ததுபோல் தினமும் தெய்வங்களை ஆசை ஆசையாய்க் குளிப்பாட்டி, அலங்கரித்து, உணவூட்டி மகிழ்ந்தவர். ஒரு நாள் இரண்டு நாள் அல்ல... 15 வருடங்கள்... அவருடைய குடும்பம் பரம்பரை பரம்பரையாக அந்தக் கோவிலில் பூஜை செய்து வந்தது. உண்மையில் அவருக்கு அந்தக் கோவிலையும் தெய்வங்களையும் தவிர வெளி உலகமே தெரியாது என்று சொல்லலாம். கிராமத்தினர் உடனே அவரை உற்றுப் பார்க்கத் தொடங்கினர். அவர்களுமா அவரைச் சந்தேகிக்கின்றனர்?

இருக்காது. நிச்சயம் அவர்கள் அவரை மனதார நம்புவார்கள். சுந்தர பட்டர் தன்னை ஆசுவாசப்படுத்திக்கொண்டு நடந்தவற்றை நிதானமாக யோசித்துப் பார்த்தார்.

சனிக்கிழமை... 18, ஜூன். அன்று வித்தியாசமாக எதையேனும் பார்த்தாரா? அவருக்கு ஏதோ லேசாகப் பிடிபடுவதுபோல் இருந்தது. கடந்த சில மாதங்களாகச் சில புதியவர்கள் அந்தக் கோவிலுக்கு வந்துபோனது அவருக்கு நினைவுக்கு வந்தது. முதலில் அவர்களைப் பற்றிப் பெரிதாக அவர் எதுவும் கவனித்திருக்க வில்லை. ஆனால், அதே குழு மீண்டும் மீண்டும் பல முறை வந்துபோயிருக்கிறது. ஜூன் 18-லும் அவர்கள் வந்திருந்தனர். இறுதி பூஜைவரை அவர்கள் கோவிலில் இருந்ததும் பட்டருக்கு நினைவுக்கு வந்தது. அவர்கள் பெரிய பக்திமான்கள் என்றுதான் அப்போது நினைத்திருந்தார்.

காவலர்களிடம் இதைச் சொல்ல வாயெடுத்தபோது கோவில் நிர்வாக அதிகாரி கே.வேலுச்சாமி வந்தார்.

அவருடைய வருகை பட்டருக்கு நம்பிக்கையைத் தந்தது. தனது சந்தேகத்தை காவலர்களிடம் தைரியமாக எழுதிக் கொடுத்தார். திருட்டு தொடர்பாக பழவூர் காவல் நிலையத்தில் வழக்குப் பதிவு செய்யப்பட்டது. அந்தக் கோவில் நிர்வாக அதிகாரியிடம் கோவிலில் இருந்த சிலைகளின் புகைப்படங்கள் ஏதேனும் இருந்தனவா?[1]

இல்லை!

அதிகாரிகள் இந்த வழக்கைக் கிடப்பில் போட்டார்கள். ஒருவழியாக 2006-ல் சிலைத்திருட்டுத் தடுப்புப் பிரிவுக்கு இந்த வழக்கு மாற்றப்பட்டது. மதுரை மற்றும் அதன் சுற்றுவட்டாரத்தைச் சேர்ந்த சிலரைச் சந்தேக வளையத்துக்குள் கொண்டுவந்தனர்.

புலனாய்வு அதிகாரிகளின் கூற்றுப்படி, சிறிய அளவிலான தங்க நகை வியாபாரம் செய்துவந்த சக்தி மோகன், அவனது நண்பனும் பிக்பாக்கெட் திருடனுமான ஆறுமுகம் (இருவரும் மதுரையைச் சேர்ந்தவர்கள்) இருவரும் இந்த வெண்கலச் சிலைகளைத் தங்கச் சிலைகள் என்று நினைத்துத் திருடியிருக்கிறார்கள். சிலையைத் திருடிக்கொண்டு மோட்டார் பைக்கில் போனபோது ஆறுமுகம் விபத்தில் சிக்கிக் கொண்டிருக்கிறான். சவுதி முருகன், சக்தி மோகனின் மகன் பாலாஜி ஆகியோரின் துணையுடன் சிலைகளை அருகில் இருந்த குளத்தினுள் மறைத்துவைத்திருக்கின்றனர்.[2]

அபாரமான கலை அழகு கொண்ட நடராஜர் சிலை உட்பட சில சிலைகளைச் சிதைத்துவிட்டிருக்கின்றனர். தங்கத்தைத் தேடியபடி நடராஜரின் இடது கையை உடைத்துப் பார்த்திருக்கின்றனர். தங்கம் எதுவும் கிடைக்காமல் போகவே காரைக்குடியைச் சேர்ந்த தினகரன் எனும் வணிகரிடம் சிலைகளை விற்றிருக்கிறார்கள். சிலையை உடைத்திருந்ததால் விலை விஷயத்தில் தகராறு ஏற்பட்டிருக்கிறது. அந்தச் சண்டையில் சக்தி மோகன் கொல்லப்பட்டான்.

அதன் பிறகு நடந்தவைதான் மேலும் சுவாரசியமானவை. தினகரனிடமிருந்து அந்தச் சிலைகளை சுபாஷ் கபூரின் கூட்டாளி தீனதயாளன் வாங்கியிருக்கிறான். அவன் சென்னையில் கலைப் பொருள் வணிகத்தில் ஈடுபட்டுவந்தான். நடராஜர் சிலை, சைவர்களின் முக்கிய நூலான 'திருவாசகம்' எழுதிய 9ம் நூற்றாண்டைச் சேர்ந்த சைவக் குரவர் மாணிக்கவாசகர் சிலை உட்பட ஐந்து சிலைகள் வல்லப் பிரகாஷ் என்பவன் மூலம் சுபாஷ் கபூரைச் சென்று சேர்ந்தன. அந்த வல்லப் பிரகாஷ் ஆஸ்திரேலிய அர்த்தநாரீஸ்வரர் சிலைத்திருட்டிலும் உடந்தையாக இருந்திருக்கிறான்.[3]

பழவூர் வழக்கு ஐந்து ஆண்டுகள் மேலும் இழுத்தடித்தது. இதனிடையில் சுபாஷ் கபூர் கை உடைந்த நடராஜர் சிலையை லண்டனில் இருந்த கலைப் பொருள் சீரமைப்பாளரான நீல் பெர்ரி ஸ்மித்திடம் கொடுத்து சரிசெய்து வாங்கிக் கொண்டான். உலகின் முன்னணி கலைப் பொருள் சீரமைப்பாளரான அவன் நடராஜரின் உடைந்த கையை அந்தச் சுவடே தெரியாமல் ஒட்டிக் கொடுக்கவே அந்தச் சிலை மார்ச் 2007-ல் கபூரின் ஆர்ட் ஆஃப் பாஸ்ட் நிறுவனத்தின் பொருளடக்கப் பட்டியலின் அட்டையை அலங்கரித்தது. அதன் விலையாக அவன் அதில் குறிப்பிட்டிருந்த தொகை 2.5 மில்லியன் டாலர்!

8, ஆகஸ்ட், 2011-ல் சுபாஷ் கபூர் கைது செய்யப்படுவதற்கு சில மாதங்கள் முன்பாக, கை உடைந்து சரி செய்யப்பட்ட நடராஜர் சிலை சென்னைக்குத் திரும்பிவந்தது! தமிழக சிலைத்திருட்டுத் தடுப்பு பிரிவின் வலைதளத்தில் அந்தச் சிலையின் படம் இடம் பெற்றது. சென்னையைச் சேர்ந்த யாரோ ஒரு ‘நல்லிதயம் கொண்ட கலைப் பொருள் வணிகர்’ அதைத் திருப்பிக் கொடுத்திருந்தார். சிலைத்திருட்டு தடுப்பு பிரிவின் மிகப் பெரிய சாதனையாக அந்தச் சிலை மீட்கப்பட்டதைக் குறிப்பிட்டிருந்தனர்.

ஐந்து சிலைகளைத் திருப்பிக் கொடுத்த நல்லவர் வேறு யாருமல்ல... சுபாஷ் கபூரின் கூட்டாளி தீனதயாளன்தான்!

ஆனால், இந்தக் தகவல் அப்போது வெளியே சொல்லப்பட்டிருக்க வில்லை. கை உடைந்த நடராஜர் சிலைத் திருட்டு வழக்கு மீண்டும் விசாரணைக்கு வந்ததா? இல்லை. சிலை திரும்பக் கிடைத்ததும் அந்த வழக்கில் சந்தேகத்தின் பேரில் வளைக்கப்பட்டவர்கள் நிம்மதிப் பெருமூச்சுவிட வழி பிறந்தது (சுபாஷ் கபூரைத் தவிர). ஆனால், அந்தச் சிலை திரும்பி வந்த நிகழ்வு வேறு சில விஷயங்களைச் சொன்னது.

சுபாஷ் கபூர் கைது செய்யப்பட்டதைத் தொடர்ந்து ‘கலை உலகில்’ அடுத்ததாக யார் மாட்டுவார்கள் என்ற அச்சம் ஏற்பட்டது. கொடுக்க வேண்டியதைக் கொடுத்துவிடுவது, காவலர்களுடன் நல்லுறவை ஏற்படுத்திக்கொள்வது இவையெல்லாம் தானே அடுத்தகட்ட நடவடிக்கைகள். காவலர்களுக்கு சிறிய வெற்றிகளைக் கொடுத்து பெரிய தவறுகளை மறைத்துக்கொள்வது என்பதுதானே எல்லா திரைமறைவு, கடத்தல் தொழில் செய்பவர்கள் செய்வது.

‘தி இந்து’ பத்திரிகையில் சிலைத்திருட்டு தடுப்புப் பிரிவு அதிகாரி, ‘நாங்கள் எங்கள் தீவிர வேட்டையை ஆரம்பித்ததும் சிலை

கை உடைந்த நடராஜர் சிலை

கை உடைந்த நடராஜர் சிலை சரி செய்யப்பட்ட பின்

கடத்தல்காரர்கள் பயந்துபோய் 200 கோடி மதிப்பிலான ஐந்து சிலைகளைத் திருப்பிக் கொடுத்துவிட்டார்கள்' என்று பேட்டி கொடுத்திருந்தார்.[4] சட்ட அமலாக்கத்துறையானது இந்த நன்னடத்தைக்குப் பிராயச்சித்தமாக யாரையும் கைது செய்யாமல் விசித்திரமாக 'மன்னித்துவிட்டது'. நடந்ததையெல்லாம் மறந்து காவலர்களும் திருடர்களும் கொஞ்சிக் குலாவியதுபோல் தெரிந்தது.

நீதித்துறை எப்படி இப்படி நடந்துகொள்ள முடியும். 13 வெண்கலச் சிலைகள் திருடப்பட்டன. ஐந்து மட்டுமே திருப்பித் தரப்பட்டன. அப்படியானால், எல்லாம் நல்லபடியாக முடிந்துவிட்டதா? இதைப் படிக்கும் உங்களுக்கே ஏதோ இடிக்கிறதா... விசித்திரமாகத் தோன்றுகிறதா? உண்மைதான். அது அப்படிச் சந்தேகப்பட வேண்டிய விஷயமேதான்.

திருடர்கள் இப்படி எளியதொரு தந்திரத்தைச் செய்து தப்பித்துவிட முடியுமென்பதை நினைத்தே பார்க்கமுடியவில்லை அல்லவா? குற்றவாளிக்கு சிலைத்திருட்டுத் தடுப்புப் பிரிவில் யாரோ ஒருவர் மீது அதிகாரம் இருந்திருப்பதுபோல் தெரிகிறதா? ஆம் அப்படித்தான் இருந்திருக்கிறது. அப்படியானால், சிலைத் திருட்டு தடுப்புப் பிரிவில் இருந்த கறுப்பு ஆடுதான் இதற்குக் காரணமாக இருந்திருக்குமா?

2008 முன்பகுதியில் ஒரு ஃப்ரெஞ்சு தம்பதியினர் தமிழகம் முழுவதும் ஒரு மாத காலக் கலைப் பயணத்தில் இருந்தனர். தமது பயணத்தின் இறுதிக்கட்டத்தில் மதுரைக்கு வந்து சேர்ந்தனர். தமது நிக்கான் கேமராவுக்கு மெமரி காடுகள் வாங்க தெற்கு மாடவீதியில் ஒரு ஸ்டூடியோவுக்குச் சென்றிருந்தனர். அங்கே சிவன் பார்வதியின் இரண்டு வெண்கலச் சிலையின் புகைப்படத்தைப் பார்த்தனர். கடை முதலாளி சுந்தர மூர்த்தியிடம் அந்தச் சிலைகள் பற்றி மெள்ளப் பேச்சுக்கொடுத்தனர். எடுத்த எடுப்பிலேயே அந்தச் சிலை ஒவ்வொன்றும் ரூ 3 கோடி விலை சொன்னார்.

அந்த இரண்டு சிலைகளும் திருட்டுப் பொருட்கள் அல்ல. புதையலாகக் கிடைத்தவை என்று சொன்னார். விருதுநகர் மாவட்டம், ஆலடிப்பட்டியைச் சேர்ந்த சந்தானம் என்பவரிடம் பேசும்படியும் சொன்னார். அவர் என்ன சொன்னாரென்றால், சில மாதங்களுக்கு முன்னால் அவருடைய நண்பர் 'விவசாயி'

ஆரோக்கியராஜ் என்பவர் வயலில் உழுதுகொண்டிருந்தபோது இந்தச் சிலையும் வேறு சில சிலைகளும் கிடைத்ததாகச் சொன்னார். அவர்களுக்கு விருப்பம் இருந்தால் அந்த நான்கு சிலைகளையும் காட்டுவதாகச் சொன்னார்.

விஷயம் என்னவென்றால், 1878-ம் ஆண்டு இயற்றப்பட்ட இந்திய புதையல் சட்டத்தின்படிப் புதைக்கப்பட்ட சிலைகள் யாருக்கேனும் கிடைத்தால் அவற்றை அரசுக்குக் கொடுத்துவிடவேண்டும். யாரும் அதைத் தமதென்று சொந்தம் கொண்டாட முடியாது.

அதிர்ச்சி அடைந்த அந்த ஃப்ரெஞ்சு தம்பதியினர் எதுவும் பேசாமல் தமது அறைக்குத் திரும்பிவிட்டனர். இரவெல்லாம் யோசித்தவர்கள் மறுநாள் காலையில் உள்ளூர்க் காவல் நிலையத்தில் புகார் கொடுத்தனர். காவல்துறையினர் உடனே சென்னையில் இருந்த சிலைத்திருட்டு தடுப்புப் பிரிவுக்குத் தொலைபேசியில் அந்தச் செய்தியைச் சொன்னார்கள். அந்தத் தொலைபேசி அழைப்பை டி.எஸ்.பி.செல்வராஜின் ஜூனியர் காதர் பாட்ஷா எடுத்தான். மரகத லிங்கத் திருட்டைக் கண்டுபிடிக்க அனுப்பப்பட்ட அதே காதர் பாட்ஷா. உடனே துணைக்கு ஒரு காவலரை அழைத்துக்கொண்டு அந்தச் சிலையை வாங்க வந்தவர் போல் சுந்தரமூர்த்தியைச் சென்று சந்தித்தனர். சுந்தரமூர்த்திக்கு ஏதோ சந்தேகம் வரவே தனக்கு எதுவும் தெரியாது என்று சொல்லிவிட்டான்.

விசாரணை அடுத்த கட்டத்துக்குச் சென்றது. கான்ஸ்டபிள் என்.சுப்புராஜும் அங்கு வந்து சேர்ந்தார். துப்பாக்கியைக் காட்டி மிரட்டி அவனை மறைவான இடத்துக்குக் கொண்டு சென்று விசாரித்தனர். ஆரோக்கியராஜையும் கைது செய்தனர். இரண்டு நாள் காவலில் வைத்து விசாரித்ததில் அவன் உண்மையை ஒப்புக் கொண்டான். ஆறு வெண்கலச் சிலைகளும் மீட்கப்பட்டன.

இந்த வழக்கிலும் பழைய குழறுபடிகள் தொடர்ந்தன. மிகத் தெளிவாக வலுவான ஆதாரங்களுடன் சிக்கியவர்களை வைத்து அந்த வழக்கை எளிதில் முடித்திருக்கலாம். ஆனால், யாரும் கைது செய்யப்படவில்லை. அதைவிடக் கொடுமை கைப்பற்றப்பட்ட சிலைகள் கோவிலுக்குத் திரும்பச் செல்லவில்லை. அப்படியானால் அந்தச் சிலைகள் என்ன ஆகின? காதர் பாட்ஷாவும் அவனுடைய ஆட்களும் ஆறு வெண்கலச் சிலைகளுடன் சென்னை வந்தது நிஜம். ஆனால், அவர்கள் அந்தச் சிலைகளைச் சிலைத்திருட்டு தடுப்புப் பிரிவில் ஒப்படைப்பதற்குப் பதில் அந்தச் சிலைகளை ரகசியமாக

தீனதயாளனின் கிடங்குக்கு அனுப்பிவைத்தனர். அங்கே அந்தச் சிலைகளுக்கு ஒரு விலை 'பேசி' முடிக்கப்பட்டது.

மெட்ராஸ் நீதிமன்றத்தில் பதிவு செய்யப்பட்ட ஒரு வழக்கில் ஒரு விஷயம் குறிப்பிடப்பட்டிருந்தது. 'சிவபெருமான், பார்வதி தேவி இருவரும் குழந்தை ஸ்கந்தருடன் (இந்த முருகர் சோம ஸ்கந்தர் என அழைக்கப்படுவார்) இருக்கும் சிலையானது சென்னையைச் சேர்ந்த சிலைத்திருடன் தீனதயாளனுக்கு 15 லட்ச ரூபாய்க்கு விற்கப் பட்டது. அதை அவன் ஆறு கோடி ரூபாய்க்கு விற்றதாகச் சொல்லப் படுகிறது.[5]

தீனதயாளன் இந்தச் சிலையை சுபாஷ் கபூருக்கு விற்றிருக்கிறான். அவன் அதை பேங்காக்கில் இருக்கும் பிரபலமான கலைப் பொருள் சேகரிப்பாளருக்கு விற்றிருக்கிறான்'.

இந்த ஆறு சிலைகளுமே இன்றுவரை மீட்கப்படவில்லை. காதர் பாட்ஷாவுக்கு என்ன ஆனது? அவன் மீது குற்றப்பத்திரிகை தாக்கல் செய்யப்பட்டது. ஆரோக்கியராஜ்தான் காதர் பாட்ஷாவுக்கும் சிலைத் திருட்டில் இருக்கும் பங்கு பற்றிச் சொன்னான்.[6] ஆனால், காதர் பாட்ஷா அதே சிலைத்திருட்டுத் தடுப்புப் பிரிவில் பதவி உயர்வுகளும் பெற்று நலமாக இருந்து வந்தான். எந்தவிதத் துறை சார்ந்த நடவடிக்கையோ கைதோ நடக்கவே இல்லை. இது தொடர்பான கேள்வி எழுப்பியபோது அதை விசாரிக்கும் பொறுப் பானது காதர் பாட்ஷாவின் கீழே பணிபுரியும் அதிகாரி ஒருவரிடம் ஒப்படைத்திருக்கிறார்கள் என்பது தெரியவந்தது. எப்படி நீதி கிடைக்கும்?

இறுதியில் சென்னை உயர் நீதிமன்றம் தலையிடவேண்டி வந்தது. காதர் பாட்ஷாவுக்கு '29.06.2017 தேதியிட்ட பணி இடை நீக்க உத்தரவு பிறப்பிக்கப்பட்டது'. ஆனால் இது தெரிந்த காதர் பாட்ஷா சில மாதங்கள் முன்பிருந்தே அதாவது பிப் 2017லிருந்தே தலைமறை வாகிவிட்டிருந்தான். பின்னர் செப் 2017-ல் கைதுசெய்யப்பட்டான். அவன் மீதான விசாரணை நடந்துகொண்டிருக்கிறது.[7] சிறையில் தனக்கு முதல் வகுப்பு வசதிகள் செய்து தரவேண்டும் என்ற அவனது கோரிக்கையை நீதிமன்றம் மறுத்துவிட்டது.[8]

காதர் பாட்ஷா சிலைத் திருட்டுத் தடுப்புப் பிரிவில் அதிகாரியாக இருந்தபடியே தீன தயாளன் போன்ற சிலைத் திருடர்களுடன் நெருங்கிய நட்பில் இருந்திருக்கிறான். 'தி ஹிந்து' பத்திரிகை இது பற்றி வெளியிட்ட செய்தியில், காதர் பாட்ஷாதான் தனக்கு ஏராளமான கோவில்களில் இருந்து சிலைகளைத் திருடிக்

கொடுத்ததாக சுபாஷ் கபூர் தெரிவித்திருக்கிறான். 'கோவில் சிலைகளைத் திருடர்களிடமிருந்து காப்பாற்ற' அவற்றைப் பாதுகாப்பு நிறைந்த இடத்துக்கு அரசு சார்பில் மாற்றுவதாகச் சொல்லிப் போலிச் சிலைகளை அங்கு வைத்துவிட்டு ஒரிஜினல் சிலைகளை காதர் பாட்ஷா திருடி தனக்கு விற்றதாக சுபாஷ் கபூர் தெரிவித்திருக்கிறான்.

அந்தச் செய்தி மேலும் கூறுவது: 'மேலதிகமாகக் கிடைத்திருக்கும் தகவல்கள் எல்லாமே காதர் பாட்ஷாவுக்கு சிலைத் திருட்டுகளில் கூடுதல் பங்கு இருப்பதைத் தெரிவிக்கின்றன. இதற்கான நல்லதொரு எடுத்துக்காட்டாக ஒரு விஷயத்தைச் சொல்லலாம். அரசின் பிற துறைகள் கடுமையான அழுத்தம் கொடுத்த நிலையிலும் காதர் பாட்ஷா தலைமையிலான சிலைத்திருட்டுத் தடுப்புப் படையானது மும்பையில் இருந்த இந்திய-நேபாள கேலரியில் சோதனைபோட முதலில் மிகுந்த தயக்கம் காட்டியிருக்கிறது. அந்த ஆர்ட் கேலரியில் வல்லப் பிரகாஷ், அவனுடைய மகன் ஆதித்ய பிரகாஷ் ஆகிய சிலைத்திருடர்கள் தாம் திருடிய சிலைகளைப் பதுக்கி வைத்திருந்ததாக நம்பகமான தகவல் கிடைத்திருந்தது'.[9]

நியூ சவுத் வேல்ஸ் அருங்காட்சியகத்துக்கு சுபாஷ் கபூர் விற்ற அர்த்தநாரீஸ்வரர் சிலையைக் கடத்திக் கொடுத்தது தீன தயாளன்தான். காவல்துறை அதிகாரியான காதர் பாட்ஷா தனது திருட்டுக் கூட்டாளிகளிடம் இதமாக நடந்துகொண்டான் என்பதை எடுத்துக்காட்டும் விஷயங்கள் இவை.

கை உடைந்த நடராஜர் சிலை விஷயத்திலும் தீனதயாளன் மீது எந்தநடவடிக்கையும் எடுக்கப்படாமல் போனதற்கு காதர் பாட்ஷாதான் காரணமா?

மரகத லிங்கத் திருட்டைக் கண்டுபிடிக்கும் பொறுப்பு ஒப்படைக்கப் பட்டபோது அதை ஒழுங்காகச் செய்யாவிட்டால் தான் தான் அந்தக் கறுப்பு ஆடு என்பது டி.எஸ்.பி. செல்வராஜுக்குத் தெரிந்துவிடும் என்று பயந்துதான் அன்று நேர்மையானவன் போல் நடித்தானா?

சிறையில் இருந்து சுபாஷ் கபூர் தனது பணியாளன் ஷாண்டூவிடம் சொன்ன 'ஒப்பந்தம்' என்பது இதைத்தான் குறிக்கிறதா?

2011-ல் சுபாஷ் கபூர் ஜெர்மனி சிறையில் இருந்தபோது அனுப்பிய அந்தக் குறிப்பில் என்ன சொல்லியிருந்தான் என்பது அப்போது புரிந்திருக்கவில்லை. இப்போது நமக்கு அவன் சொல்லவந்தது இதுவாக இருக்குமோ என்று லேசாகப் புரிகிறது.

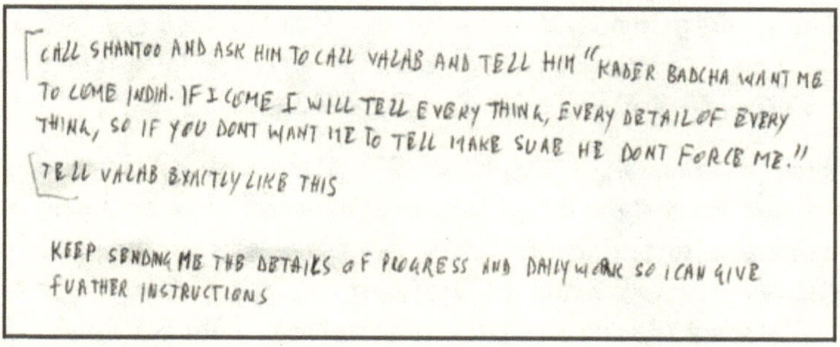

CALL SHANTOO AND ASK HIM TO CALL VALAB AND TELL HIM "KADER BADCHA WANT ME TO COME INDIA. IF I COME I WILL TELL EVERY THING, EVERY DETAIL OF EVERY THING, SO IF YOU DONT WANT ME TO TELL MAKE SURE HE DONT FORCE ME."
TELL VALAB EXACTLY LIKE THIS

KEEP SENDING ME THE DETAILS OF PROGRESS AND DAILY WORK SO I CAN GIVE FURTHER INSTRUCTIONS

சுபாஷ் கபூர் தன் உதவியாளர் ஃப்ரீட்மென் ஆரோனுக்கு ரகசியமாக அனுப்பிய இரண்டாவது குறிப்பு

தனது உதவியாளரும் கேலரி மேனேஜருமான ஆரோன் ஃப்ரீட்மேனுக்கு அனுப்பிய இன்னொரு குறிப்பில் சுபாஷ் கபூர்,

> 'ஷாண்டூவைக் கூப்பிட்டு தீனதயாளிடம் பேசச் சொல்லவும். காதர் பாட்ஷா என்னை சென்னைக்கு வரச் சொல்கிறான். நான் வந்தால் எல்லாவற்றையும் சொல்லிவிடுவேன். ஒன்று விடாமல் அனைத்தையும் சொல்லிவிடுவேன். எனவே, நான் எதையும் சொல்லக்கூடாது என்று நினைத்தால், என்னை சென்னைக்கு வரச் சொல்லிக் கட்டாயப்படுத்தக்கூடாது என்று காதர் பாட்ஷாவிடம் சொல்லிவிடவும். வல்லபிடமும் இதையே சொல்லவும்' என்று குறிப்பிட்டிருந்தான்.[10]

சுபாஷ் கபூர் தன்னைக் காப்பாற்றிக்கொள்ள இறுதி வழியாக, சிலைத்திருட்டுத் தடுப்புப் பிரிவில் இருக்கும் அதிகாரிக்கு விடுத்த மிரட்டலா இது? இந்த அமைப்பு இன்னும் எவ்வளவுக்குப் புரையோடிப் போயிருக்கிறது?

என்னதான் சுபாஷ் கபூர் அதிகாரிகளை மிரட்டினாலும் காட்டிக் கொடுப்பேன் என்று எச்சரித்தாலும் இந்த வழக்கு இப்போது அந்தக் கட்டத்தையெல்லாம் தாண்டிவிட்டது. உலகமே கூர்ந்து கவனிக்கும் மிக முக்கியமான வழக்காக மாறியும்விட்டது.

வெளியுறவுத்துறை அமைச்சகமானது சிலைத்திருட்டுத் தடுப்புப் பிரிவுடன் சேர்ந்துகொண்டு சுபாஷ் கபூரை இந்தியாவுக்குக் கொண்டுவரத் தீவிர முயற்சியில் இறங்கியது.

சற்றும் தளராத கபூர் ஜெர்மனியில் சிறையில் இருந்தபடியே, சென்னை உயர் நீதிமன்றத்தில் தனது சகோதரி சுஷ்மா ராணி சரீன் மூலம் பதில் மனு தாக்கல் செய்தான். தனது தங்கைக்கு அவர் பவர் ஆஃப் அடர்னி அதிகாரம் தந்திருந்தான். கபூருக்கு பிணை இல்லாக் கைது ஆணை பிறப்பிக்கப்பட்டதை எதிர்த்து நீதிமன்றத்தில் பதிவு செய்யப்பட்டிருந்தது. அவன் தரப்பு வாதங்களாகச் சொல்லப் பட்டவற்றின் சுருக்கம் : 'சக குற்றவாளி (சஞ்சீவி அசோகன்) சொன்ன வாக்குமூலத்தின் அடிப்படையில் வாதியை (சுபாஷ் கபூரை) கைது செய்து இந்தியா கொண்டுவர முயற்சி செய்வது மிகவும் தவறானது'.

இந்த மனுவுக்கு நீதிபதி சொன்ன பதில் : 'சக குற்றவாளியின் வாக்குமூலத்தை நம்பக்கூடாது என்ற வாதியின் வாதத்தை ஏற்றுக் கொள்ளமுடியாது. சக குற்றவாளியின் வாக்குமூலம் அவரையும் தொடர்புபடுத்தியிருந்தால், ஒரு சாட்சி என்றவகையில் ஏற்றுக் கொள்ளத் தக்கதுதான்'. அப்படியாக சுபாஷ்கபூரின் மனு நிராகரிக்கப்பட்டது.[11]

ஆனால் கபூரின் வழக்கறிஞர்கள் அதோடு விட்டுவிடவில்லை. ஜூன் 2012-ல் உச்ச நீதிமன்றத்தில் ஒரு வழக்கு தாக்கல் செய்தனர். அபெக்ஸ் நீதிமன்றமும் பிணையில்லா கைது ஆணையை ரத்து செய்ய மறுத்துவிட்டது. அந்த நீதிமன்றம் சொன்ன பதில்: நீங்கள் (சுபாஷ் கபூர்) வட இந்தியர். பிற குற்றவாளிகள் அனைவரும் தென்னிந்தியர்கள். காவல் துறையின் விசாரணையின்போது அவர்கள் ஏன் உங்கள் பெயரைச் சொல்லவேண்டும்? நியூ யார்க்கில் நீங்கள் நடத்தும் கலைப் பொருள் வணிக நிறுவனத்துக்கு இந்தச் சிலைத் திருட்டுக் கும்பலுடன் தொடர்பு இருக்கிறது. எனவே இப்படியான சூழலில் உங்களுக்கு எந்தச் சலுகையும் நாங்கள் காட்ட முடியாது'.[12]

சுபாஷ் கபூர் இந்திய நீதிமன்றத்தில் குற்றவாளிக் கூண்டில் நின்றே ஆகவேண்டும் என்ற நிலை ஏற்பட்டது.

இறுதியாக 14, ஜூலை 2012 அன்று சிலைத்திருட்டுத் தடுப்புப் பிரிவு சுபாஷ் கபூரை சென்னை கொண்டுவந்தது. கறுப்பு நிற பேண்ட், நீல நிறச் சட்டை அணிந்திருந்த சுபாஷ் கபூர் குழுமியிருந்த நிருபர்களைப் பார்த்துப் புன்னகைத்தபடியே காவலர் புடை சூழ

அழைத்துச் செல்லப்பட்டான். நேராகச் சிறையில் அடைக்கவும் பட்டான். ஆனால், பேச்சுத்துணையாக இருக்க அவனுடைய கூட்டாளி சஞ்சீவி அசோகன் அப்போது அங்கு இருக்கவில்லை. நம்ப முடியாத திருப்பம் போல், எத்தனையோ வலுவான ஆதாரங்கள் எதிராக இருந்த நிலையிலும் சஞ்சீவி அசோகனுக்கு பிணை வழங்கப்பட்டுவிட்டது. மார்ச் 2018-ல் மீண்டும் வேறு குற்றங்களுக்காக அவன் கைது செய்யப்பட்டான். இன்றும் அவன் மீதான வழக்குகள் விசாரணையில்தான் இருக்கின்றன. தீர்ப்பு எதுவும் வழங்கப்படவில்லை.

கபூர் மீதான வழக்கு மும்முரமாக நடந்துகொண்டிருக்க அவன் சென்னையில் சிறையில் இருந்து வருகிறான். நியூ யார்க்கில் காக்டெய்ல் விருந்துகளில் உயர் தர கோட் சூட் போட்டுக்கொண்டு மிடுக்காக வலம் வந்த காலமெல்லாம் முடிவுக்கு வந்துவிட்டிருந்தன. கலைந்த கேசத்துடன் சோர்ந்த முகத்துடன் நீல நிற டீ ஷர்டும் காக்கி நிற ட்ரவுசரும் போட்டுக்கொண்டு சிறை வளாகத்தில் அவன் உறைந்துபோய் அமர்ந்திருப்பதை இப்போதும் பார்க்க முடியும். சிறைக் கைதிகளின் வெள்ளைச் சீருடை அணிவதில் இருந்து அவனுக்கு விலக்கு அளிக்கப்பட்டிருக்கிறது. பெருந்திருடனுக்கு சிறிய சலுகை.

'தி ஹிந்து' பத்திரிகை 2017-ல் வெளியிட்ட செய்தியில், '69 வயதான சுபாஷ் கபூரை இன்று பார்க்கும்போது சர்வ தேசச் சிலைத்திருட்டில் ஈடுபட்டவன் என்று யாரும் சொல்லவே முடியாது' என்று குறிப்பிட்டிருக்கிறது.[13]

என்னே ஒரு வீழ்ச்சி..!

11

அர்த்த நாரீஸ்வரரும் நடராஜரும்

கைது செய்யப்பட்டதைத் தொடர்ந்து வந்த மாதங்கள், வருடங்களில் சுபாஷ் கபூருடன் தொடர்புபடுத்த முடிந்த கலைப் பொருட்கள் உலகின் அனைத்து நாடுகளில் இருந்தும் வெளிவரத் தொடங்கின. கல்லறையைப் பிளந்துகொண்டு வெளியே வரும் எலும்புக்கூடுகள் போல அவன் செய்த குற்றச் செயல்கள் ஒவ்வொன்றாக வெளியே வரத் தொடங்கின. இவையெல்லாம் இப்போதும் விசாரணையில் இருக்கும் வழக்கில் நியாயமான தீர்ப்பு கிடைக்க வழிவகுக்கும். குறிப்பாக, கடந்த காலத்தைப் போல் அல்லாமல், இப்போது ஏராளமான கலைப் பொக்கிஷங்களை சொந்த நாட்டுக்குத் திரும்பக் கொண்டுவரும் முயற்சியில் நாம் கணிசமான வெற்றியைப் பெறத் தொடங்கியிருக்கிறோம்.

நாம் இப்படி நம் தெய்வங்களை மீட்டுக்கொண்டுவருவதில் ஆர்வம் காட்டத் தொடங்கியிருக்கும் நிலையில் உலகம் முழுவதிலும் இருக்கும் அருங்காட்சியகங்கள் நம் முயற்சிகளுக்குப் பெரும் முட்டுக்கட்டை போட்டவண்ணம் இருக்கின்றன. அவர்கள் அந்தச் சிலைகளை அவர்களுடைய கண்ணாடிக் கூண்டுக்குள் வைப்பதிலேயே மிகுந்த ஆர்வம் கொண்டிருக்கின்றனர். கபூருடனான அவர்களுடைய வணிக உறவு நேர்மையானதுதான் என்பதை நிரூபிப்பதில் அவர்களுக்கு எந்த ஆர்வமும் இல்லை. சட்ட விரோதமாக நியாயத்துக்குப் புறம்பாக அந்தச் சிலைகளை

வாங்கி வைத்து தமது கல்லாப்பெட்டிகளை நிறைத்துக்கொண்டு வருவது குறித்து அவர்களுக்கு எந்தவொரு வருத்தமும் இல்லை.

28, ஜுன், 2013... காலை நேரம். அதை விதி, தலையெழுத்து அல்லது குருட்டு அதிர்ஷ்டம் என்று எப்படி வேண்டுமானாலும் சொல்லுங்கள். அன்று நான் காலையில் கண் முழித்துப் பார்த்த போது ஹிந்து பத்திரிகையில் ஒரு செய்திக் கட்டுரை வெளியாகி இருந்தது : ஏ.ஸ்ரீவத்ஸன் எழுதிய 'முகிழ்த்தெழும் திருடப்பட்ட நடராஜர் சிலைகள்'.

ஜனவரி 2013-ல் கபூர் இந்தியாவுக்குக் கைது செய்து கொண்டுவரப் பட்டதைத் தொடர்ந்து 2006-ல் திருடப்பட்ட ஸ்ரீபுரந்தன் நடராஜர் சிலையின் புகைப்படத்தையும் என்.ஜி.ஏ. அருங்காட்சியகம் 2008-ல் வாங்கிய நடராஜர் சிலையையும் ஒப்பிட்டு உறுதி செய்து கொண்ட பின் ஆஸ்திரேலிய அருங்காட்சியகத்துக்கு ரொகேடரி கடிதங்கள் அனுப்பினார்கள். வெளிநாட்டில் இருக்கும் நீதிமன்றத்திடம் அதனுடைய சட்ட அதிகார எல்லைக்குள் இருக்கும் ஒரு நபரை அல்லது நிறுவனத்தைப்பற்றி (இந்த இடத்தில் என்.ஜி.ஏ.) விவரங்கள் கேட்டு அனுப்பப்படும் சட்டபூர்வக் கடிதம்தான் அந்தக் கடிதம்.

ஆனால், ஆஸ்திரேலிய அதிகாரிகள் அப்படி ஒரு கடிதம் வந்ததாகவே காட்டிக்கொள்ளவில்லை!

'தி ஹிந்து' பத்திரிகையில் வந்த செய்தியின்படி, என்.ஜி.ஏ. அப்படி ஒரு கடிதம் தனக்கு வரவே இல்லை என்று சொன்னது. 'தி ஹிந்து' பத்திரிகை, இதுபோல் பிற நாடுகளில் இருந்து வரும் கடிதங்கள், கோரிக்கைகளை நிர்வகிக்கும் ஆஸ்திரேலிய அட்டர்னி ஜெனரலிடம் அந்தக் கடிதம் பற்றி விசாரித்தபோது அவர்கள் அப்படி ஒரு கடிதம் வந்ததாகவோ வரவில்லை என்றோ எதுவுமே சொல்ல மறுத்துவிட்டனர்.[1]

செய்தித் தாள்கள், உண்மையான கலை ஆர்வலர்கள், வலைதளப் பக்கம் நடத்துவர்கள் என்.ஜி.ஏ. மீது தொடர்ந்து அழுத்தம் கொடுத்தனர். எனினும், அந்த அருங்காட்சியகத்தினர் சுபாஷ் கபூருக்கும் அவர்களுக்கும் இடையிலான கொடுக்கல் வாங்கல்களைப் பற்றி எதுவுமே தெரிவிக்க மறுத்துவிட்டனர். அவர்களுடைய அருங்காட்சியகத்தில் வாங்கி வைத்திருக்கும் கலைப் பொருட்களின் முந்தைய உரிமையாளர்கள் யார் என்ற தகவல்களையும் தர மறுத்துவிட்டனர். சுபாஷ் கபூர் வசம் இருந்த கலைப் பொருட்கள் எதுவுமே திருடப்பட்டவை அல்ல என்று தனக்கு உறுதியாகத்

THE ART LOSS ■ REGISTER™

www.artloss.com

LONDON - NEW YORK - COLOGNE - AMSTERDAM

April 20th 2007

[redacted]
Art of the Past, Inc.
1242 Madison Avenue
New York, NY 10128

ALR Ref: AOP 260-4

Dear Mr. [redacted]

We have now carried out a search of the Art Loss Register's database for the following item:

ITEM:	*Shiva Nataraja*
CIVILIZATION:	Tamil Nadu
DATE/PERIOD:	11th-12th century, chola period
COUNTRY OF ORIGIN:	South India
MEDIUM:	Bronze
DIMENSIONS:	52 inches
PROVENANCE PROVIDED:	Not provided

We certify that this item has not, to the best of our knowledge, been registered as stolen or missing on our database of stolen and missing art nor has a claimant reported this work to us as a loss between 1933 and 1945. It should, however, be noted that:

- not every loss or theft is reported to us
- the database does not contain information on illegally exported artifacts unless they have been reported to us as stolen
- the ALR does not have details of all works of art confiscated, looted or subjected to a forced seizure or forced sale between 1933 and 1945.

It is also important for you to note that this Certificate is no indication of authenticity of the item.

We do not guarantee the provenance of any item against which we have made a search. Your search with The Art Loss Register demonstrates due diligence but may not excuse you undertaking further research or providing further information where known. Should we become aware of any abuse of this Certificate we may find it necessary take action.

If we can be of service to you again, please do not hesitate to contact us.

Yours sincerely,

Katherine M. Dugdale
THE ART LOSS REGISTER

ஆர்ட் லாஸ் ரெஜிஸ்டர் அமைப்பு
ஸ்ரீபுரந்தன் நடராஜர் சிலை தொடர்பாக
வழங்கியிருக்கும் சான்றிதழ்

தெரியும் என்பதால் அந்தக் கலைப் பொருட்கள் தொடர்பாக எந்தத் தகவலையும் யாருக்கும் தர மாட்டோம் என்று அந்த அருங்காட்சியகத்தினர் ஆஸ்திரேலிய செனட் விசாரித்தபோது சொல்லிவிட்டனர்.[2]

ஆனால், சுபாஷ் கபூரிடமிருந்து கலைப் பொருட்களை வாங்கிய போது என்.ஜி.ஏ. அருங்காட்சியகத்தினர் அந்தக் கலைப் பொருட்களின் முந்தைய உரிமையாளர்கள் பற்றி எதையும் முறையாகச் சோதித்துப் பார்த்திருக்கவில்லை என்பது அனை வருக்கும் புரிந்துவிட்டது.

இறுதியாக என்.ஜி.ஏ., சுபாஷ் கபூரிடமிருந்து 22 கலைப் பொருட்களை வாங்கியதை ஒப்புக்கொண்டு ஒரு அறிக்கை வெளியிட்டனர். ஆனால், அவர்கள் சொன்ன விஷயங்கள் மிகவும் சந்தேகத்துக்கு இடமானவையாகவே இருந்தன. நடராஜர் சிலையை எப்படியெல்லாம் ஆய்வுகள் மேற்கொண்ட பின்னர் வாங்கினார்கள் என்று அந்த அறிக்கையில் நீட்டி முழக்கி இருந்தார்கள். ஒரு வருட காலம் அந்தச் சிலை தொடர்பாக ஆய்வு மேற்கொண்டோம்; அமெரிக்காவுக்குச் சென்று அந்தச் சிலையை நேரில் பார்த்தோம்; 'ஆர்ட் லாஸ் ரெஜிஸ்டர்' வலைதளத்தில் அந்தச் சிலைதிருடப்பட்டதாகப் பட்டியலிடப்படவில்லை என்பதை உறுதி செய்துகொண்டோம்; தமிழகக் காவல் துறையின் வலைதளத்தில் அந்தச் சிலை திருடப்பட்டது தொடர்பாகத் தகவல் இருக்கிறதா என்று பரிசோதித்தோம். பெயர் வெளியிட முடியாத சோழர் காலக் கலைகளின் 'ஆய்வு நிபுணர்' ஒருவரையும் இன்னொரு பெயர் வெளியிட முடியாத இந்திய அகழ்வாராய்ச்சித் துறை நிபுணரையும் கலந்து ஆலோசித்தோம் என்று குறிப்பிட்டிருந்தனர்.

ஆனால், அந்தச் செய்தியை வெளியிட்ட 'தி ஹிந்து' நிருபர், சென்னையில் புராதனச் சிலைகள் பற்றிய ஆய்வு நிபுணர்களிடம் பேசியபோது அவர்கள் யாருக்கும் இந்த நடராஜர் சிலை பற்றி எதுவும் தெரிந்திருக்கவில்லை என்றும் ஏ.ஜி.ஏ.யிலிருந்து யாரும் தங்களைத் தொடர்பு கொள்ளவில்லை என்றும் சொன்னதாக 'தி ஹிந்து' பத்திரிகை குறிப்பிட்டிருந்தது.

அதோடு காவல் துறையினரும் தங்களிடம் ஏ.ஜி.ஏ.வில் இருந்து யாரும் எந்தத் தகவலும் கேட்டிருக்கவில்லை என்று குறிப்பிட்டிருக்கிறார்கள். ஏ.எல்.ஆர். வலைதளம் ஒரு கலைப் பொருள் திருடப்பட்டதா இல்லையா என்பதற்கான தெளிவான சான்றளிக்க முடிந்த அமைப்பு அல்ல. திருடு போனதாகப் பதிவான

அவர்களுடைய பட்டியலில் அந்தக் கலைப் பொருளின் பெயர் இல்லை என்று மட்டுமே சொல்ல முடியும். அதனால் அதை வைத்துக்கொண்டு, அந்தக் கலைப் பொருள், திருட்டுப் பொருள் அல்ல என்ற முடிவுக்கு வரவே முடியாது.

அடுத்ததாக, இந்திய அகழ்வாராய்ச்சி நிலையத்திலிருந்த ஆவணங் களைப் பரிசீலித்ததாகச் சொல்லியிருக்கிறார்கள். ஆனால், யாரிடம் அந்தத் தகவல்களைக் கேட்டுப்பெற்றார்கள் என்ற விவரத்தை அந்த அருங்காட்சியகத்தினர் வெளியிடவில்லை என்பதால் அதையும் உறுதிப்படுத்த முடியவில்லை. என்று 'தி ஹிந்து' பத்திரிகை செய்தி வெளியிட்டிருந்தது.

ஆனால், இவையெல்லாம் பின்னணியில் இருந்த விஷயங்களே. 28, ஜூன், 2013 அன்று 'தி ஹிந்து' பத்திரிகை ஒரு முக்கிய செய்தியை வெளியிட்டிருந்தது. என் நண்பர்கள் ஜேஸன் ஃபெல்ச், ரால்ஃப் ஃப்ரமொலினோ தமது வலைதளத்தில் வெளியிட்டிருந்த செய்தி அது. என்.ஜி.ஏ. சொல்பவற்றை அம்பலப்படுத்தும் வலுவான ஆதாரம். வாஷிங்டன் டி.சி.யில் இருந்த ஒருவரிடமிருந்துதான் 2004-ல் நடராஜர் சிலையை கபூர் வாங்கியதாகத் தம்மிடம் வலுவான ஆதாரம் இருப்பதாக என்.ஜி.ஏ. குறிப்பிட்டிருந்தது. ஆனால் ஜேஸன் தனது வலை தளத்தில் அந்த நடராஜர் சிலை 2006-ல் இந்தியாவில் இருந்ததற்கான புகைப்படங்களை வெளியிட்டிருந்தார். அதற்குச் சிறிது காலத்துக்குப் பின்புதான் அது திருடவும்பட்டிருந்தது. இதே புகைப்படம்தான் சுபாஷ் கபூருக்கு 2006-ல் மின்னஞ்சலில் அனுப்பவும்பட்டிருந்தது.

2006-ல் அந்தச் சிலை இந்தியாவில் இருந்திருக்கும்பட்சத்தில் என்.ஜி.ஏ. அதை 2004-ல் வாங்கியதாகக் காட்டும் ஆவணம் எப்படி சட்டபூர்வமானதாக இருக்கும். அந்த நடராஜர் சிலை 2006-ல் இந்தியாவில் இருந்திருக்கும்நிலையில் வாஷிங்டன் டி.சி.யில் இருக்கும் ஒருவரிடமிருந்து சுபாஷ் கபூர் எப்படி 2004-ல் வாங்கியிருக்க முடியும்? என்.ஜி.ஏ. சொல்லும் வாஷிங்டன் உரிமையாளர் என்பது கட்டுக்கதையே.[3]

ஆனால், என்.ஜி.ஏ. தங்களிடம் இருக்கும் நடராஜர் சிலை ஸ்ரீபுரந்தன் கோவில் நடராஜர் சிலை அல்ல என்று ஒரேயடியாக மறுத்துவிட்டார்கள். வேறென்ன ஐந்து மில்லியன் டாலர் கொடுத்து வாங்கிய கலைப் பொருள் அல்லவா!

இந்தச் செய்தியைப் படித்ததும் நான் உடனே ஜேஸனின் வலைப்பக்கத்துக்குச் சென்றேன். என்.ஜி.ஏ. அருங்காட்சியகத்தில்

இருந்த ஸ்ரீபுரந்தன் நடராஜர் சிலையின் திருட்டுப் புகைப்படங்கள் அந்தச் சிலை இந்தியக் கோவிலில் இருந்தபோது எடுத்த புகைப் படமே என்பதை மிகத் தெளிவாகக் காட்டின.

என்.ஜி.ஏ. அருங்காட்சியகம் இப்படி முட்டுக்கட்டை போட்ட நேரத்தில் இன்னொரு ஆஸ்திரேலிய அருங்காட்சியகம் வித்தியாச மாகச் செயல்பட்டது. 'நேர்மையின் வெளிப்பாடு : நியூ சவுத் வேல்ஸ் அருங்காட்சியகம் சுபாஷ் கபூருடனான கலைப் பொருள் வணிக ஆவணங்களை வெளியிட்டது' என்ற தலைப்பில் ஜேஸனின் வலைப்பக்கத்தில் வெளியாகியிருந்த கட்டுரை என் கவனத்தைக் கவர்ந்தது.

'என்.ஜி.ஏ. அருங்காட்சியகத்துக்கு நேர்மையாக நடந்துகொள்ள அழுத்தம் கொடுத்துக்கொண்டிருந்த அதே நேரத்தில் சிட்னியில் அமைந்திருக்கும் நியூ சவுத் வேல்ஸ் அருங்காட்சியகத்துக்கும் சுபாஷ் கபூருடனான வணிகப் பரிமாற்றங்களை வெளிப்படையாக அறிவிக்கும்படிக் கேட்டுக்கொண்டுவந்தோம். அவர்கள் அந்த ஆவணங்களை நேர்மையாக வெளியிட்டிருக்கிறார்கள். 1994-2004 வரை சுபாஷ் கபூரிடமிருந்து கலைப் பொக்கிஷங்களை அவர்கள் வாங்கியிருக்கிறார்கள். இந்தத் தகவலோடு அவர்கள் வாங்கிய ஒரு கலைப் பொருளின் முந்தைய உரிமையாளர்கள் தொடர்பாக அவர்களிடமிருக்கும் ஆவணங்களையும் வெளியிட்டிருக்கிறார்கள்.

நியூ சவுத் வேல்ஸ் அருங்காட்சியகம் இப்படி வெளிப்படையாக நேர்மையாக நடந்துகொள்ளக் காரணம் புதிதாக நியமிக்கப்பட்ட இயக்குநர் மைக்கேல் பிராண்ட். முன்னர், 2005 வாக்கில் கெட்டி மியூஸியத்தின் இயக்குநராக நியமிக்கப்பட்டிருந்தார். கெட்டி மியூஸியத்தினர் வாங்கிய கலைப் பொருட்கள் திருட்டுத் தனமானவை என்று இத்தாலியத் தரப்பில் இருந்து குற்றச்சாட்டுகள் எழுந்த காலகட்டம் அது. முதல் வேலையாகக் கெட்டி மியூஸியத்தில் மைக்கேல் பிராண்டு சில சீர்திருத்த நடவடிக்கை களை எடுத்தார். புதிதாகக் கலைப் பொருட்கள் வாங்குவதென்றால் அந்தப் பொருட்களின் முந்தைய உரிமையாளர்கள் பற்றிய முழுமையான ஆவணங்கள் இருந்தால் மட்டுமே வாங்குவது என்று முடிவெடுத்தார்.

கூடவே இத்தாலி, கிரேக்கம் நாடுகளுடன் சமரச பேச்சு வார்த்தையின் ஈடுபட்டார். இழப்பீடு, பதில் கடனுதவி போன்ற வற்றைப் பேசித் தீர்த்துக்கொண்டார். எப்படியோ கெட்டி அருங்காட்சியகத்தை அதன் மீது சுமத்தப்பட்ட குற்றச்சாற்றுகளில்

ஸ்ரீபுரந்தன் நடராஜர் சிலையைத்
திருடியவர்கள் எடுத்த புகைப்படங்கள்

இருந்து கரை சேர்த்தார். நியூ சவுத் வேல்ஸ் அருங்காட்சியகத்துக்கு மைக்கேல் பிராண்ட் பொறுப்பேற்றதும் சுபாஷ் கபூரிடமிருந்து வாங்கிய கலைப் பொருட்கள் அனைத்தின் ஆவணங்களையும் பொது வெளியில் வெளியிட்டார். அந்தக் கலைப் பொருட்களின் முந்தைய உரிமையாளர்கள் பற்றிய விவரங்களையும் வெளியிட்டார். 1990களில் கலைப் பொருட்கள் வாங்கும் விஷயத்தில் உரிய அக்கறைகள் மேற்கொள்ளப்பட்டிருக்கவே இல்லை.

சுபாஷ் கபூரிடமிருந்து கலைப் பொருட்களை வாங்கிய அருங்காட்சியகங்கள், தனி நபர் கலைப் பொருள் சேகரிப்பாளர்கள் பட்டியல் பின்னிணைப்பு-3-ல் விரிவாக இடம்பெற்றிருக்கிறது. ஆர்ட் ஆஃப் தி பாஸ்ட் நிறுவனத்தின் ஆர்க்யூவ்ஸில் இருந்து இந்தத் தகவல்கள் காவல்துறையால் எடுக்கப்பட்டுள்ளன. இந்தப் பட்டியலில் இருப்பவர்களில் நியூ சவுத் வேல்ஸ் அருங்காட்சியகம் நீங்கலாக வேறு யாருமே சுபாஷ் கபூர் கைது செய்யப்பட்டு இரண்டு ஆண்டுகள் ஆன பிறகும் இண்டர் போல் காவல்துறை நோட்டீஸ் அனுப்பிய பிறகும் சுபாஷ் கபூருடனான கொடுக்கல் வாங்கல்கள் பற்றிய விவரங்களைப் பொதுவெளியில் வெளியிடவே இல்லை.

கலைப் பொருள் உலகில் வெளிப்படைத்தன்மையும் நேர்மையும் இவ்வளவுதான்.

நியூ சவுத் வேல்ஸ் அருங்காட்சியகம் தனது வலைப்பக்கத்தில் வெளியிட்டிருக்கும் ஆவணங்களில் முதலாவது கலைப் பொருளின் முந்தைய உரிமையாளர் பற்றிய விவரங்களை இப்போது பார்ப்போம்.

ஜேஸன் தனது வலைப்பக்கத்தில் அவற்றின் சாராம்சத்தை வெளியிட்டிருக்கிறார்:

> அர்த்தநாரீஸ்வரர் சிலை
>
> இந்த சோழர் காலச் சிலையை 2004-ல் சுபாஷ் கபூரிடமிருந்து 3,00,000 அமெரிக்க டாலருக்கும் அதிகமாகக் கொடுத்து வாங்கியிருக்கிறார்கள். கோவிலின் வெளிப் பிரகாரத்தில் செதுக்கப்பட்ட சிலை.
>
> கபூர் அந்தச் சிலையுடன் இரண்டு ஆவணங்களைத் தந்திருக்கிறான்.
>
> ஒன்று 1970 தேதியிடப்பட்ட ரசீது. தில்லியைச் சேர்ந்த உத்தம் சிங் அண்ட் சன்ஸ் (தாமிர, வெண்கலப் பொருட்களின் அரண்மனை என்று ரசீதில் அந்தக் கடை, தன்னை அடையாளப்படுத்திக்

Phone Off. : 26 53 90
Res. : 39 32 67

Uttam Singh & Sons

COPPER & BRASS PALACE

INDIAN ARTS, HANDICRAFTS DEALERS & EXPORTERS

Show Room :
1039, PAIWALAN,
NEAR JAMA MASJID
DELHI-110006

Office :
1010, CHAWRI BAZAR
NEAR JAMA MASJID
DELHI-110006

Ref. No. 70/357

Date 15/4/1970

To,

Abdulla Mehgoub
D 220 Deffence Colony
New Delhi

Standing Aradhnareshwara with Nandi
Granite Stone South India
Chola Period 12th C. Height 4 Ft.

Rs. 25,000.00

Indian Rupee Twenty Five Thousand.

உத்தம் சிங் அண்ட் சன்ஸ் கடையின் ரசீது

Art Of The Past

1242 Madison Avenue New York, NY 10128, Phone (212) 860-7070, Fax (212) 876-5371

LETTER OF PROVENANCE

March 25th 2003

I, Raj Mehgoob, hereby certify that the Granite sculpture of Aradhanareshwara leaning over the nandi from South India, Tamil Nadu, Chola, 10th Century, Dimensions: 46 ½ x 19 x 12 inches was purchased by my husband, Abdulla Mehgoub who was diplomat in Delhi from Sudan during his posting there from 1968 to 1971

R. Mehgoob

Raj Mehgoub
63-58 grand Central Parkway

ராஜ் மெஹ்பூப், விருத்தாசலம் அர்த்தநாரீஸ்வரர் சிலை
தனக்கு சொந்தமானது என்பது தொடர்பாகத் தந்த கடிதம்

கொண்டிருக்கிறது!) அந்தச் சிலையைத் தனியார் கலைப் பொருள் ஆர்வலருக்கு (அப்துல்லா மெஹ்பூபுக்கு) விற்றிருக்கிறது.

இரண்டாவது ஆவணம் 2003 தேதியிட்டது. மேடிஸன் அவென்யூவில் இருக்கும் சுபாஷ் கபூரின் ஆர்ட் ஆஃப் தி பாஸ்ட் நிறுவனத்தின் லெட்டர் ஹெட்டில் எழுதப்பட்ட உரிமைப் பத்திரம். தில்லியில் 1968-லிருந்து 1971 வரை வாழ்ந்திருந்த அரசாங்க அதிகாரி ஒருவரின் மனைவியான ராஜ் மெஹ்பூப் என்பவரால் கையெழுத்திடப்பட்டிருந்தது.[4]

Institut Français de Pondichéry / École française d'Extrême-Orient

விருத்தாசலம் அர்த்தநாரீஸ்வரர் சிலை

இந்த ஆவணத்தைவிட என் பார்வை அந்தச் சிலையில் குவிந்தது. பெரும் இன்ப அதிர்ச்சி அடைந்தேன்.

அது என் பெரு விருப்பத்துக்குரிய விருத்தாச்சல அர்த்தநாரீஸ்வரர் சிலை.

பல வருடங்களுக்கு முன் என்னுடைய வலைதளத்தில் நான் குறிப்பிட்டிருந்த அதே சிலை.

சிலைத்திருடர்கள் வெளிப் பிரகாரத்திலிருந்து அதைத் திருடிய விவரம் தெரியாமலேயே அதை எனது வலைப்பக்கத்தில் ரசித்து எழுதியிருக்கிறேன். நான் பிறந்த கிராமத்தில் இருந்து கல்லெறியும் தொலைவில் இருந்த விருத்தாசலத்தில் விருதகிரீஸ்வரர் கோவிலில் இருந்த சிலை. நான் எனது ஆவணத்தொகுப்பை எடுத்து அதுபற்றிய தகவல்கள் வெளியாகியிருக்கும் புத்தகங்களைத் தேடினேன். நியூ சவுத் வேல்ஸ் அருங்காட்சியகத்தில் இருக்கும் அர்த்தநாரீஸ்வரர் சிலை விருத்தாச்சல கோவிலில் இருந்த சிலைதான் என்பதில் எனக்கு எந்தச் சந்தேகமும் இல்லை. இரண்டு கைகளும் அதே இடத்தில் அதேவிதத்தில் உடைந்து காணப்பட்டன!

'தி ஹிந்து' பத்திரிகையின் ஸ்ரீவத்ஸனுக்கும் ஆஸ்திரேலியன் பத்திரிகையின் மைக்கேல் போலந்துக்கும் உடனே மின்னஞ்சல் அனுப்பினேன்.

விருத்தாசலம் கோவிலில் அந்தச் சிலை உடையாமல் முழுமையாக இருந்த காலகட்டத்தில் எடுத்த புகைப்படம் 1974-ல் டக்ளஸ் பாரெட் எழுதி வெளியிட்ட 'ஆரம்ப சோழர் கால கட்டடக்கலை மற்றும் சிற்பக் கலை' (*Early Cola Architecture and Sculpture*) என்ற புத்தகத்தில் இடம்பெற்றிருந்தது. அந்தப் புகைப்படத்தையும் அவர்களுக்கு மின்னஞ்சலில் அனுப்பினேன்.

அதன் பிறகு வேலைகள் மளமளவென நடந்தேறின. ஃபேஸ் புக்கில் ஒரு செய்தி வெளியிட்டேன் : 'விருத்தாசலத்தில் இருந்து யாரேனும் என் நண்பர் வட்டாரத்தில் இருக்கிறீர்களா? உடனடியாக ஒரு உதவி தேவை. உடனடியாக விருதகிரீஸ்வரர் கோவிலுக்குச் செல்ல முடிபவராக இருக்கவேண்டும்' என்று ஒரு விண்ணப்பம் விடுத்தேன்.

ஒரு மணி நேரத்தில் எனது நெருங்கிய நண்பர்களில் ஒருவரும் poetryinstone குழுவின் உறுப்பினருமான சதீஷ் தனது நண்பர் ஒருவரை அந்தக் கோவிலுக்கு அனுப்பிவைத்தார். ஆனால், அந்தக் கோவிலில் அர்த்தநாரீஸ்வரர் சிலை உரிய இடத்தில் அப்படியே

இருந்தது! ஆனால், அந்தச் சிலையைக் கூர்ந்து கவனித்ததுமே அது போலியான சிலை என்பது தெரிந்துவிட்டது.

எங்களுக்கு எப்படித் தெரிந்தது?

அந்தச் சிலையின் வலது கீழ் கையில்தான் அந்தப் பதில் இருக்கிறது. அந்தக் கீழ் கை நந்தியின் தலை மேல் தட்டையாக வைத்தபடி இருக்கவேண்டும் என்று சிற்ப சாஸ்திரம் சொல்கிறது. ஆனால், அந்தச் சிலையை வடித்த போலி சிற்பிக்கு சிற்ப சாஸ்திரம் தெரிந்திருக்கவில்லை. வலது கீழ் கையைப் போய் அபய ஹஸ்த முத்திரையுடன் வடித்துவிட்டான். எனக்கு அதைப் பார்த்ததும் கோபம் பொத்துக்கொண்டு வந்தது. கோவில் விஷயத்தில் இப்படி நடந்து கொள்பவன் என்னவிதமான மனிதன்?

ஆஸ்திரேலியாவில் இருக்கும் சிலைதான் உண்மையான சிலை என்பதற்காக காரணத்தையும் அதற்கான ஆதாரங்களை வேறு ஆய்வு நூல்களில் இருந்து எடுத்துக்காட்டியும் (1974-ல் வெளியான ஒரு புத்தகம், 1983-ல் வெளியான இன்னொரு புத்தகம்) மைக்கேலுக்கு ஒரு மின்னஞ்சல் அனுப்பினேன். அந்த ஆவணங்கள் 1973-74 வாக்கில் இந்தியாவில்தான் அந்தச் சிலை இருந்திருக்கிறது என்பதற்கான ஆதாரங்களும் கூட.

இந்த ஆதாரம் ஏன் முக்கியம்?

முன்பே நான் சொன்னதுபோல் 1972-க்கு பின்னர் ஏதேனும் இந்தியக் கலைப் பொருள் வெளிநாட்டுக்குப் போயிருந்தால் அந்த நாடு அந்தக் கலைப் பொருளை எந்தவித இழப்பீடும் கோராமல் இந்தியாவுக்குத் திருப்பித் தந்துவிட வேண்டும். 1972 வாக்கில் அந்தச் சிலை இந்தியாவில்தான் இருந்திருக்கிறது என்ற ஆதாரத்தை நாம் கொடுத்துவிட்டால் ஆஸ்திரேலியர்கள் மறு பேச்சு பேசாமல் அந்தச் சிலையை இந்தியாவிடம் ஒப்படைத்தாகவேண்டும். எந்த இழப்பீடு கோரவும் முடியாது.

இதனிடையில் ஸ்ரீவத்ஸன் தில்லியில் இருந்த உத்தம் சிங் அண்ட் சன்ஸ் கடையினருடன் உரையாடியிருக்கிறார். அது தொடர்பாக அவர் எழுதிய கடிதம்:

> நான் தில்லியில் இருக்கும் உத்த சிங் அண்ட் சன்ஸ் கடையின் உரிமையாளருடன் பேசினேன். உத்தம் சிங் தற்போது உயிருடன் இல்லை. 1970களில் கற் சிலைகளை விற்றது குறித்து அவருடைய மகனால் நினைவுகூர முடியவில்லை. அவர்கள் கடையில் இருந்து தரப்பட்ட ரசீது பற்றியும் நடராஜர் சிலை

தொடர்பான தகவலையும் சொல்லிக் கேட்டபோது அவருடைய தந்தை அல்லது அவருடைய கடை திருட்டுப் பொருட்களை விற்றிருக்க வாய்ப்பே இல்லை என்று கூறினார்.

உத்தம் சிங் உருது மொழியில் அல்லது ஆங்கிலத்தில்தான் கையெழுத்துப் போடுவார் என்றும் அவருடைய மகன் தெரிவித்திருக்கிறார். எனவே, ஜேஸன், அந்த ரசீதில் எந்த மொழியில் கையெழுத்திடப்பட்டிருக்கிறது என்று பார்த்துச் சொல்லமுடியுமா?

அந்த ரசீது ஆங்கிலத்தில் தட்டச்சு செய்யப்பட்டிருந்தது. ஆனால், கையெழுத்திடப்படவில்லை.

'ஆஸ்திரேலியன்' இதழ் எங்களுடைய புலனாய்வுகளை முழுவதுமாக வெளியிட்டு நியூ சவுத் வேல்ஸ் அருங்காட்சியினருக்கு மேலும் நெருக்கடி கொடுத்தது. அதில் வெளியான செய்தி:

நியூ சவுத் வேல்ஸ் அருங்காட்சியகம் அமைந்திருக்கும் இடத்திலிருந்து ஏழே நிமிட நடை பயண தூரத்தில் நியூ சவுத் வேல்ஸின் அரசு நூலகம் இருக்கிறது.

2004-ல் அந்த அருங்காட்சியகத்தின் பொறுப்பாளர்கள், 3,00,000 அமெரிக்க டாலர் கொடுத்து ஆயிரம் ஆண்டு காலம் பழமையான சோழர் கால அரிய கலைப் பொக்கிஷமான அர்த்தநாரீஸ்வரர் கற்சிலையை வாங்குவதற்கு முன் அப்படி ஒரு சிறு நடை நடந்து அங்கு போயிருந்தார்களென்றால் அந்தச் சிலை திருடப் பட்டிருக்கலாம் என்ற சந்தேகம் அவர்களுக்கு எளிதில் வந்திருக்கும்.

அந்த நூலகத்தின் குறிப்புதவிப் பகுதியில் டக்ளஸ் பாரெட் எழுதி 1974-ல் வெளியிடப்பட்ட 'ஆரம்ப காலச் சோழர்களின் கட்டடக் கலை மற்றும் சிற்பக் கலை (கி.பி. 866-1014)' என்ற புத்தகத்தின் பிரதி ஒன்று இருக்கிறது. அந்தப் புகழ் பெற்ற அகழ்வாராய்ச்சி யாளரின் அற்புதமான புத்தகத்தின் 21 பிரதிகள் ஆஸ்திரேலியா முழுவதிலும் இருக்கும் பல்வேறு முக்கிய நூலகங்களில் இருக்கவும் செய்கின்றன.

அந்தப் புத்தகத்தில் இடம்பெற்றிருக்கும் குறைந்த அளவிலான புகைப்படங்களில் 'இந்தியக் கோவில்களில் சோழ காலச் சிற்பங்கள்' என்ற பிரிவில் எண் 54-ல் தமிழகத்தின் விருத்தாசலத்தில் இருக்கும் கோவிலில் நந்தியுடன் இருக்கும் அர்த்தநரீஸ்வரரின் சிலையும் இடம்பெற்றுள்ளது. அந்தச் சிலை

அப்படியே அச்சு அசலாக நியூ சவுத் வேல்ஸ் அருங்காட்சியகத்தில் இருக்கும் சிலையோடு ஒத்துப்போகிறது.

அந்தப் புகைப்படத்தின் அடிப்படையில் பார்த்தால் சிட்னி அருங்காட்சியகத்தில் இருக்கும் அர்த்தநாரீஸ்வரர் சிலையானது இந்தியக் கோவிலின் வெளிப் பிரகாரத்தில் இருந்து பெயர்க்கப் பட்ட சிலை என்பது உறுதியாகத் தெரிகிறது என்று சிலைத் திருட்டுத் தொடர்பான ஆய்வறிஞர் டேமியன் ஹஃபர் உறுதிபடத் தெரிவிக்கிறார்.

பேரெட்டின் புத்தகத்தின் அடிப்படையில் பார்த்தால் 1973 அல்லது 1974க்குப் பின்னர்தான் அந்தக் கற்சிலை பெயர்க்கப் பட்டிருக்கவேண்டும். அப்படிப் பார்த்தால் அது சட்ட விரோதமாக இந்தியாவில் இருந்து கொண்டுவரப்பட்ட சிலை என்பது உறுதியாகிறது.

ஹஃபர் இது பற்றிக் கூறுகையில் அந்த அருங்காட்சியகத்தினர் அர்த்தநாரீஸ்வரர் சிலையை வாங்க முடிவு செய்தபோது அதற்குத் தேவையான முறையான ஆய்வு எதையும் மேற்கொண்டிருக்கவில்லை என்பது இதில் இருந்து தெரிகிறது என்று குறிப்பிட்டிருக்கிறார்.

ஓர் அருங்காட்சியகம் அரிய கலைப் பொக்கிஷத்தை வாங்க முடிவு செய்தால் அதை விற்க வரும் வணிகர் என்ன சொல்கிறார் என்பதை மட்டும் வைத்து ஒரு தீர்மானத்தை எடுத்துவிடக் கூடாது. அந்தச் சிலை தொடர்பாக வெளியாகியிருக்கக்கூடிய அனைத்துப் புத்தகங்கள், ஆய்வு ஆவணங்கள் அனைத்தையும் அலசி ஆராய்ந்த பிறகே அந்தக் கலைப் பொக்கிஷத்தை வாங்கவேண்டும் என்று குறிப்பிட்டிருக்கிறார்.[5]

ஐ.எஃப்.பி. கூட இந்தச் சிலையை 1974-ல் புகைப்படமெடுத்திருந்த விஷயத்தைப் பின்னர் நாம் பார்க்கவிருக்கிறோம். தடை விதிக்கப்பட்ட வருடமான 1972க்குப் பிறகும் அந்தச் சிலை இந்தியாவில்தான் இருந்திருக்கிறது என்பதற்கான இன்னொரு வலுவான ஆதாரமாக அது இருக்கிறது.

தொடர்ந்து 'தி ஹிந்து' நாளிதழ் வெளியிட்ட செய்தியும் இதற்கு இணையாகவே முக்கியமானதுதான். ஏனென்றால் அது செயல் திறனற்ற இந்திய அதிகாரிகள் மீது கவனத்தைக் குவிய வைத்தது.

விருதகிரீஸ்வரர் கோவிலின் நிர்வாகிகள் அறியாமையே ஆனந்தம் என நினைத்திருப்பவர்கள். அந்தக் கோவிலின் அரிய

அர்த்தநாரீஸ்வரர் சிலை திருடு போனது அவர்களுக்குத் தெரியவே இல்லை. அந்தச் சிலை கோவிலில் பத்திரமாக வழிபாட்டில் இருப்பதாகவே சொல்கிறார்கள். ஆனால், பேரெட் எழுதிய புத்தகத்திலோ ஐ.எஃப்.பி. எடுத்த புகைப்படத்திலோ இருக்கும் அர்த்தநாரீஸ்வரருடன் கோவிலில் இப்போது இருக்கும் சிலை ஒத்தே போகவில்லை. சிலைத்திருடு போனதாகவோ மாற்றிவைக்கப்பட்டதாகவோ எந்தப் பதிவும் இல்லை என்றும் அவர்கள் குறிப்பிட்டிருக்கிறார்கள்.[6]

இரண்டு மாதங்கள் கழித்து நியூ சவுத் வேல்ஸ் அருங்காட்சியகத்தில் இருக்கும் சிலை விருத்தாசலம் கோவிலில் இருந்து திருடப் பட்டதுதான் என்று இந்திய காவல்துறை ஒருவழியாக உறுதிப் படுத்தியது. 2002 வாக்கில் கோவில் நிர்வாகிகள் அர்த்தநாரீஸ்வரர் சிலையை (வேறு ஏழு சிலைகளையும் சேர்த்து) 'சிதைந்து விட்டிருப்பதாகச்' சொல்லி வேறு இடத்துக்கு மாற்றி இருக்கிறார்கள். கூடவே போலியான நகல் சிலை ஒன்றை அந்த இடத்தில் வைத்துமிருக்கிறார்கள்! விலை மதிப்பு கூற முடியாத அரிய சோழ காலப் பொக்கிஷமான ஒரிஜினல் சிலையை கோவிலில் வேறு ஒரு இடத்தில் பத்திரமாக வைத்திருந்திருக் கிறார்கள். என்ன நடந்திருக்கும் என்று யூகித்துப் பாருங்கள்.

2002க்கும் (அப்போதுதான் கோவில் நிர்வாகிகள் ஒரிஜினல் சிலையை எடுத்து உள்ளே வைத்துவிட்டு போலி நகல் சிலையை பிரகாரத்தில் வைத்திருக்கிறார்கள்) 2004க்கும் (நியூ சவுத் வேல்ஸ் அருங்காட்சியகம் ஒரிஜினல் சிலையை வாங்கிய வருடம்) இடையில்தான் அந்தச் சிலை திருடப்பட்டிருக்கவேண்டும். ஆனால், 2013-ல் சிங்கப்பூரில் கப்பல் நிறுவனத்தில் பணிபுரியும் நான் ஒரு சந்தேகத்தை எழுப்பிய பின்னரே அந்தத் திருட்டு உலகுக்குத் தெரிய வந்திருக்கிறது!

இந்து அறநிலையத் துறையின் துணை கமிஷனர் ஜூன் 2013-ல் காவல் துறையில் விருதகிரீஸ்வரர் கோவிலின் அர்த்தநாரீஸ்வரர் சிலைத்திருட்டு தொடர்பாக ஒரு புகார் பதிவு செய்தார்.

நாங்கள் எவ்வளவோ ஆர்வத்துடன் செயல்பட்டிருந்த போதிலும் இந்தக் கோவிலில் நாங்கள் முறையாக முழுமையாக எல்லா விஷயங்களையும் சரிபார்த்திருக்கவில்லை என்பது எங்களுக்குப் பின்னர்தான் தெரிந்தது. 2004-ல் கபூர் அர்த்தநாரீஸ்வரர் சிலையை நியூ சவுத் வேல்ஸ் அருங்காட்சியகத்துக்கு 3,00,000 அமெரிக்க டாலருக்கு விற்றிருக்கிறான். சரபாணி மூர்த்தி சிலையை என்.ஜி.ஏ.வுக்கு 1, ஜூன், 2005 அன்று ஆஸ்திரேலிய டாலர்

3,28,244க்கு விற்றிருக்கிறான். அந்தச் சிலையும் இதே கோவிலைச் சேர்ந்ததுதான்!

இந்தச் சிலையைத் திருடியது மும்பையில் இந்திய நேபாள ஆர்ட் கேலரி கடையை நடத்தும் பிரகாஷ்கள்தான் என்பதை ஐ.சி.ஏ. அதிகாரிகள் கண்டுபிடித்தனர். வல்லப் பிரகாஷ், ஆதித்திய பிரகாஷ் ஆகியோர் 2002-ல் தாங்கள் திருடிய அர்த்தநாரீஸ்வரர் சிலையை கபூரின் ஆர்ட் ஆஃப் தி பாஸ்டுக்கு விற்றிருக்கிறார்கள். கபூரும் பிரகாஷ்களும் சேர்ந்து அந்தச் சிலையை ஹாங்காங் வழியாக அமெரிக்காவுக்குக் கடத்தியிருக்கிறார்கள்.

2004-ல் கபூர் அந்தச் சிலைக்குப் போலியான உரிமையாளர்களை உருவாக்கி நியூ சவுத் வேல்ஸ் அருங்காட்சியகத்துக்கு விற்றிருக்கிறான். தீனதயாளன் கோவில்களில் இருந்து திருடும் வேலைகளைத் தன் ஆட்களை வைத்துச் செய்திருக்கிறான். பிரகாஷ்கள் 'இடை நிலைத் தரகர்களாக' இருந்து வாங்கி அந்தச் சிலைகளை மொத்தமாக விற்று வெளி நாடுகளுக்குக் கடத்தும் வேலையைச் செய்திருக்கிறான்.[7]

வல்லப் பிரகாஷின் பெயரை இந்தப் புத்தகத்தில் இதற்கு முன்னும் நாம் பார்த்திருக்கிறோம். அர்த்தநரீஸ்வரர் சிலை தொடர்பாக மட்டுமல்ல, கை உடைக்கப்பட்ட நடராஜர் சிலை தொடர்பாகவும் அவனைப் பற்றிப் பார்த்திருக்கிறோம்.

சுபாஷ் சிறையில் இருந்தபடியே தன் உதவியாளர் ஆரோனுக்கு அனுப்பிய குறிப்பிலும் கூட இவனைத்தான் இந்திய அதிகாரி களுடன் ஓர் 'ஒப்பந்த'த்தைப் பேசித் தீர்க்கும்படிச் சொல்லி இருக்கிறான். இவனுடைய கலைப் பொருள் விற்பனை மையத்தைத்தான் காதர் பாட்ஷா சோதனையிட மிகுந்த தயக்கம் காட்டியிருக்கிறான்.

இங்கு ஒரு சுவாரசியமான விஷயம் சொல்கிறேன். டிச 2013 வாக்கில் வேறு வழக்கு தொடர்பாக சில விஷயங்கள் தெரிந்து கொள்ள ஐ.எஃப்.பி.க்குப் போயிருந்தேன். சீருடை அணியாத காவலர் ஒருவர் ஐ.எஃப்.பி அதிகாரியிடம் ஒரு விஷயம் கேட்டார். சென்னை, சிலைத்திருட்டுத் தடுப்புப் பிரிவில் பணிபுரிவதாகவும் டி.ஐ.ஜி.பொன் மாணிக்கவேல் அவரை அனுப்பியதாகவும் சொன்னார். விருதாச்சலம் அர்த்தநாரீஸ்வரர் சிலையின் முன்பக்க, பின்பக்கப் புகைப்படங்கள் தரும்படி எழுத்து மூலம் கேட்டார். ஐ.எஃப்.பி.யின் பேராசிரியர் முனைவர் முருகேசன் இந்தச் சிலைகள் பிரகாரச் சுவரில் செதுக்கப்பட்டிருக்கும். எனவே முன் பக்கப் புகைப்படம் மட்டுமே எடுக்க முடியும் என்று விளக்கிச் சொன்னார்.

நான் அப்போது அந்த நூலகத்தில் பக்கத்து மேஜையில் அமர்ந்து பின் கார்டுகளை பார்த்துக்கொண்டிருந்தேன். முனைவர் முருகேசன் அந்தக் காவலர் கேட்ட புகைப்படத்தை எடுத்துக் கொடுத்தார். 'என்ன இந்தச் சிலை ஆண் பாதி பெண் பாதி என்று இருக்கிறது?' என்று கேட்டார். முனைவர் முருகேசன் அதிர்ந்துவிட்டார். காவலர் அடுத்ததாகச் சொன்னது என்னையும் அதிர்ச்சியில் ஆழ்த்தியது.

'சிங்கப்பூர்ல இருக்கற வேல வெட்டியில்லாத ஒருத்தன் ஹிந்து பத்திரிகைக்கு இந்தச் சிலைபத்தி என்னமோ தகவல் கொடுத்திருக்கான். அந்த வழக்குக்காக நான் சென்னையில இருந்து பாண்டிச்சேரிக்கு லொங்கு லொங்குனு இந்தப் போட்டோவுக்காக வரவேண்டியிருந்திருக்கு'.

அந்த 'சிங்கப்பூர்ல இருக்கற வேல வெட்டியில்லாதவன்'தான் பக்கத்து டேபிள்ல உட்கார்ந்திருக்கிறான் என்பது அப்போது அவருக்குத் தெரிந்திருந்தால் என்ன செய்திருப்பாரோ?

முனைவர் முருகேசனுக்கு நான்தான் அது என்பது தெரியும். உதடுவரை வந்துவிட்ட புன்னகையை அடக்கிக் கொண்டு, இந்தப் புகைப்படத்தைப் பெற நீங்கள் இவ்வளவு தூரம் வந்திருக்கத் தேவையே இல்லையே. ஒரு மின்னஞ்சல் அனுப்பியிருந்தால் அதை மெயிலிலேயே அனுப்பியிருப்போமே என்று சொன்னார்.

அந்தக் காவலர் போன பிறகு 'வேல வெட்டியில்லாத சிங்கப்பூர் முட்டாள்' வேறு வழக்குகளின் புதிர்களை அவிழ்க்கப் புறப்பட்டார்!

சுபாஷ் கபூர் தொடர்பான விசாரணையில் அர்த்தநாரீஸ்வரர் சிலைத்திருட்டு வழக்கு மிக முக்கியமானது. அந்த வழக்கில்தான் ஐ.நா. தீர்மானத்தைப் பயன்படுத்த முடிந்தது. முதலாவதாக, அந்தத் திருட்டு 2002-ல் நடந்திருக்கிறது. இரண்டாவதாக, அந்தச் சிலையின் முந்தைய உரிமையாளர் யார் என்பது தொடர்பாகத் தரப்பட்ட உத்தம் சிங் அண்ட் சன்ஸ் கடையின் ரசீது போலியானது என்பதை நிரூபிக்க முடிந்திருந்தது. மூன்றாவதாக சூடானிய டிப்ளமேட் அப்துல்லா மெஹ்பூப் மற்றும் ராஜ் மெஹ்பூபிடம் இருந்துதான் சுபாஷ் கபூர் வாங்கினான் என்ற ஆவணமும் போலியானது என்பதையும் நிரூபிக்க முடிந்திருந்தது. எனவே, ஆஸ்திரேலியர்கள் அந்த தெய்வத்தை நம்மிடம் கொடுத்தே ஆகவேண்டும். வேறு வழியே இல்லை.

தமிழகத்து கோவிலில் இருந்து ஆஸ்திரேலியாவுக்கு,தெய்வமாகப் பூஜிக்கப்பட்ட நிலையில் இருந்து அருங்காட்சியகக் காட்சிப்

பொருளாக இரண்டே வருடங்களில் சென்று சேர்ந்து விட்டிருக்கிறது.

சுபாஷ் கபூர் அந்தச் சிலைக்குக் காப்பு வேலி போடாமல் இருந்துவிட்டான். 'காப்பு வேலி' என்றால் ஒரு சிலை திருடப்பட்ட செய்தி மக்கள் மனதில் இருந்து மறையப் போதிய அவகாசம் கொடுப்பதுதான். அதுபோல் திருடர்களுக்கும் அந்தத் திருட்டுப் பொருளை வாங்குபவர்களுக்கும் இடையில் பல போலியான இடை நிலை நபர்களைச் சேர்த்ததன் மூலமும் அந்தச் சிலையின் நம்பகத்தன்மையைக் கேள்விக்குள்ளாக்கிவிட்டான். அந்தச் சிலையின் முந்தைய உரிமையாளர்கள் என்று சுபாஷ் கபூர் கொடுத்த அனைத்து ஆவணங்களையும் ஆஸ்திரேலிய தரப்பிலிருந்து வெளியிடவேண்டிய நிர்பந்தம் உருவாகிவிட்டது. கபூரிடமிருந்து வாங்கிய சிலைக்கு மட்டுமல்ல... கடந்த 40 ஆண்டுகளில் இந்தியக் கலைப் பொருளை யாரிடமிருந்து வாங்கியிருந்தாலும் அதற்கான ஆவணங்கள் முழுவதையும் வெளியிடவேண்டிவந்தது. இதன் மூலம் பல நிழல் பரிமாற்றங்கள் வெளிச்சத்துக்கு வந்தன.

ஐ.எஃப்.பி. செய்த பணியை நிச்சயம் பாராட்டவேண்டும். அவர்களுடைய கலை அறிவுசார் செயல்பாடுகளுக்காக மட்டுமல்ல; சட்ட வழிமுறைகளுக்கு உதவும் வகையில் நம்முடைய கலைப் பொக்கிஷங்களை ஆவணப்படுத்தி வைத்திருப்பதற்காகவும் அவர்களைப் பாராட்டியாகவேண்டும். ஐ.எஃப்.பியுடனான என் பணிகள் மிகவும் இயல்பாக ஆரம்பித்திருந்தன. அவர்களுடைய ஆர்க்யூவ்ஸை எனக்குத் திறந்து காட்டும்படிக் கெஞ்சியதில் இருந்து அந்த நட்பு ஆரம்பித்திருந்தது. பின்னாளில் அது சிலைத் திருட்டைத் தடுக்கும் மாபெரும் கூட்டு முயற்சியாகப் பரிணமித்தது.

உலகில் இருக்கும் பிற முன்னணி கலை அமைப்புகளைப் போலவே என்.ஜி.ஏ.வும் சுபாஷ் கபூர் மற்றும் அவனுடைய ஆர்ட் ஆஃப் பாஸ்ட் நிறுவனத்திடமிருந்து வாங்கிய கலைப் பொருட்கள் பற்றிய முக்கியமான தரவுகளை வெளியிட மறுத்தது. என்.ஜி.ஏ.யின் முகமாக அப்போது இருந்தது அதன் அப்போதைய இயக்குநர் ரான் ரட்ஃபோர்ட்.

2004 வாக்கில் அதன் முந்தைய பிரையன் கென்னடியின் இடத்துக்கு ரட்ஃபோர்ட் இயக்குநராக வந்தார். 2004க்கு முன்பிருந்தே

கபூரிடமிருந்து என்.ஜி.ஏ. கலைப் பொருட்களை வாங்கி வந்திருக்கின்றன. என்றாலும் பல வில்லங்கமான கலை பொருள் சேகரிப்புகள் ரட்ஃபோர்டு இயக்குநரானதற்குப் பிறகே நடக்கத் தொடங்கின.

சிலைத்திருட்டு விவகாரம் பரபரப்பாகப் பேசப்பட்ட கால கட்டத்தில் அமெரிக்காவில் ஓஹியோவில் இருந்த டிலெடோ அருங்காட்சியகத்தின் இயக்குநராக இருந்த கென்னடி, அவர் இருந்த காலகட்டத்தில் கபூரிடமிருந்து கலைப் பொருள் எதுவும் வாங்கியதாகத் தெரியவில்லை என்று பேட்டியில் குறிப்பிட்டிருக் கிறார். அவரிடமிருந்து ஏன் வாங்கவில்லை என்பதற்கு ஒரு காரணமும் சொல்லியிருந்தார். ஒருமுறை அவரிடமிருந்து கலைப் பொருளை வாங்கத் தீர்மானித்துப் பின் முடிவை மாற்றிக் கொண்டதாகச் சொன்னார். அதாவது சுபாஷ் கபூர் அந்தக் கலைப் பொருளை அவருடைய 'ஆர்ட் ஆஃப் பாஸ்ட்' ஆர்ட் கேலரியில் காட்சிக்கு வைக்காமல் தனது வீட்டில் வைத்து அந்த கலைப் பொருளைக் காட்டினார் என்றும் அந்த வழிமுறை சற்று விசித்திரமாக இருந்தது. அதோடு அந்தக் கலைப்பொருளின் முந்தைய உரிமையாளர்கள் பற்றிய தெளிவான ஆவணங்களை கபூரால் கொடுக்க முடிந்திருக்கவில்லை. எனவே அந்தக் கலைப் பொருளை வாங்கும் முடிவைக் கைவிட்டதாக கென்னடி அந்தப் பேட்டியில் சொல்லியிருந்தார். ஆனால் அவர் இப்படிச் சொன்ன போதிலும் என்.ஜி.ஏ. கென்னடியின் காலத்திலும் கபூரிடமிருந்து கலைப் பொருட்களை வாங்கிவரத்தான் செய்திருந்தது. 2002-லிருந்து கபூரிடமிருந்து என்.ஜி.ஏ. கலைப் பொருட்கள் வாங்கியதற்கான ஆதாரங்கள் இருக்கின்றன.[8]

இதனிடையில், ஜேஸனுடன் சேர்ந்து மைக்கேலாவும் செயல்படத் தொடங்கினார். ஸ்ரீபுரந்தன் நடராஜர் சிலை குறித்த தகவல்களைத் தொடர்ந்து தமது வலைப் பக்கங்களில் வெளியிட்டுவந்தனர். அது என்.ஜி.ஏ.வுக்கு மேலும் பல நெருக்கடிகளைத் தந்தன.

ஆனால், என்.ஜி.ஏ. எதற்கும் அசைந்து கொடுக்காமல் இருந்தது. ஸ்ரீபுரந்தன்கோவில் சிலைகளின் திருட்டுப் புகைப்படங்களை ஜேஸன் வெளியிட்ட பிறகும்கூட என்.ஜி.ஏ. அது தம்மிடம் இருக்கும் சிலை அல்ல என்றே தெரிவித்தது. அந்த அருங்காட்சியகம் அது தொடர்பாக வெளியிட்ட அறிக்கை:

> நேஷனல் கேலரி ஆஃப் ஆஸ்திரேலியா தன் வசம் இருக்கும் 11-12-ம் நூற்றாண்டைச் சேர்ந்த சோழர் கால சிவ பெருமான்

நடராஜரின் சிலைதான் இந்தியாவில் இருந்து திருடப்பட்டு சட்டவிரோதமாக ஆஸ்திரேலியாவுக்குக் கடத்தப்பட்ட சிலை என்று நிரூபிக்கும் வலுவான ஆதாரம் எதுவும் இதுவரை முன்வைக்கப்படவில்லை என்றே நம்புகிறது. ஆர்ட் ஆஃப் தி பாஸ்ட் கலைப் பொருள் வணிக நிறுவனத்தின் சுபாஷ் கபூர் மீது நடக்கும் வழக்கு விசாரணைகளை என்.ஜி.ஏ. தொடர்ந்து கவனித்து வருகிறது.[9]

தமிழகச் சிலைத்திருட்டுத் தடுப்புப் பிரிவின் வலைதளத்தில் இடம்பெற்றிருக்கும் சிலைகளைக் காட்டிக் கேட்டபோது என்.ஜி.ஏ. இயக்குநர் உடனடியாக மறுத்துப் பதில் சொன்னார்:

அந்த வலைதளத்தில் இருக்கும் புகைப்படங்கள் மிக மோசமான நிலையில் இருக்கின்றன. எங்கள் வசம் இருக்கும் சிலையின் படம் போலவே இல்லை. நடனமாடும் சிவன் சிலை தனித்தன்மை கொண்டது; மிகவும் சிறியதும்கூட. புகைப் படத்தில் இருக்கும் சிலை அப்படித் தெரியவில்லை. சில பத்திரிகையாளர்கள் தவறான முடிவுக்கு சீக்கிரமே வந்து விட்டிருக்கிறார்கள். கலைப் பொருள் அருங்காட்சியகம் நடத்தும் நாங்கள் அப்படி நினைக்கவில்லை.[10]

ஊடகங்கள் என்.ஜி.ஏ.வை முற்றுகையிட்டன. வெளிப்படையாக நடந்துகொள்ளவேண்டிய அந்த அருங்காட்சியகத்தினர் ஒரு விசாரணைக் குழுவை ரட்ஃபோர்ட் மற்றும் ஆசியக் கலைப் பொருள் நிபுணர் ஒருவர் தலைமையில் அமைத்தனர். இதில் வேடிக்கை என்னவென்றால், அந்த ஸ்ரீபுரந்தன் நடராஜர் சிலை அந்த விசாரணைக் குழுவின் தலைவர் ரட் ஃபோர்டால்தான் வாங்கவே பட்டிருந்தது! அவர் திருட்டுப் பொருளை வாங்கி இருக்கிறாரா என்பதை அவரே ஆய்வு செய்து தீர்ப்பு வழங்கவேண்டுமாம்! என்னே ஒரு நேர்மை.

ஒரு கட்டத்தில் என்.ஜி.ஏ. சுபாஷ் கபூர் மீது கலைப் பொருள் விற்பனை தொடர்பான நம்பிக்கை மோசடி, ஏய்ப்பு தொடர்பாக வழக்குத் தொடுக்க முடிவு செய்தது. அப்போதும் கூட என்.ஜி.ஏவானது 'மேலும் வலுவான ஆதாரங்கள் கிடைக்காதவரை அந்த நடராஜர் சிலையை இந்தியாவுக்குத் திருப்பி அனுப்ப மாட்டோம்' என்று அடம் பிடித்தது. என்ன ஒரு இரட்டை வேடம் பாருங்கள்.

ஐ.எஃப்.பி.யிடமிருந்து கிடைத்த உயர்துல்லியப் புகைப்படங்களை வைத்துப் பார்த்தபோது ஸ்ரீபுரந்தன் நடராஜர் சிலையும்

என்.ஜி.ஏ.வில் இருக்கும் சிலையும் ஒன்றே என்பது தெள்ளத் தெளிவாகத் தெரியவே வருகிறது. மிக நுணுகி ஆராய்ந்து பார்த்த போது இரண்டுசிலைகளிலும் இருக்கும் சிறிய வெட்டுகள், கீறல்கள் கூடத் துல்லியமாகப் பொருந்தவே செய்கின்றன.

ரட்ஃபோர்டால் இதை மறுக்கவே முடியவில்லை. ஆஸ்திரேலிய அரசின் மீதான நெருக்குதல்கள் அதிகரிக்கத் தொடங்கின. ஸ்ரீபுரந்தன் நடராஜர் சிலையைத் திருப்பித் தருவதைத் தவிர வேறு வழியே இல்லை என்ற நிலை உருவானது. இந்தத் தகவல் 2, மே, 2014-ல் சுபாஷ் கபூரை வந்தடைந்ததும் அவன் பதறிப்போனான். தமிழ்நாட்டில் சிறையில் இருந்த அவன் 7, மே, 2014 அன்று தன் வழக்கறிஞர் கிங்ஸ்டன் ஜெரால்ட் மூலம் ஒரு குறிப்பை அனுப்பினான். ஆஸ்திரேலிய அட்டர்னி ஜெனரல் ஜார்ஜ் பிராண்டிஸுக்கும் ரட்ஃபோர்டுக்கும் அந்தக் குறிப்பை மின்னஞ்சலில் அனுப்ப ஏற்பாடு செய்தான். அந்தக் கடிதம்:

> அன்புக்குரிய திரு அட்டர்னி ஜெனரல் அவர்களுக்கு,
>
> கடந்த சில வாரங்களில் வெளியான செய்தித்தாள்களின் வழியே, நீங்கள் நடனமாடும் சிவன் நடராஜர் சிலையை இந்திய அரசிடம் ஒப்படைக்கவிருப்பதாக எனக்குத் தெரிய வந்துள்ளது. அந்தச் சிலை தற்போது உங்களுக்கு உரிமையானது. நீங்கள் அதை விரும்பும்வகையில் யாருக்கு வேண்டுமானாலும் கொடுக்க அதிகாரம் உண்டு. ஆனால், இந்திய அரசு அந்தச் சிலை திருடப்பட்டது என்று சொல்லி உரிமை கொண்டாடுகிற தென்றால் அந்தச் சிலை திருடப்பட்டதல்ல என்ற தகவலை உங்கள் பார்வைக்கு நான் கொண்டுவந்தாகவேண்டும்.
>
> இந்த நடராஜர் சிலை திருடப்பட்ட சிலை என்று இந்திய அரசு நீதிமன்றத்தில் இதுவரை நிரூபித்திருக்கவில்லை.
>
> இந்திய அரசால் ஒருபோதும் அதை நிரூபிக்கவும் முடியாது என்ற நம்பிக்கை எனக்கு முழுமையாக இருக்கிறது. அதனால்தான் ஜெர்மானிய அரசிடம் வெகு விரைவாக விசாரணை நடத்துவோம் என்று வாக்குறுதி கொடுத்து இரண்டு ஆண்டுகள் ஆன பிறகும் என் மீதான விசாரணை எதையும் தொடங்கி இருக்கவில்லை. இவ்வளவு ஏன் என்மீது எந்தவொரு குற்றப்பத்திரிகைகூடத் தாக்கல் செய்யவில்லை.
>
> சிவபெருமானின் நடராஜர் சிலை திருடப்பட்டதுதான் என்பதற்கு இந்திய அரசாங்கத்திடம் எந்தவொரு ஆதாரமும் இல்லை. அதனால்தான் அது தொடர்பாக என்மீது எந்தவொரு

வழக்கும் பதிவு செய்யாமல் ஊடகங்களில் போய் இந்த விஷயத்தைப் பேசிக்கொண்டிருக்கிறார்கள்.

ஒருபக்கம் என்னை என் குடும்பத்தினருடன் தொடர்பு கொள்ளவோ நியூயார்க்கில் இருக்கும் என் வழக்கறிஞருடன் பேசவோ அனுமதிக்காமல் முடக்கிவிட்டிருக்கிறார்கள். என் தரப்பில் வாதாட இங்கு எந்த வழக்கறிஞரும் இல்லை. மறுபக்கம் என்னைப் பற்றிப் பொய்யான செய்திகளை ஊடகங்களில் பரப்பி என்னைக் குற்றவாளி என்று முத்திரை குத்தி வருகிறார்கள்.

காவலர்களுக்கு இந்த நடராஜர் சிலை திருடப்பட்ட சிலை அல்ல என்பது தெரியும். என்னிடம் இந்த வழக்கை வாபஸ் பெற ஆறு கோடி ரூபாய் (ஒரு மில்லியன் அமெரிக்க டாலர்) பணம் கேட்கிறார்கள்.

நான் அவர்களுக்கு அந்தத் தொகையைக் கொடுக்க மறுத்து விட்டேன். லஞ்சம் கொடுக்கவோ வேறு வகையில் என்னைச் சுரண்டவோ அனுமதிக்கவே மாட்டேன்.

நான் குற்றமற்றவன் என்பதை என்னால் நிரூபிக்கமுடியும் என்ற நம்பிக்கை எனக்கு இருக்கிறது. நடராஜர் சிலை திருடப்பட்ட சிலை அல்ல. இந்த வழக்கு விசாரணை முடிவுக்கு வருவதற்கு முன்னால் நீங்கள் அவசரப்பட்டு அந்தச் சிலையை இந்திய அரசுக்குக் கொடுத்துவிடவேண்டாம்; பொறுமையாக இருங்கள் என்று கேட்டுக்கொள்கிறேன்.

அக்கறையுள்ள

சுபாஷ் கபூர்

இந்திய அரசை வழக்கை வேகமாக முடிக்க முடுக்கிவிடவேண்டும். ஆஸ்திரேலிய அரசின் மீதான அழுத்தத்தையும் விட்டுவிடக்கூடாது. அதற்கு என்ன செய்யலாம் என்று யோசித்தேன். ஸ்ரீபுரந்தன் நடராஜர் சிலைக்கும் என்.ஜி.ஏ. அருங்காட்சியகத்தில் இருக்கும் நடராஜர் சிலைக்கும் இடையிலான ஒற்றுமைகளை முழுமையாக வீடியோவில் பதிவு செய்து யூ ட்யூபில் 'தி ரிடர்ன் ஆஃப் தி டேன்சர்' (ஆடலரசனின் மீள் வருகை) என்ற தலைப்பில் வெளியிட்டேன்

அந்தத் தலைப்பு உண்மையாகிவிட்டது!

நடராஜர் சிலையை மீட்கும் போராட்டம் சமூக வளைதளங்களில் குறிப்பாக ஆஸ்திரேலிய ஊடகங்களில் தீவிரம் பெற்றது.

ஏ.பி.சி.யின் 'ஃபோர் கார்னர்ஸ்' நிகழ்ச்சி நிலைமையை நமக்கு சாதகமாக்கியது. ஏ.பி.சி.க்கு அளித்த பேட்டியில் அட்டர்னி ஜெனரலும் கலைத்துறை அமைச்சருமான செனட்டர் பிராண்டிஸ் சொன்னார்:

> உலகத்திலேயே மிகச் சிறப்பான நிர்வாகத் திறமை கொண்ட என்.ஜி.ஏ. பொதுவாகக் கலைப் பொருட்களைச் சேகரிக்கும் விஷயத்தில் மிகுந்த கண்காணிப்புடன் செயல்படக்கூடியது தான். எனினும் இந்த நடராஜர் சிலை விஷயத்தில் அந்த அடிப்படைகள் பின்பற்றப்படவில்லை என்று கருதுகிறேன். இந்தச் சிலையின் முந்தைய உரிமையாளர்கள் பற்றிய வலுவான சந்தேகங்கள் இருந்த நிலையிலும் அதை வாங்கும்படி அருங்காட்சியக கவுன்சில் அனுமதி வழங்கியிருக்கிறது.[12]

இது போதாதென்று என்.ஜி.ஏ.யின் கௌரவத்துக்கு மேலும் இழுக்கு வரும்வகையில் இன்னொரு விஷயமும் நடந்தது. அந்த அருங்காட்சியகத்தினர் சோழர் காலச் சிலைகள் தொடர்பான நிபுணர் ஒருவரைக் கலந்தாலோசித்ததாகச் சொல்லியிருந்தார்கள். ஆனால், அவருடைய பெயரை வெளியிடும்படிக் கேட்டபோது மறுத்துவந்தது. ஆனால், 'நீங்கள் வாங்கத் தீர்மானித்திருக்கும் நடராஜர் சிலை மிகவும் அபாரமானது. அதன் முந்தைய உரிமையாளர்கள் பற்றிச் சந்தேகப்பட எதுவும் இல்லை என்று முனைவர் ராமச்சந்திரன் நாகசாமி எங்களிடம் சொன்னார்' என்று என்.ஜி.ஏ.யின் இயக்குநர் 'ஃபோர் கார்னர்ஸ்' நிகழ்ச்சியில் தெரிவித்திருந்தார்.[13] ஆனால், முனைவர் நாகசாமியோ அதை உடனடியாக மறுத்தார்!

முனைவர் நாகசாமியைத் தொடர்பு கொண்டபோது இப்படி ஒரு சம்பவம் நடந்திருக்கவே இல்லை; யாருக்கும் தான் அப்படியான ஆலோசனையை வழங்கியதில்லை என்றார். அவர் அப்படி ஆலோசனை வழங்கியதாக ஏதேனும் கடிதமோ மின்னஞ்சலோ இருக்கிறதா? இல்லை! ஏன்?

இந்த ஆலோசனையை முனைவர் நாகசாமி தொலைபேசி உரையாடலில் வழங்கியதாக என்.ஜி.ஏ. தெரிவித்தது. அப்படியான தொலைபேசி உரையாடலும் நடக்கவில்லை என்று முனைவர் நாகசாமி மறுத்துவிட்டார்.

ஒரு கலைப் பொருளின் முந்தைய உரிமையாளர்கள் பற்றிய விவரங்களைப் பெறும்போது கடுமையான கறாரான வழிமுறைகளைப் பின்பற்றவேண்டும் என்பது டாக்டர் நாகசாமியின் வாதம்.

ஒரு கலைப் பொருளை வாங்குவதென்றால் அந்தப் பொருள் பற்றி மூன்று நிபுணர்களிடம் கருத்துகள் கேட்கவேண்டும். அந்த நிபுணர்கள் சொல்லும் ஆலோசனைகளை முறையாகப் பதிவு செய்யவேண்டும். அந்த நிபுணர்களிடம் அதற்கான கையெழுத்தையும் பெற வேண்டும். இந்த விதிமுறைகளை நான் ஒருபோதும் மீறியதில்லை என்று ஏ.பி.ஸி.யிடம் தெரிவித்தார் முனைவர் நாகசாமி.

என்.ஜி.ஏ. நேர்மையின் எடுத்துக்காட்டு அல்ல. இந்த இரண்டு கூற்றுகளில் எது உண்மையாக இருக்கும் என்ற சந்தேகம் எழுந்தால் நான் நிச்சயம் என்.ஜி.ஏ. சொல்வதை ஏற்கமாட்டேன்.

விஷயம் இதோடு முடியவில்லை. ஏ.பி.சி. நிகழ்ச்சியில் இன்னொரு உண்மையும் தெரியவந்தது. என்.ஜி.ஏ. அருங்காட்சியகம் அவர்களுடைய வழக்கறிஞரின் எச்சரிக்கையையும் மீறியே அந்தச் சிலையை வாங்கியிருக்கிறது. அந்த வழக்கறிஞர் ஸ்ரீபுரந்தன் நடராஜர் சிலை தொடர்பான ஆவணங்கள் எல்லாம் மிகவும் பலவீனமாக இருப்பதாக எச்சரித்திருக்கிறார். அந்தச் சிலை வாங்கும் விஷயத்தில் அருங்காட்சியகத்தினர் காட்டிய விழிப்பு உணர்வு 'போதுமானதாக' இருந்திருக்கவில்லை. அந்தச் சிலை பற்றிக் கிடைத்த தகவல்கள் மிகவும் 'குறைவாகவே' இருந்தன என்று அந்த வழக்கறிஞர் அந்த நிகழ்ச்சியில் தெரிவித்தார்.[14] எத்தனை சிவப்புக் கொடிகள் காட்டப்பட்டும் அவர்கள் எச்சரிக்கை அடைந்திருக்கவில்லை.

அந்த வழக்கறிஞர் மேலும் கூறுகையில், 'அந்தக் கலைப் பொருளின் உரிமையாளர் யார் என்ற விஷயத்தில் கூடுதல் ஆய்வுகள் மேற்கொள்ளப்பட்டிருக்கவேண்டும்' என்று கூறினார். அதோடு அந்தச் சிலையின் முந்தைய உரிமையாளர் என்று சொல்லப்பட்ட ராஜ் மெஹ்பூபாவை அருங்காட்சியகத்தினர் சென்று சந்தித்திருக்க வேண்டும் என்றும் அந்த வழக்கறிஞர் ஆலோசனை வழங்கி இருக்கிறார். அர்த்தநாரீஸ்வரர் சிலையின் முந்தைய உரிமையாளராகச் சொல்லப்பட்ட அதே ராஜ் மெஹ்பூபாதான் இந்தச் சிலையின் உரிமையாளர் என்றும் சொல்லப்பட்டிருக்கிறார்.

அது மட்டுமல்ல, அந்த அருங்காட்சியகம் கபூரிடமிருந்து 2002-2011 வாக்கில் வாங்கிய 22 கலைப் பொக்கிஷங்களில் ஐந்து சிலைகள் ராஜ் மெஹ்பூபாவுக்குச் சொந்தமானது என்றுதான் கபூர் கொடுத்த ஆவணங்கள் சொல்கின்றன. மூன்று கலைப் பொருட்கள் கபூரின் அப்போதைய தோழியான செலீனா முகம்மதுக்கு சொந்தமானது என்றும் ஒன்று முன்னாள் தோழி கிரேஸ் பரமஸ்ப்ரிக்குச் சொந்தமானது என்றும் 'ஆவணங்கள்' தந்திருந்தான் சுபாஷ் கபூர்.

Art Of The Past

1242 Madison Avenue New York, NY 10128, Phone (212) 860-7070, Fax (212) 876-5373

LETTER OF PROVENANCE

January 15th 2003

I, Raj Mehgoob, hereby certify that the Dancing Shiva Chola period south India height 51inches was purchased by my husband, Abdulla Mehgoub who was diplomat in Delhi from Sudan during his posting there from 1968 to 1971. This sculpture has been out of India since 1971.

R. Mehgoub

Raj Mehgoub
428 Millbank Road
Upper Darby, PA 19082

E-mail Artofpast@aol.com • www.Artofpast.com

ராஜ் மெஹ்பூப்
ஸ்ரீபுரந்தன் நடராஜர் சிலை
தனக்கு சொந்தமானது என்பது
தொடர்பாகத் தந்த கடிதம்

ராஜ் மெஹ்பூபா விஷயத்தில் அருங்காட்சியகம் கொஞ்சம் தீர விசாரித்திருக்கவேண்டும். 30 மில்லியன் டாலர் அளவுக்கு கபூர் விற்ற எட்டு கலைப் பொருட்கள் ராஜ்மெஹ்பூபிடமிருந்து பெறப் பட்டதாகச் சொல்லப்பட்டிருக்கிறது. அப்படியானால், ராஜ் மெஹ்பூபா மாபெரும் கலை ஆர்வலராகவும் கோடீஸ்வரராகவும் இருப்பார் என்ற சந்தேகம் உங்களுக்கு வரக்கூடும். ஆனால், அந்த ராஜ் மெஹ்பூபா 2005 வரை ஃபிலடெல்ஃபியாவில் ஒரு சாதாரண 83,000 டாலர் மதிப்பிலான சிறிய வீட்டில் வசித்தவர் என்று சொன்னால் உங்களால் நம்பமுடியுமா? அதன் பிறகும் அவர் நியூயார்க்கில் க்யீன்ஸ் பகுதியில் சாதாரண அடுக்குமாடிக் குடியிருப்பில்தான் வசிக்கிறார்... 30 மில்லியன் டாலர் மதிப்பிலான கலைப் பொக்கிஷங்களுக்குச் சொந்தக்காரர்கள் வசிக்கும் மன்ஹாட்டனில் வசிக்கவில்லை. இந்த விஷயங்கள் எல்லாம் ராஜ் மெஹ்பூபா அந்தச் சிலைகளின் உரிமையாளராக இருந்திருக்க முடியாது என்பதைக் கோடிகாட்டியிருக்கும்.

ஆனால், என்.ஜி.ஏ. ராஜ் மெஹ்பூபைத் தொடர்புகொள்ள முயற்சி செய்திருக்கவில்லை. ஸ்ரீபுரந்தன் நடராஜர் விஷயத்தில் என்.ஜி.ஏ. நடந்துகொள்ளும் விதமானது அருங்காட்சியகங்களின் மிக மோசமான நடத்தைக்குச் சிறந்த எடுத்துக்காட்டாக இருக்கிறது.

4, செப், 2014 நள்ளிரவில் எங்களுக்கு மிகப் பெரிய நற்செய்தி கிடைத்தது : அர்த்தநாரீஸ்வரர் சிலையும் நடராஜர் சிலையும் இந்தியாவுக்குத் திரும்ப வரப்போகின்றன. இந்தத் தொடர் போராட்டத்தில் தீவிரமாக ஈடுபட்ட மைக்கேலாவிடமிருந்து அந்தத் தொலைபேசி அழைப்பு வந்திருந்தது. ஆஸ்திரேலிய பிரதமர் டோனி அபாட் இந்திய பிரதமர் நரேந்திர மோதியிடம் நியூ டில்லி வந்து அந்தச் சிலைகளை ஒப்படைப்பார் என்றார் அவர். மைக்கேலா மேலும் தெரிவிக்கையில், 'அட்டர்னி ஜெனரலும் கலைத்துறை அமைச்சருமான ஜார்ஜ் பிராண்டிஸ் உடன் பிரதமர் உரையாடியதைத் தொடர்ந்து இந்தச் சிலைத்திருட்டு விவகாரத்தை ஒரு முடிவுக்குக் கொண்டுவர முடிவு செய்திருக்கிறார். இந்திய பிரதமர் திரு நரேந்திர மோதியிடம் அந்தச் சிலையைத் தனது இந்தியாவுக்கான இரண்டு நாள் பயணத்தின்போது தந்துவிட இருக்கிறார்' என்றார்.[15]

அந்தக் கலைப் பொக்கிஷங்களை பிரதமர் அபாட் தன்னுடனே விமானத்தில் கொண்டுவந்து கொடுக்க விரும்பியதாகவும் அவை மிகவும் கனமாக இருக்கும் என்பதால் முன்னதாகவே புது தில்லிக்கு அனுப்பப்பட்டுவிடும் என்றும் தெரியவந்தது. அப்படியாக அந்த அரிய நடராஜர் சிலை எட்டு வருடங்கள் கழித்து சொந்த ஊர் திரும்பியது. அர்த்தநாரீஸ்வரர் சிலை பத்துக்கும் மேலான வருடங்கள் கழித்துத் திரும்பியிருக்கிறது.

இந்திய ஆஸ்திரேலிய விவகாரமொன்றில் ஐ.நாவின் 1970-ம் ஆண்டு தீர்மானம் நடைமுறைப்படுத்தப்பட்ட முதல் நிகழ்வு இதுவே.

சுபாஷ் கபூர் விவகாரத்திலும் இதுவே மிக முக்கியமான திருப்பு முனை. அதோடு நமக்கெல்லாம் மிகவும் பெருமை மிகு தருணமும் கூட. பௌதிக சாட்சியங்கள் இதுபோன்ற வழக்குகளில் மிக முக்கிய பங்கு வகிக்கும். நம்மிடம் இப்போது அப்படியான ஆதாரங்கள் கிடைத்துவிட்டிருக்கின்றன. பிற ஆதாரங்களையும் சேகரிப்பதில் நாங்கள் மும்முரமாக ஈடுபடத் தொடங்கினோம்.

'ஆஸ்திரேலியாவில் இருந்து ஒரு கலைப் பொருள் விரைவிலேயே வந்து சேர்ந்திருப்பதென்பது சிலைத்திருட்டு வழக்கை விரைவாக

Prakash Singh/AFP/Getty Images

பிரதமர் நரேந்திர மோதியும்,
ஆஸ்திரேலிய பிரதமர் டோனி அபாட்டும்
விருத்தாசலம் அர்த்தநாரீஸ்வரர் சிலை மற்றும்
ஸ்ரீபுரந்தன் நடராஜர் சிலைகளுடன்

நடத்தி முடிக்க வழிவகுத்திருக்கிறது. அது சர்வ தேசக் கலைப் பொருள் திருடர்களை நிச்சயம் கலக்கத்தில் ஆழ்த்தும்' என்று சிலைத்திருட்டுத் தடுப்புப் பிரிவின் மூத்த அதிகாரி ப்ரதீப் வி ஃபிலிப் குறிப்பிட்டார்.[17]

தமிழக அகழ்வாராய்ச்சித்துறை முன்னாள் இயக்குநர் டாக்டர் நாகஸ்வாமி இந்தச் சிலைகளைப் பரிசோதித்து அதன் உண்மைத் தன்மை தொடர்பான ஆவணங்களை உருவாக்கித் தரவேண்டும் என்று கேட்டுக்கொள்ளப்பட்டார். ஃபிலிப் கூறுகையில், இந்தப் பரிசீலனை என்பது அந்தச் சிலையின் பழமை மற்றும் உரிமை தொடர்பான செயல்பாடு. இந்தச் சான்றிதழ் ஆஸ்திரேலியாவுக்கு மாற்ற முடியாத ஆவணமாக அனுப்பிவைக்கப்படும் என்றார்.

அந்த நடராஜர் சிலை எங்கிருந்து திருட்டுத்தனமான அப்புறப்படுத்தப்பட்டதோ அந்த ஸ்ரீபுரந்தன் கோவிலுக்கு மீண்டும் கொண்டுசெல்லப்பட்டது. ஒட்டு மொத்த கிராமமும் அந்தச் சிலையைப் பெரும் உற்சாகத்துடன் பெரும் கொண்டாட்டத்துடன் வரவேற்றது. எட்டு ஆண்டுகளுக்கு முன் ஸ்ரீபுரந்தன் கிராமத்தில் இருள் சூழ்ந்தது... அதன் தெய்வம் அந்த இடத்தை விட்டு அகன்றிருந்தது. இன்று அந்த தெய்வம் திரும்பிவிட்டார். அவர்கள் வாழ்வின் இருள் விலகி ஒளி மீண்டுவிட்டது.

12

சிங்கப்பூரில் உமாதேவி

ஆஸ்திரேலியாவில் இருந்து நாம் இப்போது சிங்கப்பூர் போவோம். அங்கிருந்துதான் ஸ்ரீ புரந்தன் கோவிலின் இன்னொரு தெய்வச் சிலை மீட்கப்படப்போகிறது.

ஆனால், அதற்கு முன்பாக 2007க்கு நம் கொஞ்சம் பின்னோக்கிச் செல்வோம். சிங்கப்பூர் செய்தி வாசிப்பாளர் இந்தியப் பெயர்களை எப்படி இவ்வளவு சுத்தமாக உச்சரிக்க முடிகிறது என்று நான் வியந்து பார்த்ததுண்டு. 'ஆசியாவின் பேரழகுகள் : பொ.யு.மு 200-லிருந்து இன்றுவரை' என்ற கண்காட்சி பற்றிப் பார்வையாளர்களுக்கு செய்தியளித்துக்கொண்டிருந்தார். அந்தக் கண்காட்சி 3, மே - 23 செப் 2007 வரை சிங்கப்பூரில் ஏ.சி.எம்.-ல் நடக்கவிருந்தது. அந்தக் கண்கட்சியின் முக்கிய நிகழ்வு 'இந்தியத் தமிழகத்தின் 11-ம் நூற்றாண்டு சோழ சாம்ராஜ்ஜியத்தின் வெண்கலச் சிலையான உமா பரமேஸ்வரி தேவியின் திரு உருவச் சிலை திறப்புவிழா' என்று அந்தச் செய்தியாளர் அட்சர சுத்தமாகச் சொன்னார்.

ஏ.சி.எம். அருங்காட்சியகம் சுபாஷ் கபூரிடமிருந்து ஸ்ரீபுரந்தன் கோவிலில் இருந்த உமா தேவி சிலையை வாங்கியிருந்தது. 2007-ல் ஸ்ரீபுரந்தன் கோவில் சிலைகள் திருடப்பட்டிருக்கின்றன என்ற செய்தியே நமக்குத் தெரியாது. முன்பே நான் சொன்னதுபோல் 2008-ல் தான் அந்தத் திருட்டு உலகுக்குத் தெரியவந்தன. நான் அப்போது கோவில் கலைகள் குறித்து ஆர்வத்துடன் என் வலைப்

ஸ்ரீபுரந்தன் உமாதேவி சிலை

பக்கத்தில் எழுதத் தொடங்கியிருந்தேன். உமா தேவியின் சிலையைப் பார்த்துவிட்டு என் வலைப் பக்கத்தில் எழுதும் வாய்ப்பை விடுவேனா என்ன? நானும் என் மனைவியும் மகனையும் அழைத்துக்கொண்டு அந்தக் கண்காட்சிக்குப் போகவேண்டும் என்று தீர்மானித்தோம்.

வெப்பம் மிகுந்த சனிக்கிழமை மதிய வேளையில் ரஃபேல்ஸ் ப்ளேஸ் ஸ்டேஷனில் எம்.ஆர்.டி. ட்ரெயினில் சென்று இறங்கினோம். ஃபுல்லர்டன் ஹோட்டல் கடந்து நடந்து செல்கையில் ஆற்றின் எதிர்கரையில் ஏ.சி.எம். அருங்காட்சியகம் இருப்பதைப் பார்த்தோம். ராட்சஸ சிவப்பு நிற கட் அவுட்கள் எங்களை வரவேற்றன. சோழ கால ஸ்ரீபுரந்தன் உமாதேவியை முதன் முதலாக அப்போதுதான் பார்த்தேன்.

முன் பக்க கேமரா கொண்ட மொபைல் போன்களும் செல்ஃபி மோகமும் தோன்றியிருக்காத 'ஆதிகாலம்'. எனவே, அழகிய அலங்கார போஸ்டர்கள், கட் அவுட்களின் புகைப்படங்களை மட்டும் எடுத்தோம். அந்த கண்காட்சி மற்றும் கருத்தரங்கின் முத்திரைச் சின்னம் எளிய அழகிய கப்பல் சின்னம் - என் தொழில்துறை. செம்பிய - சோழர்களின் கடல் சாகசங்கள் பற்றி அந்தக் கண்காட்சியில் படித்தபோது என் மனம் பெருமையில் திளைத்தது. ஏ.சி.எம். அரங்குக்குள் நுழைந்து கண்காட்சி நடக்கும் இடத்துக்குச் சென்றோம். அங்கே கம்பீரமாக, நளினமாக, ஒய்யாரமாக, கருணை பொங்கும் முகத்துடன் கலை அழகுடன் இன்னும் என்னவெல்லாம் சொல்லமுடியுமோ அத்தனை பேரழகுடன் நின்று கொண்டிருந்தாள்... சோழர் கால உமா தேவி!

நான் அதற்கு முன் சில வெண்கலச் சிலைகளைப் பார்த்திருக்கிறேன். கண்காட்சியின் வழியில் உமா தேவியின் பெரிய கட் அவுட்களும் வரிசையாக நிறுத்திவைக்கப்பட்டுமிருந்தன. ஆனால், அந்தச் சிலையை நேரில் பார்த்தபோது ஏற்பட்ட பரவசத்தை எந்த வார்த்தையாலும் விவரித்துவிட முடியாது. அந்நாட்களில் இப்படியான சிலைகளுக்கு கண்ணாடிக்கூண்டுகள் பயன்படுத்தப்பட்டிருக்கவில்லை. நான் என் கேமராவை எடுத்துப் புகைப்படமெடுக்கப் போனேன். அங்கிருந்த காவலர் பிரதான கண்காட்சி சிலையைப் புகைப்படமெடுக்கக்கூடாது என்று சொல்லித் தடுத்தார். எனக்கு அது ஏன் என்பது புரியவில்லை. எனினும் எதுவும் பேசாமல் கேமராவை உள்ளே வைத்துவிட்டேன். அந்தச் சிலை என்னை மயக்கியது... மெதுவாக அருகில் சென்று பார்த்தேன்.

நான் விஜய நகர உற்சவ மூர்த்திகள் போல் நிறைய உற்சவ மூர்த்தி சிலைகளைப் பார்த்திருக்கிறேன். அவற்றோடு ஒப்பிடுகையில் இந்த உமா தேவி சிலை சிறியதாக இருந்தது. அதேநேரம் பத்தாம் நூற்றாண்டு சோழர் கால வெண்கலச் சிலைகளோடு ஒப்பிடுகையில் அதைவிட ஒருபடி மேலான கலை நயத்துடன் இருந்தது. அதனால்தானோ என்னவோ காளாம்பூர் சிவராம மூர்த்தி இந்தச் சிலை பற்றி வானளாவப் புகழ்ந்தார். உமா தேவியின் அலங்கார வேலைப்பாடுகள் அதி அற்புதமாக இருந்தன. கண்டிகை (கழுத்தில் அணியப்படும் ஆபரணம்) கேயூரம் (கை ஆபரணம்) என ஒவ்வொன்றும் அவ்வளவு நுட்பமாக கலை அழகுடன் வடிக்கப் பட்டிருந்தன. வரலாற்று நாவல்களில் நான் படித்த தெய்வப் பதுமை அப்படியே கண் முன்னே உயிர் பெற்று வந்ததுபோல் இருந்தது. இருந்தும் அந்தச் சிலை தொடர்பாக ஏதோவொன்று வித்தியாசமாகப் பட்டது. மெல்லிடை, த்ரிபங்காவின் நளினங்கள், மற்றும் அதன் மேலான பசும் பூச்சு... ஆம் பச்சைநிறச் பூச்சு!

நான் இந்திய அருங்காட்சியகங்களில் வெண்கலச் சிலைகளின் மீது பசுமை படர்ந்திருப்பது பற்றி படித்திருக்கிறேன். நிறையப் பார்த்தும் இருக்கிறேன். வழிபாட்டில் இருந்த வெண்கலச் சிலைகளின் மீது அந்தப் பூச்சைப் பார்க்க முடியாது. தினமும் அதிகாலையில் திருப்பள்ளி எழுச்சிப் பாடல்கள் பாடி எழுப்பப்பட்டு ஆசை ஆசையாக அபிஷேகம் செய்யப்பட்டு துடைக்கப்பட்டு அமுதூட்டப்பட்டு இரவுகளில் தாலாட்டுப் பாடித் தூங்கவும் வைக்கப் படுவார்களே. அந்தத் தெய்வச் சிலைகளின் மேனியில் வெண்கலத் துரு பச்சை நிறக் களிம்பு படர வாய்ப்பே இருக்காது. உலோகவியல் நிபுணர்கள் வெண்கலத்தின் மீது அப்படிப் பசும் களிம்பு படிவது நல்லது என்று சொல்வார்கள். அதாவது அந்த வெண்கலத் துருவானது மேற்கொண்டு ஆக்ஸிஜனேற்றம் நடந்து உலோகம் சிதைவடைவதைத் தடுக்கும். இரும்பில் என்றால் துருவானது புற்றுநோயைப் போல் இரும்பை அரித்துவிடும். மிக அரிதான நேரங்களில்தான் வெண்கலத்தின் மீது படரும் இந்தப் பச்சைக் களிம்பு அதைச் சிதைத்திருக்கிறது.

செய்தித் தாள்களில் புதையல்கள் கண்டெடுக்கப்பட்ட செய்திகளில் கிடைக்கும் வெண்கலப்பானைகள் கூட இப்படிப் பச்சைக் களிம்பு பிடித்தபடி இருப்பதை ஒருவர் பார்க்கமுடியும். ஆனால், இந்தப் பச்சைப் படலம் வித்தியாசமாக இருந்தது. புதைக்கப்பட்ட வெண்கலப் பொருட்களில் பச்சைக் களிம்பு சீராகப் படர்ந்திருக்காது. ஆனால், இந்தச் சிலையில் அது சீராக இருந்தது! மனதுக்குள் இதைக்

குறித்துவைத்துக் கொண்டேன். வீட்டுக்குப் போனதும் 'புதையல் - கண்டுபிடிப்புகள்' என்ற ஆர்க்யூவைப் போய்ப் பார்க்கவேண்டும் என்று முடிவுசெய்தேன். அங்கிருந்த காவலர் பதற ஆரம்பித்தார். கூட வந்த ஆசை மனைவியும் சினந்துகொண்டார்: 'அந்தச் சிலையையே பத்து நிமிஷமா உத்துப் பாக்கறீங்க... போதும். போகலாம்'.

'பத்து நிமிஷமா... நேரம் போனதே தெரியலை எனக்கு.'

ஆனால், எனக்கு வேறு சில விஷயங்களையும் பார்த்தாக வேண்டும் என்று தோன்றியது. உமையம்மையின் புடவை கொசுவ மடிப்பு எப்படி வடிவமைக்கப்பட்டிருக்கிறது என்பதைப் பார்க்க வேண்டும். சிற்பி இடுப்பில் புடவை மடிப்பை அபார கலை நயத்துடன் செதுக்கியிருந்தார். உமையம்மையின் சுருள் முடிகள், தோளில் புரளும் மலர்ச் சரம், பூணூலின் முடிச்சு கூடத் துல்லியமாக மார்பின் மேலே, இவை எல்லாவற்றையும்விட மயக்கும் புன்னகை... இந்தச் சிலை சிற்பக் கலையின் உச்சம்.

30 நிமிடங்கள் கழித்து என் மனைவி உண்மையில் என்னைத் தரதரவெனப் பிடித்து இழுத்துக்கொண்டு சென்றாள்.

அன்று வீட்டுக்குத் திரும்பியதும் வலைதளத்தில் என்னைச் சிலையாக உறையவைத்த உமையம்மையின் அசர வைக்கும் பேரழகு பற்றி எழுதினேன்.

> இந்தச் சிலையின் கம்பீரம் நம்மை ஸ்தம்பிக்கச் செய்வதாக இருக்கிறது. நன்மைநிறைந்த சந்தோஷம் என்னைச் சூழ்ந்தது. 1000 வருடங்களுக்கு முந்தைய மாபெரும் சிற்பி ஒருவரின் படைப்பு, காலங்களைக் கடந்து இன்றும் உயிர்ப்புடன் ஆன்மிகத்தின் பேரொளியுடன் கலை நேர்த்தியின் உச்சத்துடன் திகழ்கிறது. இந்தச் சிலை அதிகபட்சம் இரண்டு அடி இருக்கக் கூடும். ஆனால், அதன் நுட்பமான வேலைப்பாடுகள் பிரமிக்க வைக்கின்றன. முகத்தில் தென்படும் கருணை... சாந்தம்... புன்னகையில் தென்படும் ஸ்நேகம்... நாசியின் கூர்மை... வில் போல் வளைந்த புருவங்கள்... மயக்கும் கண்கள்... தோள் மீது விழுந்து புரளும் கூந்தல், கழுத்தில் அணிந்திருக்கும் நுட்பமான நெளிவுகள் மிகுந்த நகைகள், நளினமாக நடனம் போல் நிற்கும்நிலை, மெல்லிடை, இடையாடைகளின் அழகிய வேலைப்பாடுகள், கைகளும் விரல்களும் அழகிய சிலைக்கு உயிர்கொடுக்கும் வகையில் இருக்க உமையம்மை உயிர் பெற்றாள்... நான் சிலையானேன்! சோழர் காலச் சிலையின் வசீகரம் அது.[1]

2013-ன் ஆரம்ப மாதங்களில் நான் உமாதேவியை மீண்டும் மீண்டும் சென்று பார்த்தேன். விவரிக்க முடியாத வசீகரம். நான் என் நண்பர்கள், உறவினர்கள், நலம் விரும்பிகள் என அனைவரையும் சிங்கப்பூரின் வழக்கமான செண்டோஸா, முஸ்தஃபா சாலைகளுக்கு அழைத்துச் செல்வதற்குப் பதிலாக ஏ.சி.எம்.முக்கு அழைத்துச் சென்றேன்.

உமாதேவி சிலையை அதன் பிறகு தரைத்தளத்தில் இருந்த இந்திய கலைப் பிரிவில் கண்ணாடி பெட்டிக்குள் வைத்துவிட்டிருந்தனர். கண்ணாடித் தடுப்பின் பிரதிபலிப்பு இல்லாமல் புகைப்படம் எடுக்க சிரமமாக இருந்தது. சிறிது நாட்கள் கழித்து என் நண்பன் ஒருவனை அவனுடைய எஸ்.எல்.ஆர். கேமராவுடன் அழைத்துச் சென்று ஒரு அழகான போட்டோ எடுக்கச் சொன்னேன். அதை 'சைகன்'பகுதியில் இருந்த தேர்ந்த ஓவியரிடம் கொடுத்து உருவப்படம் வரையச் சொன்னேன். இன்றும் அந்தச் சிலை என் அறையை அலங்கரித்துக் கொண்டிருக்கிறது.

2013 வாக்கில் நாங்கள் வெளியிட்ட அர்த்தநாரீஸ்வரர் சிலையின் புகைப்படங்கள் எங்கள் குழுவின் புகழைச் சமூக வலைதளங்களில் பெருகியது. எங்கள் குழும உறுப்பினர்களிடம் அவர்களிடம் இருக்கும் அருங்காட்சியக உள்ளடக்கப் பட்டியல், ஓவியம் - சிற்பம் - சிலை போன்ற கலைப் புத்தகங்கள் அனைத்தையும் அனுப்பும்படிக் கேட்டுக்கொண்டிருந்தோம். அர்த்தநாரீஸ்வரர் சிலைபற்றிய செய்திக் கட்டுரை வெளியான சில வாரங்களிலேயே 'ஆர்ட் ஆஃப் தி பாஸ்ட்' அமைப்பின் பொருளடக்கப் பட்டியலானது பழைய புத்தகக் கடைகள், நூலகங்களில் இருந்து கிடைத்துவிட்டது.

ஒரு அமெரிக்கப் பெண்மணி (அவர் இந்தியாவுக்கு அடிக்கடிப் பயணங்கள் மேற்கொண்டு நமது கலைச் செல்வங்களை ஆவணப் படுத்தும் பணியில் ஈடுபட்டிருக்கிறார். அவருடைய பாதுகாப்பு கருதி அவரது உண்மை அடையாளத்தை வெளியிட முடியாது. திருமதி கே என்று அவரை நம் வசதிக்காக அழைப்போம்). திருமதி கேயிடம் இருந்து எனக்கு ஒரு கொரியர் வந்தது.அவர் எமது போராட்டத்துக்கு ஆற்றிய பங்களிப்பு அளவிடமுடியாதது. கலை சார்ந்து இந்தியாவுக்குப் பயணம் செய்யும் நபர்களில் எனக்கு மிகுந்த மரியாதை உள்ள இரண்டு நபர்களில் அந்தப்பெண்மணியும் ஒருவர். இன்னொருவர் ஸ்விட்சர்லாந்தைச் சேர்ந்தவர். திருமதி கே பொதுவாக வலைதளங்களின் ட்ரால்களில் சிக்கிக் கொள்வார். அவர்கள் திருமதி கேயை மத பிரசாரகர் என்று தவறாக நினைத்து ட்ரால் செய்வார்கள்.

வேலை முடிந்து அன்று மாலை நான் வீடு திரும்பியபோது ஒரு கனமான கவர் என் வீட்டு தபால் பெட்டியில் இருப்பதைப் பார்த்தேன். அதனுள் ஏராளமான பளபளப்பான பத்திரிகைகளின் விளம்பரச் செய்தித் தாள் துண்டுகள் இருந்தன.

திருமதி கே எனக்கு 'ஆர்ட் ஆஃப் ஏசியா', 'மார்ப்' பத்திரிகைகளில் வெளியாகும் ஆர்ட் ஆஃப் பாஸ்ட் கேலரியின் விளம்பரங்களைப் பதிவாக அனுப்புவார். இந்த இரண்டு பத்திரிகைகளுக்குமே இணையப் பதிப்பு கிடையாது. பெரிதும் சந்தாதாரர்களுக்கு மட்டுமே அனுப்பப்பட்டுவந்தன. எனவே, இணைய தளத் தேடல்களில் இந்தப் பத்திரிகைகளைப் பார்க்க முடியாது.

இந்த விளம்பரத் துண்டுகளை எப்படிக் கையாள்வது என்று முடிவு செய்த நான் கேமராவை எடுத்து மளமளவென அவை ஒவ்வொன்றையும் புகைப்படமெடுத்து எங்கள் தகவல் திரட்டில் டிஜிட்டல் பதிவாக முதலில் பதிவுசெய்துகொண்டேன்.

பத்தாவது விளம்பரத் துண்டைப் பார்த்ததும் நான் அதிர்ச்சியில் உறைந்துவிட்டேன். கபூர் சோழர் காலச் சிலைகள் பற்றிய விளம்பரங்கள் கொடுத்திருந்தான்! நாங்கள் அந்தச் சிலைகளை இதுவரை வேறு எந்த இடத்திலும் பார்த்ததே இல்லை. அதோடு ஒடிஸா, மத்யபிரதேசம், குஜராத், கர்நாடகா, காஷ்மீரம், கோவா, ஆந்திரா என அனைத்து மாநிலக் கலைப் பொருட்களின் விளம்பரங்களையும் கொடுத்திருந்தான். ஆனால், என் அதிர்ச்சிக்கு அது காரணம் அல்ல. அந்த விளம்பரங்களில் ஏ.சி.எம்மில் இருக்கும் உமா தேவி சிலையின் விளம்பரப் புகைப்படமும் இருந்தது![2]

என் கண்களை என்னால் நம்ப முடியவில்லை.

அடுத்த பல மணிநேரங்கள் எங்கள் ஆர்க்யூவ்களை அலசி ஆராய்ந்தேன். ஏ.சி.எம்மில் பார்த்த உமா தேவி சிலை ஸ்ரீபுரந்தன் கோவிலில் இருந்திருக்கிறது. அந்தச் சிலை எங்கள் கண்ணில் எப்படிப்படாமல் போனது என்று என்னை நானே கடிந்துகொண்டேன். சிறிது நேரத்துக்குப் பின் ஏன் அது எங்கள் கண்ணில் படவில்லை என்பது புரிந்தது. ஏ.எஃப்.பி. வலைதளத்தில் இடம்பெற்றிருந்த ஸ்ரீபுரந்தன், சுத்தமல்லி கோவில் சிலைகளின் வரிசையில் ஸ்ரீபுரந்தன் உமா தேவியின் சிலை இருந்திருக்கவில்லை. ஆனால், ஐ.எப்.பியின் கிளைஅமைப்பான எகோல் ஃபரான்கைஸ் தெ எக்ஸ்ட்ரெமே ஓரியண்ட் அல்லது ஈ.எஃப்.ஏ.ஓ. அமைப்பின் பட்டியலில் இருந்தது. அந்த அமைப்பு பின்னர் ஐ.எஃப்.பி.யுடன் இணைந்துவிட்டது. சிலைத் திருட்டு

தடுப்புப் பிரிவினர் வெளியிட்டிருந்த அளவு குறுக்கப்பட்ட படத்துக்கும் உமாதேவி சிலையின் அசலான புகைப்படத்துக்கும் எந்த ஒற்றுமையும் இருந்திருக்கவில்லை. அந்தச் சிலையைத்தான் 2007-ல் ஏ.சி.எம். அருங்காட்சியகம் வாங்கியிருந்தது.

ஜூலை 2013-ல் கலைப் பொருள் சந்தைபற்றி எனக்குக் குறைவாகவே தெரிந்திருந்தது. அமைப்புக்குள்ளிருந்தபடியே அமைப்பைத் திருத்தமுடியும் என்ற நம்பிக்கை எனக்கு இருந்தது. எனவே உடனே சம்பந்தப்பட்ட அதிகாரிகளிடம் விஷயத்தைச் சொல்ல முடிவு செய்தேன். சிங்கப்பூர் அதிகாரிகளைச் சந்திக்கக் கொஞ்சம் சாமர்த்தியம் தேவைப்படும். என் நண்பர் ஒருவரின் மூலம் அதைச் சாதித்தேன். விருத்தாசலம் கோவில் சிலை விவகாரத்தில் என் பெயர் செய்திகளில் அடிபட்டிருந்ததால் என்னை அறிமுகப்படுத்த அது எனக்கு சாதகமாக இருந்தது.

என் நண்பருக்கு நான் எழுதிய கடிதம்:

> ஏசியன் சிவிலைசேஷன்ஸ் மியூஸியத்துக்கு நான் பல தடவை வந்து போயிருக்கிறேன். அங்கு இருக்கும் சோழர் கால உமாதேவி சிலையைப் பார்த்து வியந்து போயிருக்கிறேன். ஆனால், அந்தச் சிலை சுபாஷ் கபூரின் ஆர்ட் ஆஃப் தி பாஸ்ட் கேலரியிடமிருந்து வாங்கப்பட்டிருக்கிறது என்பதைப் பார்த்ததும் அதிர்ந்துபோனேன். 2007-ம் ஆண்டு அந்தச் சிலையை வாங்கியதாக அங்கிருக்கும் அறிவிப்புப் பலகை தெரிவிக்கிறது. அதன் முந்தைய உரிமையாளர்கள் பற்றிய விவரங்களை நாங்கள் விரைவில் கேட்கவிருக்கிறோம். இத்துடன் பத்திரிகை விளம்பரம் ஒன்றை இணைத்திருக்கிறேன்.
>
> அவர்களிடமிருந்து அந்த வெண்கலச் சிலை வாங்கப் பட்டிருப்பதைத் தெரிந்துகொண்டிருக்கும் நிலையில், தமிழகச் சிலைத்திருட்டுத் தடுப்புப் பிரிவின் வலைதளத்தைச் சென்று பார்த்தேன். ஸ்ரீபுரந்தன் சிவன் கோவிலில் இருந்த உமாதேவி சிலைதான் அது (மூன்றாவது படம்) என்பதும் அது திருடப் பட்டிருக்கிறது என்பதும் தெரியவந்தது.
>
> http://www.tneow.gov.in/IDOL/status_info.html
>
> ... இந்த உமாதேவி சிலை மிகவும் தனித்தன்மை வாய்ந்தது. எங்களுடைய தகவல் திரட்டை முழுவதுமாக அலசிப் பார்த்துவிட்டேன். இந்தச் சிலைக்கு இணையான சிலை எங்குமே இல்லை.

ஏ.சி.எம். அருங்காட்சியகத்துக்கும் பிற சம்பந்தப்பட்ட அதிகாரிகளுக்கும் இந்தத் தகவலை எப்படித் தெரிவிக்க என்று நீங்கள் ஆலோசனை தந்து உதவுங்கள். ஏ.சி.எம். அருங்காட்சியகத்தின் மீது எந்தத் தவறும் இருக்காது என்பது எனக்குத் தெரியும். ஏனென்றால், தமிழகச் சிலைத்திருட்டுத் தடுப்புப் பிரிவினர் தமது வலைதளத்தில் பதிவேற்றிய வருடத்துக்கு முன்பே ஏ.சி.எம். நிறுவனத்தினர் அந்தச் சிலையை வாங்கிவிட்டிருக்கிறார்கள். அதோடு இந்தச் சிலையின் புகைப்படமானது இதற்கு முன் எந்தப் புத்தகத்திலும் எந்தப் பொது தளத்திலும் வெளியாகி இருக்கவும் இல்லை.

ஆனால், இந்தச் சிலை திருடப்பட்ட சிலை என்று தமிழகச் சிலைத்திருட்டுத் தடுப்புப் பிரிவு தெளிவாகக் குறிப்பிட்டிருக்கும் நிலையில் இது நிச்சயம் பெரிய பிரச்னைக்குரிய விஷயமே. சிலை தடுப்புப் பிரிவினர் 'ஆர்ட் ஆஃப் பாஸ்ட்' அமைப்பினர்தான் இந்தச் சிலையைத் திருடியதாகவும் குறிப்பிட்டிருக்கிறார்கள். ஏ.சி.எம். அருங்காட்சியகமும் அவர்களிடமிருந்துதான் இந்தச் சிலையை வாங்கியும் இருக்கிறது.

எனது நண்பருக்கு நான் சொன்னதில் இருந்த உண்மை புரிந்தது. உடனே அந்த மின்னஞ்சலை ஏ.சி.எம். அருங்காட்சியகத்தின் உயர் அதிகாரிகளுக்கு அனுப்பிவைத்தார். ஆனால், எதிர்பார்த்த படியே உலகின் பிற அருங்காட்சியகங்களைப் போலவேதான் இவர்களும் பதிலளித்தார்கள்.

இந்த மின்னஞ்சலை எங்களுக்கு அனுப்பி எச்சரிக்கை செய்ததற்கு நன்றி. ஏ.சி.எம். அருங்காட்சியகத்தினருக்கு இந்த விஷயங்கள் தெரியும். அதிகாரபூர்வ விசாரணைகள் நடக்கும் போது அதற்கான பதிலைச் சொல்வார்கள்.

ஒரு கலைப் பொருளின் முந்தைய உரிமையாளர்கள் யார் என்பது தொடர்பான ஆராய்ச்சிகளில் போதிய தகவல்களைப் பெறுவது எவ்வளவு சிரமம் என்றாலும் ஏ.சி.எம். அருங்காட்சியகம் மிகக் கறாரான விதிமுறைகளைப் பின்பற்றி வருகிறது.

நாங்கள் வாங்கிய மிக முக்கியமான அரிய கலைப் பொக்கிஷங்கள் எல்லாமே முறையான ஆவணங்களைக் கொண்டவையே. ஆர்ட் லாஸ் ரெஜிஸ்டரில் இடம் பெற்றிருக்கிறதா என்ற பரிசோதனையும் செய்யப்பட்டுத்தான் வாங்கப்பட்டுள்ளன.

நன்றிகள் பல.

அப்படியாக அவர்களிடம் இருப்பது திருடப்பட்ட சிலை என்பது தெரிந்த பிறகும் வழக்கமாக எல்லா அருங்காட்சியகத்தினரும் செய்வதுபோல், இந்திய அரசு இந்த விஷயத்தில் என்னதான் முடிவெடுக்கிறதுஎன்று பொறுத்திருந்து பார்ப்போம் என்ற நிலைப்பாட்டையே எடுத்தனர். முந்தைய பல வழக்குகளைப் போலவே சுபாஷ் கபூர் வழக்கும் விரைவில் வீரியத்தை இழந்து விடும் என்று எதிர்பார்த்திருக்கவும்கூடும்.

ஆனால், அவர்கள் இண்டியைத் தவறாக எடைபோட்டுவிட்டனர்.

13

‘மறைக்கப்பட்ட சிலை ஆப்பரேஷன்’

இண்டி தனக்குக் கிடைத்த வாய்ப்புகளை நழுவவிட்டது குறித்து வருந்தினார். 2009-லிருந்தே கபூரைக் குறித்த ஆவணங்கள் பலவற்றைத் தேடித் தொகுத்த ஆரம்பித்திருந்தார். மும்பையில் இருந்து நியூயார்க்குக்கு சுபாஷ் கபூருக்கு அனுப்பப்பட்ட சட்ட விரோதக் கலைப் பொருட்களைக் கொண்ட கண்டெய்னரை அவன் கைகழுவிய வழக்கைத் தோண்டித் துருவிப் பார்க்க ஆரம்பித்து இருந்தார். அதோடு அவனுடைய தொலைபேசிகளைப் புலனாய்வு நோக்கில் ஒட்டுக்கேட்கவும் செய்து வந்தார்.

முன்பு ஒருமுறை கஸ்டம்ஸ் முறைகேடுகளில் ஈடுபட்டதை ஒப்புக்கொண்ட சிறிய கலைப் பொருள் வணிகர் ஒருவரை உடனே கைது செய்யாமல் சுபாஷ் கபூரின் கடத்தல் நடைமுறைகளை முழுமையாகத் தெரிந்துகொள்ளத் திட்டமிட்டதாகச் சொல்லி இருந்தோமே... அந்த நபர்தான் முக்கிய உளவுத் தகவலாளி-1 ஆக இருந்து வழக்கில் உதவினார் என்றும் குறிப்பிட்டிருந்தோமே.

அந்தச் சிறு வணிகர் தொடர்ந்து கபூரிடமும் ஆர்ட் ஆஃப் தி பாஸ்ட் அமைப்பில் இருக்கும் கபூரின் உதவியாளர்களிடமும் ‘புதிய’ பழங்காலப் பொருட்கள் அல்லது திருட்டுப் பொருட்களைத் தரும்படிக் கேட்டுக்கொண்டிருந்தார். அவர்களுடைய டெலிபோனை ஒட்டுக்கேட்டதன் மூலம் சுபாஷ் கபூர் அந்தச் சிறு வணிகருக்கு இரண்டு திருட்டுச் சிலைகளை விற்க முன்வந்த விவரம் தெரியவந்தது. 2011-ல் 3.5 மில்லியன் டாலர் மற்றும் 5 மில்லியன்

டாலர் தொகைக்கு இரண்டு நடராஜர் சிலைகளைத் தரச் சம்மதித்திருந்தான். அந்த நடராஜர் சிலைகளின் விலை மதிப்பு ஆண்டுக்கு 10-15% அதிகரிக்கும் என்றும் சொல்லியிருக்கிறான். அவற்றில் ஐந்து மில்லியன் விலை கொண்ட நடராஜர் சிலைதான் சுத்தமல்லி நடராஜர் சிலையாக இருக்கும். அதோடு அமெரிக்க காவல்துறையினருக்கு சுபாஷ் கபூர் அனுப்பிய மின்னஞ்சல்களும் உளவு பார்க்கப்பட்டிருந்தன. அவற்றிலிருந்து அவன் இரண்டு பார்வதி தேவி சிலைகளை ஒன்று 2.5 மில்லியன் டாலருக்கும் இன்னொன்று 3.5 மில்லியன் டாலருக்கும் விற்கத் தீர்மானித்து இருந்தது தெரியவந்தது.

3.5 மில்லியன் டாலருக்கு விற்கவிருந்த பார்வதி தேவி வேறு யாருமல்ல... சுத்தமல்லி சிவகாமியம்மைதான்! சுபாஷ் கபூர் ஜெர்மனி சிறையில் இருந்து ஆரோன் ஃப்ரீட்மேனுக்கு அனுப்பிய குறிப்பில் குறிப்பிட்டிருந்த நான்கு சிலைகள் இவையாகத்தான் இருக்கும். : 'க்ளாசெட்டில் இருக்கும் வெண்கல நடனச் சிலைகள் நான்கையும் செலினா முகம்மதுவிடம் கொடுத்துவிடு'.

இந்த நான்கு சிலைகளின் மொத்த 'மதிப்பு' 14.5 மில்லியன் டாலர்கள்!

சுபாஷ் கபூரை அமெரிக்க அதிகாரி இண்டி சுற்றிவளைத்துக் கைது செய்யவிருந்தார். ஆனால், இந்திய அதிகாரிகள் விரைந்து செயல் பட்டு 2011-ல் அவனை ஜெர்மனியில் வைத்துக் கைது செய்ய ஏற்பாடுசெய்துவிட்டார்கள். ஒரு சாதாரண அதிகாரி என்றால் இந்த வழக்கை அப்படியே மூடிவிட்டு வேறு வேலை பார்க்கப் போயிருப்பார்.

ஆனால், இண்டி சாதாரண அதிகாரி அல்ல. ஒரு சில சிலைகளைக் கைப்பற்றுவது, சட்டரீதியாக வலுவான ஆதாரங்கள் இல்லாமல் உயர் நிலைப் பிரமுகர்களைக் கைதுசெய்வது போன்றவற்றால் பிரச்னை தீராது என்பது அவருக்கு நன்கு தெரியும். இந்தத் திருட்டு சாம்ராஜ்ஜியத்தின் விரிவும் விசாலமும் பிற எல்லாரையும்விட மிக அதிகமும் அவருக்குத்தான் தெரிந்துமிருந்தது. அந்தக் கடத்தல் சாம்ராஜ்ஜியத்தை அவர் அக்கு வேறு ஆணிவேறாகப் பிரித்துப் போட விரும்பினார். சர்வதேசக் கடத்தல் சக்கரத்தின் ஒவ்வொரு ஆரக்காலையும் வளையத்தையும் இணைப்பையும் உடைத்துப் போட விரும்பினார்.

ஏனென்றால், இப்படியான அடையாள கைப்பற்றல்கள், கைதுகள் ஆகியவற்றை அந்தக் கடத்தல் சாம்ராஜ்ஜியம் தெரிந்தே

அனுமதித்துவிட்டுத் தன் பாட்டுக்குத் தன் தொழிலைச் செய்து வரும். அமெரிக்காவிலும் இந்தியாவிலும் இருக்கும் கபூரின் கூட்டாளிகள், உதவியாளர்கள் அனைவரையும் வேட்டையாட முடிவு செய்தார். திருடித் தருபவர்கள், அந்தத் திருட்டுப் பொருளை வாங்குபவர்கள் என அந்தக் குற்றத்தின் இரு பக்கத்தையும் முடக்க நினைத்தார். இந்தியாவில் சுபாஷ் கபூர் மீதான வழக்கு ஒருவேளை பின்னடைவைச் சந்தித்தால், அமெரிக்காவில் அவனுக்குத் தகுந்த தண்டனை கிடைக்கத் தேவையான வழிகளை மேற்கொண்டார். இந்தியாவில் இருந்து திருடப்பட்ட சிலைகள் இந்தியாவுக்குத் திரும்பியாகவேண்டும் என்று விரும்பினார்.

எனவே, 5, ஜனவரி 2012 அன்று 'மறைக்கப்பட்ட சிலைகள்' என்ற பெயரில் ஒரு தேடுதல் வேட்டையை முடுக்கிவிட்டார். கபூரின் வேர் ஹவுஸிலும் ஆர்ட் ஆஃப் பாஸ்ட் கேலரியிலும் தேடுதல் வேட்டை நடத்த சட்ட ரீதியான அனுமதியைப் பெற்றுக் கொண்டார்.

இந்தத் தேடுதல் வேட்டையில் ஆரம்பத்தில் எதிர்பார்த்த விளைவுகள் கிடைத்திருக்கவில்லை. அதாவது, எந்தச் சிலையும் கிடைத்திருக்கவில்லை. சில சிலைகளின் புகைப்படங்கள் அடங்கிய சிடிக்கள், ஷிப்பிங் ஆவணங்கள் ஆகியவை மட்டுமே

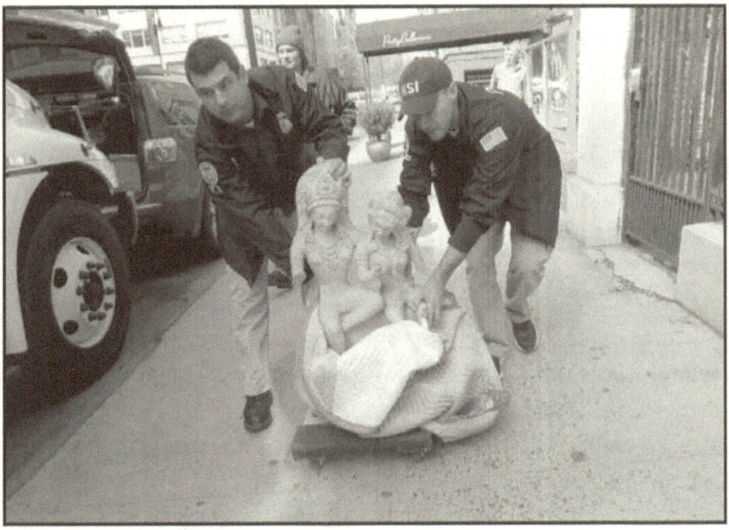

ஆப்பரேஷன் மறைக்கப்பட்ட சிலைகள்

கிடைத்தன. இவை எவ்வளவு முக்கியமானவை என்பது அப்போது யாருக்கும் தெரிந்திருக்கவில்லை.

இண்டியிடம் மலை போல் தரவுகள் இருந்தன. ஆனால், அவை ஒருவகையில் முதல் நிலை ஆவணங்களே. ஜெர்மனியில் இண்டர்போல் வசம் சிறையில் இருந்தபோது சுபாஷ் கபூர் கைப்பட எழுதி தனது உதவியாளன் ஆரோன் ஃப்ரீட்மேனுக்கு அனுப்பிய குறிப்பும் அதில் இருந்தது. கலைப் பொருட்களைப் பதுக்கி வைத்திருந்த இடங்களின் முகவரி, சில அருங்காட்சியகங் களுடனான பரிமாற்றப் பட்டியல் இவையும் அந்தத் தரவுகளில் இருந்தன.

26, ஜூலை 2012 அன்று கபூரின் மன்ஹாட்டன் கேலரியில் தேடுதல் வேட்டை நடத்தினார். அங்கு சுமார் 20 மில்லியன் டாலர் மதிப்பிலான சிலைகள் கிடைத்தன. தமிழகச் சிலைத்திருட்டுத் தடுப்புப் பிரிவின் வலைதளத்தில் கோவில்களில் இருந்து திருடப்பட்டதாகப் பட்டியலிட்டிருந்த சோழர் காலச் சிலைகளும் அதில் இருந்தன.

ஹெச்.எஸ்.ஐ. அமைப்பு என்.பி.சி. ஒளிபரப்பு நிறுவனத்தை அழைத்து அமெரிக்க காவல்துறை அதிகாரிகள் அங்கிருந்து எடுத்துச் செல்லும் சிலைகளைப் படமெடுத்து ஒளிபரப்ப அனுமதி தந்தது. சோழர் காலகட்டத்தைச் சேர்ந்த 1600 பவுண்டு சாக்கிய முனி புத்தர் சிலையும் அதில் இருந்தது. அந்த ஒரு சிலைக்கே தனி டிரக் தேவைப்பட்டது.

அக்டோபர் 2012-ல் நியூயர்க்கில் பியர்ரே ஹோட்டலில் இன்னொரு தேடுதல் வேட்டை நடந்தது. மூன்றாம் நூற்றாண்டைச் சேர்ந்ததாக நம்பப்பட்ட போதிசத்துவர் சிலை, பத்தாம் நூற்றாண்டைச் சேர்ந்த மாக்கல் கணேசர் சிலை ஆகியவை அதில் இருந்தன. கபூர் இவற்றை அந்த ஹோட்டலுக்கு வாடகைக்குக் கொடுத்திருந்தான்.

5, டிசம்பர், 2012 அன்று நேவார்க் போர்ட்டில் நடைபெற்ற கடைசி தேடுதல் வேட்டையில் மேலும் ஐந்து சோழர் காலச் சிலைகள் கைப்பற்றப்பட்டன. அவற்றில் இருந்த பார்வதி சிலை, கபூரால் திருடப்பட்ட சிலைகளின் பட்டியலில் இண்டர்பூல் அமைப்பால் குறிப்பிடப்பட்டிருந்தது.

கைப்பற்றப்பட்ட சிலைகள் பற்றிய ஆவணங்கள், அவற்றின் புகைப்படங்கள் ஆகியவை உடனே அமெரிக்க இமிக்ரேஷன்ஸ் மற்றும் கஸ்டம்ஸ் அமலாக்கத்துறையின் வலைதளத்தில் வெளியிடப்பட்டன. மொத்தம் ஆறு இடங்களில் பரிசோதனைகள்

நடந்தன. 2622 கலைப் பொருட்கள் கைப்பற்றப்பட்டன. அவற்றின் விலைமதிப்பு கபூரின் கணக்கு வழக்குப் புத்தகத்தின் அடிப் படையில் பார்த்தால் சுமார் 1,07,68,2000 டாலர்கள் (2006-2009 சர்வதேச நாணய மதிப்பின்படி)!!

முன்பே சொன்னதுபோல் இவையெல்லாம் வெளியில் தெரிந்த வேர் ஹவுஸ்களில் கபூர் தனது சமீபத்திய கணக்கு வழக்குப் பதிவேடுகளில் பதிவு செய்துவைத்திருக்கும் கலைப் பொருட்களின் பட்டியல் மட்டுமே. அவன் சுமார் 35 ஆண்டுகளுக்கு மேலாக இந்தத் திருட்டுத் தொழிலில் ஈடுபட்டு வந்திருக்கிறான். இத்தனை ஆண்டுகளில் மேலும் எத்தனை மில்லியன்-பில்லியன் கோடிகள் கொள்ளையடித்திருப்பான் என்பதை நீங்களே கணக்கிட்டுக் கொள்ளுங்கள்.

ஜேஸன் இது பற்றிக் குத்துமதிப்பாகக் கணக்கிட்டு தனது வலை பக்கத்தில் எழுதியிருந்தார். சர்வதேசக் கலை உலகை அது பேரதிர்ச்சியில் ஆழ்த்தியது. 2012-ல் அவர் எழுதியது : 2004-ல் ஆரம்பிக்கப்பட்டதைத் தொடர்ந்து எஃப்.பி.ஐ.யின் கலைப் பொருள் திருட்டுத் தடுப்புப் பிரிவானது சுமார் 150 மில்லியன் டாலர் மதிப்பிலான பொருட்களைக் கைப்பற்றியிருக்கிறது. சுபாஷ் கபூர் விவகாரத்தில் மட்டும் ஒரு சில மாதங்களில் 100 மில்லியன் டாலர் மதிப்பிலான பொருட்களைக் கைப்பற்றியிருக்கிறது.[1]

ஐ.சி.ஈ. வலைதளத்தில் ஹெச்.எஸ்.ஐ. சிறப்புக் காவலர் ஜேம்ஸ் ஹேய்ஸ் தான் கைப்பற்றிய ஐந்து சோழர் காலச் சிலைகளுடன் நிற்கும் புகைப்படம் வெளியாகியிருக்கிறது. அவர் அதில் சொன்னது:

> கலைப் பொருட்களின் கடத்தல் மூலம் சுபாஷ் கபூர் சேர்த்திருக்கும் சட்டவிரோதமான சொத்துகளின் மதிப்பு சுமார் 100 மில்லியன் அமெரிக்க டாலர்களுக்கும் மேல் இருக்கும். அது உலகின் கலைப் பொருள் திருடர்களில் மிக முக்கியமானவனாக அவனை ஆக்கியிருக்கிறது. எனவே, உலகம் முழுவதிலும் இருக்கும் கலைப் பொருள் அருங்காட்சியகத்தினர், தனி நபர் கலைப் பொருள் சேகரிப்பாளர் ஆகியோரிடம் ஒரு விண்ணப்பம் வைக்கிறோம். சுபாஷ் கபூரிடமிருந்து வாங்கிய, அல்லது அவன் பரிசாகக் கொடுத்த கலைப் பொருட்களின் நம்பகத்தன்மை, சட்ட மதிப்பு ஆகியவற்றைப் பரிசோதிக்க உதவுங்கள். எங்களுடைய சட்டத்துறைகள், இந்திய காவல், சட்டத்துறை ஆகியவற்றுடன் இணைந்து பணியாற்றி சுபாஷ் கபூருக்கு முறையான

தண்டனைகள் வழங்கவும் அந்தத் திருட்டுக் கலைப் பொருட்களை அதன் உண்மையான உரிமையாளர்கள் வசம் ஒப்படைக்கவும் ஆவன செய்வோம்.

உலகின் பல நாடுகளுக்கு அவர்களுடைய கலைப் பொக்கிஷங்கள் மிக மிக உயர்வானவை என்பதை ஹெ.எஸ்.ஐ. அமைப்பு முழுமையாகப் புரிந்துகொண்டு செயல்படும்.

ஹேய்ஸ் சொன்னவற்றில் ஒரு முக்கியமான விஷயத்தை நான் மீண்டும் சொல்ல விரும்புகிறேன். கலைப் பொருள் திருட்டு என்பது 'சாதாரண' விஷயமல்ல. செய்தித்தாள்களின் 'கலை' பக்கங்களில் ஒரு மூலையில் இடம்பெறவேண்டிய விஷயங்கள் அல்ல. போதைப் பொருட்கள், ஆயுதங்கள், வெடி மருந்துகள், தங்கம், வைரம் போல் மோசமான அபாயகரமான கடத்தல் விவகாரங்களில் ஒன்று. கலைப் பொருள் கடத்தல் என்பதும் மாபெரும் குற்றத் தொழிலே. அமெரிக்க சட்டத்துறையைப் பொறுத்தவரை சுபாஷ் கபூர், 'உலகிலேயே மிகப் பெரிய கலைத் திருடர்களில் ஒருவன்'.

ஜேஸன் தனது வலைதளமான chasingaphrodite-லும் ஹேய்ஸின் சிறப்புப் பேட்டி ஒன்றை எடுத்து அதில் வெளியிட்டிருக்கிறார். அதில் காவல்துறை அதிகாரி ஹேய்ஸ், உலகம் முழுவதிலும் இருக்கும் அருங்காட்சியகங்கள், கலைப் பொருள் சேகரிப்பாளர்கள் சுபாஷ் கபூரிடமிருந்து பெற்ற கலைப் பொருட்கள் பற்றிய விவரங்களைத் தாமாக முன்வந்து தரும்படிக் கேட்டுக் கொண்டிருந்தார்.

> சுபாஷ் கபூரிடமிருந்து கலைப் பொருட்களைப் பெற்றிருக்கும் நபர்களை எங்களுடன் தொடர்புகொள்ளும்படிக் கேட்டுக் கொள்கிறோம். அந்தப் பொருட்களின் சட்ட அங்கீகாரம் குறித்து நாங்கள் தீவிர விசாரணை மேற்கொண்டுவருகிறோம். எங்களுக்குப் பல்வேறு வழக்கறிஞர் அமைப்புகளில் இருந்து பல தொலைபேசி அழைப்புகள் வரத் தொடங்கியுள்ளன. அவர்கள் தங்களுடைய க்ளையண்ட்களிடம் இருக்கும் அப்படியான கலைப் பொருட்கள் திருடப்பட்டவையா என்பதைத் தெரிந்து கொள்ள மிகுந்த அக்கறை கொண்டிருக்கிறார்கள்.[2]

ஆனால், எந்தவொரு அருங்காட்சியகப் பொறுப்பாளர்களோ தனிநபர் கலைப் பொருள் சேகரிப்பாளர்களோ இது தொடர்பாக எந்தவொரு தகவலையும் பகிர்ந்துகொண்டிருக்கவில்லை. அவர்கள் அந்தக் கலைப் பொருட்களை வாங்க, முந்தைய உரிமையாளர்கள் தொடர்பான முறையான ஆவணங்களையெல்லாம் பரிசீலிக்

காமலேயே கோடிகளைக் கொட்டிக் கொடுத்திருக்கிறார்கள். எனவே அந்தக் கலைப் பொருட்களைத் திருப்பித் தர விரும்பியிருக்கவே இல்லை. அதோடு இந்திய நீதிமன்றங்களின் முந்தைய கால விசாரணைகளின் செயல் திறனின்மை பற்றி அவர்களுக்குத் தெரியும். எதையும் சிறிது காலம் கழித்துக் கிடப்பில் போட்டுவிடுவார்கள்... எந்தவிதத் தொடர் நடவடிக்கைகளும் இருக்காது என்பது அவர்களுக்குத் தெரியும்.

இதனிடையில் இண்டி முன்பே தெரிவித்திருந்ததுபோல் சுபாஷ் கபூருடைய ஆட்களைச் சுற்றிவளைக்கும் பணியை முடுக்கி விட்டார். 4, டிசம்பர், 2013 அன்று கபூரின் உதவியாளரும் ஆர்ட் ஆஃப் தி பாஸ்ட் கேலரியின் மேனேஜருமான ஆரோன் ஃப்ரீட்மேன் மீது நியூயார்க் நீதிமன்றத்தில் குற்றப்பத்திரிகை தாக்கல் செய்தார். பல குற்றங்களைப் பட்டியலிட்ட அந்த அறிக்கையில், ‘இவன் (ஃப்ரீட்மேன்) உலகின் பிற நாடுகளில் இருந்து அமெரிக்காவுக்கும் அமெரிக்காவிலிருந்து பிற நாடுகளுக்கும் இந்தியா மட்டுமல்லாமல் ஆஃப்கானிஸ்தான், பாகிஸ்தான், கம்போடியா எனப் பல நாடுகளுக்கும் திருடப்பட்ட கலைப் பொக்கிஷங்களை கப்பல் மூலம் அனுப்பிவந்திருக்கிறான். இடை நிலை வணிகர்கள் மூலம் கலைப் பொக்கிஷங்களை அனுப்பவைத்து அந்தத் திருட்டுக் கலைப்பொருட்களுக்கு பொய்யான அங்கீகாரம் கிடைக்க வழிவகுத்திருக்கிறான். திருடி விற்ற கலைப் பொருட்களின் முந்தைய உரிமையாளர்களாகப் போலிப் பெயரில் பொய்யான ஆவணங்களை உருவாக்கியிருக்கிறான்’.

சிலைத் திருட்டில் ஈடுபட்ட குற்றம், திருட்டுச் சிலைகளைக் கைவசம் வைத்திருந்த குற்றம் போன்றவை அவன் மேல் சுமத்தப்பட்டன.

என்.ஜி.ஏ. அருங்காட்சியகத்துக்கு விற்கப்பட்ட ஸ்ரீபுரந்தன் நடராஜர் சிலை, சிங்கப்பூர் ஏ.சி.எம். அருங்காட்சியகத்துக்கு விற்கப்பட்ட உமாதேவி சிலை ஆகியவற்றைப் பற்றி இந்த குற்றப் பத்திரிகையில் விசேஷமாகக் குறிப்பிடப்பட்டிருந்தன.

> இந்தியாவின் அரியலூர் மாவட்டத்தில் இருக்கும் சிவன் கோவிலில் (ஸ்ரீபுரந்தன் திருக்கோவிலில்) இருந்த, இந்திய அரசுக்குச் சொந்தமான உமா பரமேஸ்வரி சிலை (சிங்கப்பூர் உமா

என அறியப்படும் 6,50,000 டாலர் மதிப்பு கொண்ட சிலை) 2005 ஜனவரி தொடங்கி 2006 நவம்பர் காலகட்டத்தில் திருடப் பட்டிருக்கிறது. ஜன 2006 - ஜன 2007 காலகட்டத்தில் குற்றவாளி (ஆரோன் ஃப்ரீட்மேன்) மற்றும் அவனுடைய கூட்டாளிகள் 6,50,000 மில்லியன் டாலர் மதிப்பிலான சிங்கப்பூர் உமா சிலையை இந்தியாவில் இருந்து அமெரிக்காவுக்குக் கடத்தி இருக்கின்றனர். பிப்ரவரி 2007 வாக்கில் குற்றவாளியும் அவனுடைய கூட்டாளிகளும் 6,50,000 மில்லியன் டாலர் மதிப்பிலான அந்த சிங்கப்பூர் உமா சிலையை சிங்கப்பூரில் இருக்கும் ஆசியன் சிவிலைசேஷன்ஸ் மியூஸியமுக்குக் கடத்தியிருக்கின்றனர்.[3]

அமெரிக்க அதிகாரிகள் தந்த அழுத்தத்தின் மூலம் ஏ.சி.எம். சுபாஷ் கபூரிடமிருந்து 30 கலைப் பொருட்களை வாங்கியதாக ஜனவரி 2014 வாக்கில் ஒப்புக்கொண்டது. எனினும் அந்தப் பொருட்களின் பட்டியலையோ அவற்றின் முந்தைய உரிமையாளர்கள் பற்றிய ஆவணங்களையோ அவற்றுக்குக் கொடுத்த தொகையையோ வெளியிடவில்லை.

ஏ.சி.எம். கபூரிடமிருந்து வாங்கிய கலைப் பொருட்களுக்கு 13,28,250 அமெரிக்க டாலர் கொடுத்ததாகப் பின்னர் தெரியவந்தது. அமராவதி கல் தூண் சிதிலங்கள், நாகப்பட்டிணத்து வெண்கல புத்தர் சிலை, சந்திரகேதுகர் சுடுமண் சிதிலங்கள் என பல்வேறு பிரச்னைக்குரிய கலைப் பொக்கிஷங்களும் அந்தப் பட்டியலில் உண்டு.

தொடர்ந்து அனைத்துத் தரப்பிலிருந்தும் தரப்பட்ட அழுத்தங்கள், ஆதாரங்கள் ஆகியவற்றினால் ஏ.சி.எம். அருங்காட்சியகத்தினருக்கு 6, நவம்பர், 2015 அன்று ஸ்ரீபுரந்தன் உமாதேவி சிலையைத் திருப்பித் தந்தாகவேண்டிய சூழல் ஏற்பட்டது. எனினும் கபூரிடமிருந்து வாங்கிய பிற கலைப் பொருட்களைக் கொடுப்பதில் ஏ.சி.எம்.முக்கு மனமில்லை. என்.ஜி.ஏ.யைப் போலவே, பொய்யான ஆவணங்களைக் கொடுத்து விற்ற சுபாஷ் கபூர் மீதும் குற்றம் சாற்றி அந்தப் பணத்தை அவர் திருப்பித் தரவேண்டும் என்று வழக்குத் தொடுத்துள்ளது.

குற்றச் சதியில் ஈடுபட்டதையும் திருட்டுப் பொருட்களைக் கைவசம் வைத்திருப்பதையும் ஃப்ரீட்மேன் ஒப்புக்கொண்டான். 1995-லிருந்து கபூரிடம் பணிபுரிந்துவருகிறான். வாஸர் கல்லூரியில் படித்தவன், ரட்ஜர்ஸ் பல்கலையில் ஹிஸ்டரி ஆஃப் ஆர்ட் படித்து

முடித்திருக்கிறான். 'தான் செய்த மிகப் பெரிய தவறுகளைத் திருத்தும் நடவடிக்கைகளை எடுக்க அவன் தீர்மானித்திருப்பதாக' அவனுடைய வழக்கறிஞர்கள் செய்தியாளர்களிடம் தெரிவித்தனர்.[4]

அரசுத் தரப்பு வழக்கறிஞரும்கூட அவனைப் பாராட்டிச் சில வார்த்தைகள் சொன்னார்: 'திரு ஃப்ரீட்மென் மனப்பூர்வமாகத் தனது தவறுகளை ஒப்புக்கொண்டுவிட்டிருக்கிறார். அதற்கான நிஜமாகவே வருந்துகிறார். தவறுகளுக்குப் பிராயச்சித்தம் செய்யும் வகையில் முக்கியமான உதவிகளைச் செய்ய ஆரம்பித்துவிட்டிருக்கிறார்'.

இப்போது ஃப்ரீட்மென் காவலர்களுக்கு உதவி வருகிறான் என்பதில் எந்த ஆச்சரியமும்படத் தேவையில்லை. அவன் கபூருக்கு எதிராகத் திரும்பிவிட்டான்.

14

டொலெடோ கணேசர்

ஏ.சி.எம். அருங்காட்சியகத்தில் இருந்த உமா தேவி சிலை தொடர்பான புகைப்பட ஆதாரத்தைக் கொடுத்து அந்தச் சிலையைத் திரும்பப் பெற்றதைத் தொடர்ந்து அப்படியான சிலைகளைக் கைவசம் இருக்கும் புகைப்படங்களோடு ஒப்பிட்டுப் பணிகளை முடுக்கிவிடாமல் இத்தனை காலம் சும்மா இருந்துவிட்டதை நினைத்து என்னையே கடிந்துகொண்டேன். 2013 வாக்கில் எனது தகவல் திரட்டில் இருக்கும் புகைப்படங்களை எடுத்துக்கொண்டு 2006 தொடங்கி ஒவ்வொரு அருங்காட்சியகமும் வாங்கிய சிலைகளுடன் ஒப்பிட்டுப் பார்க்க ஆரம்பித்தேன். யதேச்சையாகத் தேடியதில் ஓஹியோவில் டொலெடோ அருங்காட்சியகத்தில் இருக்கும் கணேஷர் சிலை 2006-ல் வாங்கப்பட்டதாகத் தெரிய வந்தது. அந்தச் சிலையின் வரிசை எண் 2006.37. ஸ்ரீபுரந்தன் கோவிலில் இருந்து திருடப்பட்ட சிலையாக இருக்கும் என்று எனக்கு சந்தேகம் வந்தது.

எனது இந்தச் சந்தேகத்தை ஜேஸனுக்கும் 'தி ஹிந்து' பத்திரிகையின் ஸ்ரீவத்சனுக்கும் மின்னஞ்சலில் தெரிவித்தேன். ஸ்ரீவத்சனிடம் ஸ்ரீபுரந்தன் கணேச விக்கிரகத்தின் அதி துல்லியமான உயர் தரப் புகைப்படத்தை ஐ.எஃப்.பி.யிடமிருந்து பெற்றுத் தரும்படிக் கேட்டுக்கொண்டேன். டொலெடோ அருங்காட்சியகத்தினருடன் பேச வழி செய்து தரும்படி ஜேஸனிடம் கேட்டுக்கொண்டேன்.

ஸ்ரீபுரந்தன் கணேசர்

ஒஹியோவில் இருந்த டொலெடோ அருங்காட்சியத்தின் இயக்குநர் ப்ரையன் கென்னடிக்கு அது குறித்து ஜேஸன் மின்னஞ்சல் அனுப்பினார். கூடவே தமிழகக் காவல்துறை வெளியிட்ட மங்கலான கணேஷ விக்கிரகத்தின் புகைப்படத்தையும் இணைத்து அனுப்பினார். அந்த கணேஷ விக்கிரகத்தின் முந்தைய உரிமை யாளர்கள் பற்றிய விவரத்தையும் சுபாஷ் கபூரிடமிருந்து பெற்றுக் கொண்டிருந்த 44 கலைப் பொருட்கள் தொடர்பான ஆவணங் களையும் கேட்டு (இது தொடர்பாக ஓராண்டுக்கு முன்பேயும் அந்த அருங்காட்சியகத்துக்கு மின்னஞ்சல் அனுப்பியிருக்கிறார்) மின்னஞ்சல் அனுப்பினார்.

ஐ.எஃப்.பி. அமைப்பிடமிருந்து கிடைத்த புகைப்படமும் டொலெடோ அருங்காட்சியகத்தில் இருக்கும் கணேஷ விக்கிரகத்தின் அதி துல்லியப் புகைப்படமும் கிடைத்தால்தான் இரண்டையும் ஒப்பிட்டு ஒரு முடிவுக்கு வரமுடியும். நல்லவேளையாக அருங்காட்சியகப் புகைப்படத்துக்கு அருங்காட்சியகத்தினரை மட்டுமே நம்பியிருக்க வேண்டிய நிலை எங்களுக்கு இல்லை. சமூக வலைதளம் இங்கும் கை கொடுத்தது. எங்களுடைய நெருங்கிய நண்பர், தொழில்நுட்ப வல்லுநர்-எழுத்தாளர் ரவி வேணுகோபால் டொலெடோ அருங்காட்சியகத்துக்குச் சென்று அந்தப் புகைப் படத்தைத் தானே எடுத்து அனுப்புவதாக முன்வந்தார். மூன்றே நாட்களில் அந்தப் புகைப்படம் எங்கள் கைகளுக்கு வந்துவிட்டது!

இதனிடையில் டொலெடோ அருங்காட்சியகத்தின் 2007-ம் ஆண்டுக்கான கலைப் பொருள் பட்டியல் அறிக்கையும் கிடைத்தது. சுபாஷ் கபூர் அந்த அருங்காட்சியகத்துக்குக் கொடுத்த கலைப் பொக்கிஷப் பரிசுகளின் பட்டியலும் அதில் இருந்தது. குப்தர் காலச் சிறிய களி மண் பொருட்கள், சந்திரகேதுகர் சிதிலங்கள் எனச் சுமார் ஐம்பது கலைப் பொக்கிஷங்களுக்கு மேல் இருந்தன. அந்தப் பரிசுகளின் பட்டியலில் இதுவும் இருந்தது:

> இந்த அருங்காட்சியகம் கீழ்காணும் நிறுவனங்கள், வணிக மையங்கள், தனி நபர்கள் ஆகியோருக்கு 2008 வாக்கில் அவர்கள் தந்த கலைப் பொருள் பரிசுகளுக்கும் கலைப் பொருட்களை வாங்கவும் சிறப்பு நிகழ்ச்சிகள் நடத்தவும் நிதி உதவி நல்கியதற்கு நன்றியைத் தெரிவித்துக்கொள்கிறோம்.
>
> 1,00,000 டாலர்கள் நிதி உதவியும் கலைப் பொருள் பரிசுகளும் தந்ததற்கு சுபாஷ் கபூருக்கு நன்றி.

டொலெடோ அருங்காட்சியகம் கீழ்க்கண்ட நன்கொடையாளர்களுக்கு அவர்களுடைய தாராள மனதுக்கும் இன்றும் தொடரும் கலை ஆதரவுக்கும் நன்றி தெரிவிக்கிறது.

2,50,000 டாலர் - 4,99,999 டாலர் - திரு சுபாஷ் கபூர்

கணேஷர் சிலை ஒன்றை 2,45,000 டாலருக்கு அவர்களுக்கு விற்றவர் பாதி மில்லியன் தொகையைக் கலைப் பொருட்களாகவும் பணமாகவும் தந்ததன் காரணமென்ன? கபூரின் வணிகம் மிகவும் பெரியது. எனவே அரை மில்லியன் நன்கொடை என்பது ஒன்றுமே இல்லை (இந்த அருங்காட்சியகத்தினரோ ஆலோசனை கமிட்டியினரோ நன்கொடைகள், பரிசுகள், நிதி உதவிகள், ஊக்கத் தொகைகள் போன்றவற்றை சுபாஷ் கபூரிடமிருந்து பெற்றுக் கொண்டு அவர் விற்ற கலைப் பொருட்களின் முந்திய உரிமையாளர் பற்றிய போலி ஆவணங்களைக் கண்டுகொள்ளாமல் இருந்தார்கள் என்றோ அந்தக் கலைப் பொருட்கள் திருடப்பட்டவை என்பதைக் கண்டுகொள்ளாமல் இருந்தார்கள் என்றோ நான் சொல்லவில்லை. டொலடோ அருங்காட்சியகம், ஏ.சி.எம். அருங்காட்சியகம், என்.ஜி.ஏ. நியூ சவுத் வேல்ஸ் அருங்காட்சியகம் என எந்தவொரு அருங்காட்சியகத்தை எடுத்துக்கொண்டாலும் அவர்களும் இந்தத் திருட்டில் உடந்தையாக இருந்தார்கள் என்று நம்ப எந்த ஆதாரமும் கிடைத்திருக்கவில்லை. ஆனால், சுபாஷ் கபூர் இதுபோல் தொடர்ந்து கலைப் பொருள் பரிசுகள் தந்துவந்ததால் அவன் மீது அந்த அருங்காட்சியகங்களுக்கு நன் மதிப்பு இருந்திருக்கும். இதனால் அவன் மீது பெரிய அளவில் சந்தேகம் வராமல் போயிருக்கும். அவன் விற்ற பொருட்களைக் கறாராகப் பரிசோதனைகள் செய்யாமல்கூட இருந்திருக்க வாய்ப்பு உண்டு. பல அருங்காட்சியகங்கள் அவை வாங்கிய கலைப் பொருட்களின் முந்தைய உரிமையாளர்கள் பற்றிப் போதுமான பரிசோதனை செய்திருக்கவில்லை என்பதும் உண்மையே).

டொலெடோ அருங்காட்சியகத்தில் இருந்து ஐந்து நாட்கள் கழித்து, பண்பற்ற, ஒரு காட்டமான பதில் வந்தது.

திரு ஃபெல்ச்

முனைவர் கென்னடிக்கு 7/18/2013 தேதியிட்டு நீங்கள் அனுப்பிய மின்னஞ்சல் கிடைத்தது. கணேஷர் சிலை (டி.எம்.ஏ. - 2006.37) தொடர்பாக நீங்கள் தந்திருக்கும் தகவலை நாங்கள் பரிசீலித்துப் பார்ப்போம்.

டி.எம்.ஏ. சுபாஷ் கபூரிடமிருந்து பெற்றிருக்கும் பரிசுப் பொருட்கள் தொடர்பாக நீங்கள் எழுப்பிய கேள்விக்கு நியூ யார்க் டைம்ஸ்-ல் அவையெல்லாம் குறைவான விலை மதிப்பு கொண்ட சிறிய சுடு மண் கலைப் பொருட்களே என்று தெரிவித்திருக்கிறோம் (கலைப்பொருள் வணிகர் தந்த பொருட்கள் மூலம் ஆய்வுப் படிப்பு - ஜூலை, 27, 2012).

அந்தக் கலைப் பொருட்கள் அருங்காட்சியத்தில் பொது மக்கள் பார்வைக்கு வைக்கப்படவில்லை. அவை கல்விப் பயன்பாட்டுக்காகப் பயன்படுத்தப்படுகின்றன.

நாங்கள் பொதுவாகப் பிற அருங்காட்சியகங்கள், சட்ட அமலாக்க அமைப்புகள், அந்நிய நாட்டு அரசாங்கங்கள், கலைப் பொருட்களுக்கு உரிமை கோரி வழக்குத் தொடுத்தவர்கள் இவர்களுடைய கேள்விகளுக்கு மட்டுமே பதில் சொல்வதுண்டு. நீங்கள் குறிப்பிட்டிருக்கும் கலைப் பொருட்கள் தொடர்பாக இதுவரை எந்தவொரு கேள்வியும் அவர்கள் யாராலும் எழுப்பப்பட்டிருக்கவில்லை.

'இடத்தைக் காலி பண்ணு... உன் வேலையைப் பார்த்துக் கொண்டு போ' என்பதைத்தான் கொஞ்சம் நாசூக்கான மொழியில் சொல்லி இருந்தார்கள்.

ரவி சொன்னதுபோல் அதி துல்லியப் புகைப்படங்களை வார இறுதியில் அனுப்பிவைத்தார். எங்களுக்கு அதிர்ஷ்டம் இருந்தது... அந்தச் சிலையில் இருந்த இரண்டு குறைபாடுகள் எங்களுக்கு உதவியாக இருந்தன.

ஒரு வெண்கலச் சிலையைச் செய்யும்போது முதலில் அதை மெழுகில் செய்வார்கள். பின்னர் அதன் மேல் களிமண் பூச்சு பூசுவார்கள். களிமண் காய்ந்ததும் அதை நெருப்பில் சுடுவார்கள். அப்போது அதன் பின் அடுக்கில் இருக்கும் மெழுகு உருகிவிடும். ஆரம்பகட்ட அந்த மெழுகுச் சிற்பம் களிமண் வார்ப்பினுள் வெற்றிடத்தைவிட்டபடி உருக்கி அழிக்கப்பட்டுவிடும். அந்தக் களிமண் வார்ப்பினுள் வெண்கலத்தை உருக்கி ஊற்றித்தான் சிலைகள் செய்யப்படும். உலோகம் குளிர்ந்து இறுகியதும் வெளிப்புறக் களிமண் வார்ப்பை உடைத்துவிட்டால் வெண்கலச் சிலை கிடைத்துவிடும்.

இங்கு கவனத்தில் கொள்ளவேண்டிய முக்கியமான விஷயம் என்னவென்றால் ஒருமுறை செய்த மெழுகு - களிமண் வார்ப்பை

இரண்டாம் முறை பயன்படுத்த முடியாது. எனவே, ஒவ்வொரு உலோகச் சிலைகளும் அதனளவில் தனித்தன்மை வாய்ந்தவையே. அதுபோல் உலகில் அந்த ஒன்று மட்டுமே இருக்கும். கிட்டத்தட்ட நம் கை ரேகைகளைப் போல். எப்படி இரண்டு நபர்களின் கை ரேகைகள் ஒன்றாக இருக்காதோ அதுபோலவே இரண்டு பழங்கால உலோகச் சிலைகள் ஒரு மாதிரி இருக்காது. ஒவ்வொரு சிலையிலும் இருக்கும் சிறு சிறு கீறல்கள், வெடிப்புகள் எல்லாம் அவற்றின் தனித்தன்மையாகவே இருக்கும்.

டொலெடோ கணேச விக்கிரகமும் அதுபோல் இரண்டு வெடிப்புகளைக் கொண்டிருந்தது. பல நூறு ஆண்டுகளுக்கு முன் அந்தச் சிலையை உருவாக்கிய சிற்பி முதலில் உருவாக்கிய மெழுகுச் சிலையில் தன் நகக் கண் கொண்டு சிறு கீறலை அவரை அறியாமல் ஏற்படுத்தியிருக்கிறார். அல்லது உருக்கி ஊற்றிய உலோகத்தில் ஏதேனும் சிறு துரும்பு இருந்திருக்கும். எதுவாக இருந்தாலும் அந்த இரண்டு வெடிப்புகளும் ஐ.எஃப்.பி. எடுத்த புகைப்படத்தில் வெகு துல்லியமாகப் படம்பிடிக்கப்பட்டிருந்தன. அந்த வெடிப்புகள் ரவி எடுத்து அனுப்பிய புகைப்படங்களில் வெறுங்கண்ணால் பார்த்தாலே தெரியும்படியாக இருந்தன. அப்படியானால், டொலடோ அருங்காட்சியகத்தில் இருப்பது ஸ்ரீபுரந்தன் கோவில் கணேசரேதான்.

அந்த அருங்காட்சியகத்தினர் எங்களுடைய மின்னஞ்சலுக்குத்தான் முறையான பதில் சொல்லவில்லையே தவிர வேறு நல்ல விஷயங்கள் அந்த அமைப்பினுள் நடக்கத் தொடங்கியிருந்தன. எங்களுக்கு இது தெரிந்திருக்கவில்லை. நாங்கள் ஃபேஸ்புக்கிலும் யூ-ட்யூபிலும் இது தொடர்பாக ஓர் இயக்கத்தை ஆரம்பித்தோம். கோயம்புத்தூரின் தொழில், சமூக வணிக நட்பு பகுதியாக அறிவிக்கப்பட்டிருந்த டொலெடோவை அந்த அங்கீகாரத்தில் இருந்து நீக்கும்படி ஃபேஸ்புக் குழுமம் ஒரு கருத்தை முன்வைத்தது. யூ ட்யூப் வீடியோவுக்கு ‘விக்னங்களைப் போக்குபவர்’ (Remover of Obstacles) என்று பெயரிடப்பட்டது.

இறுதியாக பிப் 2014-ல் டொலெடோ அருங்காட்சியகத்தினர் ஒரு செய்தி அறிக்கைவெளியிட்டனர்:

> சுபாஷ் கபூரிடமிருந்து உலகின் பல அருங்காட்சியகங்களைப் போலவே டொலடோ அருங்காட்சியகமும் பல கலைப் பொக்கிஷங்களை 2001-2010 வாக்கில் வாங்கியிருக்கிறது. சுபாஷ் கபூரிடமிருந்து வாங்கிய அரிய அருமையான எட்டு கலைப் பொக்கிஷங்களில் கணேஷர் விக்கிரகமும் ஒன்று. 2006-ல் அந்த

விக்கிரகத்தை வாங்கியதன் பிறகு திரு.கபூர் எங்கள் அருங்காட்சியகத்துக்கு 56 சுடுமண் கலைப் பொருட்களைப் பரிசாகக் கொடுத்தார். விலைக்கு வாங்கிய கலைப் பொருட்கள் எல்லாம் பொதுமக்களின் பார்வைக்கு வைக்கப்பட்டுள்ளன. பரிசாகப் பெறப்பட்டவை பொது மக்கள் பார்வைக்கு வைக்கப் பட்டதில்லை.

18, ஜூலை 2013 அன்று இந்திய காவல்துறையிடமிருந்து தமிழகத்து ஸ்ரீபுரந்தன் கிராமத்துக் கோவிலில் இருந்து திருடப்பட்ட 18 உலோகச் சிலைகளின் புகைப்படங்கள் அடங்கிய ஓர் அறிக்கை கிடைத்தது. அதில் இடம்பெற்றிருக்கும் கணேஷ விக்கிரகத்தின் புகைப்படமானது எங்கள் அருங்காட்சியகம் 2006-ல் சுபாஷ் கபூரின் ஆர்ட் ஆஃப் பாஸ்ட் கேலரியிடமிருந்து வாங்கிய கணேஷ விக்கிரகத்தை மிகவும் ஒத்ததாக இருக்கிறது. அந்தச் சிலையை வாங்கியபோது, அந்தச் சிலையின் முந்தைய உரிமையாளர்கள் பற்றிய ஆவணம் கிடைத்தது. எங்கள் அருங்காட்சியகத்தின் பொறுப்பாளர்கள் முந்தைய உரிமையாளரிடம் நேரில் சென்று பேசினார்கள். ஆர்ட் ஆஃப் லாஸ் தகவல் திரட்டில் இந்தச் சிலை திருடப்பட்ட தகவல் இருக்கிறதா என்று அலசிப் பார்த்தோம். அதில் இந்தச் சிலை பட்டியலிடப்பட்டிருக்கவில்லை.

24, ஜூலை 2013-ல் டி.எம்.ஏ. இயக்குநர் ப்ரையன் கென்னடி நியூயார்க்கிலிருக்கும் இந்திய கன்சுலேட் ஜெனரல் திரு சுகந்த் ராஜாராமுக்கு ஒரு கடிதம் அனுப்பியிருந்தோம். அதில் கணேசர் சிலையின் முந்தைய உரிமையாளர்கள் பற்றிய விவரங்களைத் தெரிந்துகொள்ள இந்திய அதிகாரிகளின் உதவியைக் கேட்டிருந்தோம். இன்றுவரை அவர்களிடமிருந்து எந்தப் பதிலும் கிடைத்திருக்கவில்லை.

அமெரிக்காவுக்கான இந்திய தூதர் டாக்டர் எஸ்.ஜெய்சங்கருக்கு இந்த விஷயத்தில் உதவும்படி 17, பிப்ரவரி, 2014-ல் ஒரு கடிதம் அனுப்பினோம். இந்த கணேசர் சிலை தொடர்பாகவும் சுபாஷ் கபூரிடமிருந்து விலை கொடுத்தோ பரிசாகவோ பெற்ற கலைப் பொருட்கள் தொடர்பாகவும் எங்கள் அருங்காட்சியகம் அமெரிக்க காவல், சட்டத் துறையாலோ வெளிநாட்டு அரசுத் துறையாலோ எந்த விசாரணைக்கும் உட்படுத்தப்பட்டிருக்க வில்லை.

அமெரிக்காவில் இருந்த இந்திய தூதரக அதிகாரிகளுக்கு அந்த அருங்காட்சியகத்தினர் அனுப்பிய கடிதத்தின் நகலையும்

Art Of The Past

1242 Madison Avenue New York, NY 10128, Phone (212) 860-7070, Fax (212) 876-5373

LETTER OF PROVENANCE

Jan 2nd 2006

I, Selina Mohamed, hereby certify that the Dancing Ganesha bronze Chola period size approximately 20 inch from South India, was purchased by my Mother, Rajpati Singh Mohamad in 1971 while on there travel to India My parents' families were originally from India, but settled in British Guyana several generations ago. We have been living in New York since 1971. I inherited these sculpture from my mother. It has been in my possession since that time.

Selina Mohamed

Salina Mohamed
119-49 Union Turnpike, Apartment #8E
Forest Hills, New York 11375
(718) 261-6928

E-mail Artofpast@aol.com • www.Artofpast.com

ஸ்ரீபுரந்தன் கணேசர் சிலை
தனக்கு சொந்தம் என
செலினா முகம்மது கொடுத்த
போலி ஆவணம்

வெளியிட்டிருந்தார்கள். அந்தக் கடிதத்துக்கு இந்தியத் தரப்பில் இருந்து எந்தப் பதிலும் தரப்பட்டிருக்கவில்லை! இங்கே நாங்கள் ஒரு சில தனி நபர்கள் இரவு பகல் பாராமல் நம் பாரம்பரியத்தைக் காக்க உயிரைக் கொடுத்துப் போராடிக்கொண்டிருக்கையில் இந்திய தூதரக அதிகாரிகள் இந்த முக்கியமான விவகாரத்திலும் கூடப் போதிய அக்கறை காட்டாமல் மெத்தனமாகவே நடந்து கொண்டார்கள்.

மே, 2006-ல் திருடப்பட்ட சிறிது காலத்துக்குள்ளாகவே டொலெடோ அருங்காட்சியகம் ஸ்ரீபுரந்தன் கணேசர் சிலையை 2,45,000 டாலர் கொடுத்து வாங்கியது. 2, ஜன, 2006 தேதியிட்டு ஆர்ட் ஆஃப் தி பாஸ்ட் அமைப்பு தனது லெட்டர் ஹெட்டில் எழுதிக் கொடுத்த முந்தைய உரிமையாளர்பற்றிய விவரம் உட்பட அந்தச் சிலை தொடர்பான அனைத்து ஆவணங்களையும் தீவிரமாகப் பரிசோதித்த பிறகே அந்தச் சிலையை வாங்கியதாகவே தொடர்ந்து சொல்லிவந்தது. அந்த லெட்டர் ஹெட்டில் செலினா முகம்மது அந்தச் சிலை தனக்குத் தன் தாய் ராஜ்பதி சிங் முகமதுவிடமிருந்து பரம்பரைச் சொத்தாகக் கிடைத்ததாகவும் அவருடைய தாயார் இந்தியாவுக்குப் போயிருந்தபோது 1971-ல் அதை வாங்கியதாகவும் அந்தக் கடிதத்தில் கையெழுத்திட்டுக் கொடுத்திருந்தார். அதாவது கலைப் பொருள் பழங்காலப் பொருள் ஆகியவற்றை வெளி நாட்டுக்குக் கொண்டு செல்வதைக் கட்டுப்படுத்துவது தொடர்பான சட்டம் இயற்றப்பட்ட 1972க்கு முன்னதாகவே வாங்கியதாகப் போலியான ஆதாரம் தந்திருந்தார். 1971-லிருந்து அந்தச் சிலை தன்னிடம் நியூயார்க்கில் இருந்து வருவதாகவும் சொன்னார்.

சுபாஷ் கபூருக்கு செலினா முகம்மது இதுபோல் பல திருட்டுச் சிலைகளுக்கு போலி உரிமையாளராகக் கையெழுத்துப் போட்டுக் கொடுத்திருக்கிறார். செலினாவின் பெயரில் மூன்று வேர் ஹவுஸ்களும் இருந்தன. அவற்றில்தான் சட்ட விரோதமான கலைப் பொருட்கள் எல்லாம் பதுக்கிவைக்கப்பட்டிருந்தன. அந்த வேர் ஹவுஸ்களின் செலவுகளுக்கான பணம் சுபாஷ் கபூரே கொடுத்திருக்கிறான்.

ஆக, டொலடோ அருங்காட்சியகத்தினர் தீவிரமாகப் பரிசோதித்துத்தான் வாங்கினோம் என்பதற்காக ஆதாரமாகச் சொன்ன செலினா முகம்மதுவின் கடிதம் போலியானது என்பது உறுதியாகிவிட்டது.

ஒவ்வொரு முறையும் இதுபோன்ற 1971-க்கு முன்பே வாங்கியதாகச் சொல்லும் முந்தைய பொய்யான உரிமையாளரின் போலி

ஆதாரத்தையும், ஆர்ட் லாஸ் ரெஜிஸ்டரில் பார்த்துவிட்டோம் என்ற பதிலையுமே எல்லா அருங்காட்சியகங்களிடமிருந்தும் நாங்கள் கேட்க நேர்ந்தது. கலைப் பொருளை விற்கும் வியாபாரி சொல்லும் இப்படியான ஆதாரங்களை அப்படியே நம்பிவிடும் ‘அப்பாவி’ அருங்காட்சியகங்களையும் பார்க்க முடிந்தது.

இறுதியாக, அக் 2014-ல் டொலெடோ அருங்காட்சியகம் அமெரிக்காவின் ஐ.சி.ஈ. அமைப்பிடம் அந்த கணேசர் சிலையை ஒப்படைத்தது. அந்தச் சிலையும் வேறு சில கலைப் பொருட்களும் இந்திய பிரதமர் நரேந்திர மோதி அவர்களிடம் அமெரிக்க அரசு முறையாக ஒப்படைத்தது. தாய் வீடு திரும்பினார் நம் இன்னொரு தெய்வம்.

சுபாஷ் கபூர் மூலம் திருடப்பட்ட வேறு பல பொருட்கள் வேறு பலருடைய முயற்சிகளின் மூலம் அடையாளம் காணப்பட்டு இந்தியாவுக்குக் கொண்டுவரப்பட்டுள்ளன. அந்த அனைத்து அசாதாரண நிகழ்வுகளையும் இங்கு நினைவுகூர்வது சாத்தியமல்ல. ஆனால், டாக்டர் கீரத் மன்கொடியின் பங்களிப்பைக் குறிப்பிட்டுச் சொல்லாமல் இருக்க முடியாது. அவர் ஆய்வறிஞர்களிலேயே மிகவும் வித்தியாசமானவர்.இந்திய கலைப் பொக்கிஷங்களைக் காப்பாற்றுவதில் மிகுந்த அக்கறை கொண்டவர். அவருடைய தொடர் முயற்சிகளினாலேயே சுபாஷ் கபூர் போன்ற ஒருவனின் சர்வ தேசக் கடத்தல் தொழில் பற்றி நமக்குப் புரிந்துகொண்டு நடவடிக்கை எடுக்க முடிந்தது. கோவில் சிலைத்திருட்டு என்பது தமிழகத்தையோ தென்னிந்திய மாநிலங்களையோ மட்டும் பீடித்திருக்கும் நோய் அல்ல… கன்யாகுமரி முதல் காஷ்மீர் வரை பரவியிருக்கும் புற்று நோய்.

15

துணைக் குற்றவாளிகள்

அமெரிக்க அதிகாரி இண்டியும் நானும் இணையம் மூலமான நெருங்கிய தொடர்பில் இருந்து வருகிறோம். எப்போதாவது மின்னஞ்சல் அனுப்புதல் என்ற நிலையில் தொடங்கி இப்போது தினமும் மின்னஞ்சல் பரிவர்த்தனை நடக்கும் அளவுக்கு நெருக்கமாகிவிட்டிருக்கிறோம்.

எனவே, ஒருநாள் அவரிடமிருந்து முக்கிய தகவல் வந்தது. அவர் சென்னைக்கு வரவிருப்பதாகவும் நானும் சிங்கப்பூரில் இருந்து சென்னை வரமுடியுமா என்றும் கேட்டிருந்தார். நான் உடனே சம்மதம் தெரிவித்தேன். செப் 2013-ல் சென்னைக்கு வந்து அவரை ரகசியமாகச் சந்தித்தேன். நான் சென்னைக்கு வந்த காரணத்தை யாரிடமும் சொல்லவில்லை. எங்கள் வீட்டினரிடம் அலுவலக வேலை விஷயமாகப் போவதாகவே சொன்னேன் (இங்கு உண்மையைக் குறிப்பிட்டு அவர்களிடம் மன்னிப்புக் கேட்டுக் கொள்கிறேன்).

பேஸ்பால் தொப்பியுடன் இண்டியின் வருகையை எதிர்பார்த்து ஹோட்டல் வரவேற்பறையில் காத்திருந்தேன். புதிதாகத் திறந்த கிராண்ட் சோழா ஹோட்டலில் நாங்கள் சந்தித்தது என்பது தற்செயலான மகிழ்ச்சியே. தமிழகச் சிலைத்திருட்டுத் தடுப்புப் பிரிவினருடனான சோர்வளிக்கும் சந்திப்புக்குப் பின்னர் இண்டி என்னைச் சந்திக்க வந்தார். சிலைகள் திருடப்பட்ட

கோவில்களையும் புதுச்சேரியில் இருக்கும் ஐ.எஃப்.பி.யையும் வரும் வாரத்தில் பார்க்கத் திட்டமிட்டிருந்தார். நான் சிங்கப்பூர் திரும்பும் முன் நாங்கள் சந்தித்துப் பேச சனிக்கிழமையில் அரை நாளும் முழு ஞாயிற்றுக்கிழமையும் இருந்தன.

சிலைத்திருட்டுத் தடுப்புப் பிரிவினர் அவர்கள் தரப்பு அறிஞரும் நிபுணருமான முனைவர் நாகசாமியை இண்டியிடம் அறிமுகப் படுத்தி இருக்கிறார்கள். ஆஸ்திரேலிய அருங்காட்சியகத்தில் இருந்த நடராஜர் சிலையையும் ஸ்ரீபுரந்தன் கோவில் நடராஜர் சிலையையும் ஒப்பிட்டு உறுதிப்படுத்திய நபர் என்று அவரை இண்டிக்கு அறிமுகப்படுத்தியிருக்கிறார்கள். ஆனால் இண்டியோ, 'சிங்கப்பூரைச் சேர்ந்த விஜய் சில மாதங்களுக்கு முன்பாகவே இந்த ஆய்வைச் செய்து தன் வலைதளத்தில் ஏற்றியிருந்தாரே' என்று சட்டென்று கேட்டிருக்கிறார். அது சிலைத்திருட்டுத் தடுப்புப் பிரிவினரைக் கொஞ்சம் அதிர்ச்சியடையவைத்திருக்கிறது. ஏனென்றால் அவர் களுக்கு எங்களுடைய நட்பு பற்றி எதுவும் தெரிந்திருக்கவில்லை.

ஹோட்டல் வரவேற்பறையில் அமர்ந்து ஒரு சில காபிகள் குடித்தபடியே பேசிவிட்டுப் பின் அவருடைய அறைக்குச் சென்றோம். எங்கள் மின்னஞ்சல் தொடர்புகளில் பரிமாறிக் கொண்டவற்றை நினைவுபடுத்திக்கொண்டோம். சுபாஷ் கபூர் தொடர்பாக இண்டி தயாரித்து வைத்திருந்த ஆவணத் தொகுப்பை முதல் முறையாகப் பார்த்தேன். 'மறைக்கப்பட்ட சிலைகள்' ஆப்பரேஷனில் கிடைத்த புகைப்படங்கள், மின்னஞ்சல்கள் ஆகியவற்றைப் பல நாட்கள் அலசி ஆராய்ந்து சேகரித்து வைத்திருந்த கபூர் சாம்ராஜ்ஜியத்தின் மிக மிக விரிவான குற்றப் பட்டியல் தொகுப்பு. அதன் ஒரு சில பக்கங்களைமட்டுமே எனக்குக் காட்டினார். சஞ்சீவி அசோகனுடைய கம்ப்யூட்டர் மட்டும் அழிக்கப்பட்டிருக்கவில்லையென்றால் அவனைப் பற்றிய விரிவான தகவல் தொகுப்பு நமக்கும் கிடைத்திருக்கும்.

இண்டி வசம் நூற்றுக்கணக்கான திருட்டுச் சிலை புகைப்படங்கள் இருந்தன. அவற்றில் சில 1980களில் எடுக்கப்பட்டவையும் கூட. நம் அரிய கலைப் பொக்கிஷங்களின் மங்கலான, கறுப்பு வெள்ளைப் புகைப்படங்களையும் பின்னாளைய வண்ணப் புகைப் படங்களையும் பார்த்தபோது என் கண்களில் கண்ணீர் பெருகி வழிந்தது. காவலர்களிடம் இருந்திருக்க வேண்டிய ஆவணங்கள் அந்தத் திருடர்களிடம் இருந்தன! அவைதான் அவற்றை வாங்கத் துடித்தவர்களுக்கு ரகசியமாக அனுப்பிவைக்கப்பட்டன.

நான் இண்டியிடம் ஒரு சிறிய விண்ணப்பம் வைத்தேன். அந்தச் சிலைகளின் திருட்டுப் புகைப்படங்களில் விற்கப்பட்டிராத சிலைகளின் 100 புகைப்படங்களை எனக்குத் தரும்படிக் கேட்டுக் கொண்டேன். சுபாஷ் கபூருக்கு நிச்சயம் கடுமையான தண்டனை கிடைக்கும் என்று நான் நம்புகிறேன். இந்திய நீதித்துறை மீது எனக்கு இன்றும் உயரிய மதிப்பே இருக்கிறது. ஆனால், இந்த இடத்தில் திருட்டுச்சிலைகளின் கள்ளச் சந்தைக்கான நுழைவு வாயில் திறந்திருக்கிறது. அலாவுதீனின் கொள்ளைச் சுரங்கத்துக்கான கடவுச் சொல் இப்போது நமக்குக் கிடைத்திருக்கிறது.

நான் ஆரம்பித்திருக்கும் இந்தப் பணியின் சவால்கள் பற்றி எனக்கு முழுவதுமாகத் தெரியவில்லை. இத்தாலியர்களிடம் திருட்டுப் புகைப்படங்களை ஒரிஜினல் சிலைகள், கலைப் பொருட்களுடன் ஒப்பிட்டுச் சோதிக்கும் தொழில்நுட்பங்கள், வழிமுறைகள் இருக்கின்றன. மிகச் சிறந்த துப்பறியும் நிபுணர்கள், விரிவான முறையான மின் ஆவணக் காப்பகம், தகவல் திரட்டு, புகைப்பட ஒப்பீட்டு மென்பொருள்கள் என வலுவான கண்காணிப்பு அமைப்பு ஒன்றை வைத்திருக்கிறார்கள்.

என்னிடம் ஒரு ஹெச்.பி. மடிக்கணினி இருக்கிறது. சமூக வலைதளத்தின் உதவியும் உத்வேகம் மிகுந்த தன்னார்வ நண்பர் குழுவின் உதவியும் இருக்கின்றன. எங்கள் வலைமனையை இலவசப் பயன்பாடுக்கானதாகவே உருவாக்கியிருக்கிறோம். இப்போது எங்கள் முன் இருக்கும் சவால் இதுதான்: சுபாஷ் கபூர் விலைக்கு வாங்கிக் கொள்ள மறுத்துவிட்ட சிலைகளின் திருட்டுப் புகைப்படங்கள் கைவசம் இருக்கின்றன. அவை இப்போது எந்தக் கலைப் பொருள் வியாபாரி அல்லது அருங்காட்சியகத்தில் இருக்கின்றன என்று கண்டுபிடிக்கவேண்டும். அதன்பிறகே அவர்களிடமிருந்து அந்தச் சிலையை மீட்டுக்கொண்டுவர வழி பிறக்கும்.

பல வருடங்களாகக் கலைப் பொருட்கள் தொடர்பான விஷயங்களைத் தொடர்ந்து வாசித்தது, கலைப் பொருட்கள் இருக்கும் இடங்களுக்குச் சென்று வந்தது, சக சமூக வலைதள நண்பர்களுடன் இவை பற்றிக் கலந்துரையாடியது போன்றவை எனக்கு இந்தத் துறையில் போதிய அறிவை வழங்கியுள்ளன. திருடர்களின் நோக்கமும் எனக்குப் பெரிதும் வசதியாகவே இருந்திருக்கிறது. ஏனென்றால், அவர்கள் இந்தியக் கலைப் பொருட்களில் ஆகச் சிறந்ததையேதான் குறிவைத்திருந்திருக் கிறார்கள். என் தந்தையின் நாற்பது ஆண்டுகால பழமை வாய்ந்த

அகலமான உணவு மேஜையில் அந்தச் சனிக்கிழமையன்று அந்தத் திருட்டுப் புகைப்படங்களைப் பரப்பி வைத்தேன். ஒவ்வொன்றும் துள்ளி எழுந்து தன்னை அறிமுகப்படுத்திக்கொண்டன... நான் குப்தர் காலத்தைச் சேர்ந்த சிலை... நான் எட்டாம் நூற்றாண்டைச் சேர்ந்த பொக்கிஷம்... நாம் மத்திய பிரதேசத்தைச் சேர்ந்த சிலை... நான் பால வம்சத்தைச் சேர்ந்த சிலை... நான் ஒடிஸா சிலை...

எட்டு மணி நேர ஆராய்ச்சிக்குள் நான் அந்த 100 புகைப்படங்களில் 20 புகைப்படங்களின் சிலைகள் எங்கே இருக்கின்றன என்பதைக் கண்டுபிடித்துவிட்டேன். எங்களிடமிருந்த தகவல் திரட்டில் இருந்த அருங்காட்சியக கலைப்பொருள் பட்டியல், விற்பனையகப் பட்டியல், கலைப் பொருள் பத்திரிகைகளில் வெளியான விளம்பரங்கள் ஆகியவற்றில் இருந்த புகைப்படங்களுடன் இண்டி எனக்குக் கொடுத்த 100 புகைப்படங்களை ஒப்பிட்டுப் பார்த்து அவை எங்கு இருக்கின்றன என்பதைக் கண்டுபிடித்துவிட்டேன். பத்து பன்னிரண்டுக்கு மேற்பட்ட வில்லங்கமான கலைப் பொருள் வணிகர்கள், அருங்காட்சியகங்கள், ஏல நிறுவனங்கள் ஆகிய வற்றைக் கண்டுபிடித்துவிட்டேன். இவர்கள்தான் கலைப் பொருட்களின் கிராக்கியை உயர்த்திவிடுபவர்கள். அதன் மூலம் மறைமுகமாகச் சிலைத் திருட்டையும். சுபாஷ் கபூர் வாங்காமல் விட்ட திருட்டுச் சிலைகளை இவர்கள்தான் வாங்கி வைத்திருக்கிறார்கள்.

நானும் இண்டியும் மறு நாள் காலையில் சந்தித்தோம். அடுத்த 16 மணி நேரத்தில் எங்களுக்கு ஓர் உண்மை தெரியவந்தது. நாங்கள் ஒற்றைக் கடத்தல் கும்பலை அல்ல... ஏராளமான பெரிய குழுக்கள் ஈடுபட்டிருக்கும் கடத்தல் வலைப் பின்னலைக் கண்டுபிடித்து விட்டிருக்கிறோம் என்பது புரிந்தது.

இந்தத் தகவல் கிடைத்த தெம்பில் இண்டி 'மறைக்கப்பட்ட சிலைகள் ஆப்பரேஷன் - 2 'வை முடுக்கி இந்த இரண்டாம் கட்டச் சிலைக் கடத்தல் கும்பலைச் சுற்றிவளைக்க ஆரம்பித்தார்.

அமெரிக்க புலனாய்வுக் குழுவானது இந்திய சிலைத்திருட்டுத் தடுப்புப் பிரிவு அதிகாரிகளைச் சந்தித்துத் தங்கள் வசமிருக்கும் மின்னஞ்சல்கள், கடல் வழி சிலை கடத்தல் ஆவணங்கள், திருட்டுப் புகைப்படங்கள், வங்கிப் பணப் பரிமாற்றங்கள் ஆகியவை குறித்த தகவல்களைப் பகிர்ந்துகொண்டனர். கபூரின் இந்தியக் கூட்டாளிகளைக் கைது செய்து விசாரிக்க அந்தத் தகவல்கள் உதவும் என்ற வகையில் அமெரிக்கத் தரப்பில் இந்த ஆவணங்களைத் தந்தார்கள். ஏனென்றால் இந்திய மண்ணில் அமெரிக்கர்களால்

விசாரணைகள் எதும் செய்ய முடியாதே. சில முக்கிய நடவடிக்கைகளை எடுக்க இந்தியத் தரப்பின் உதவி அவர்களுக்கு மிகவும் அவசியம். அமெரிக்க அதிகாரிகள் இந்திய தரப்பை நம்பி அதிகாரபூர்வமாக ஒப்படைத்த பொறுப்பு அது. சிலைத்திருட்டு தடுப்புப் பிரிவும் அதை முறையாக அங்கீகரித்து ஏற்றுக் கொண்டிருக்கிறது.

அவர்கள் ஒப்படைத்த ஆவணங்களில் சஞ்சீவி அசோகன், தீனதயாளன் ஆகிய முக்கிய குற்றவாளிகள் பற்றிய விவரங்களும் இருந்தன. தீனதயாளன் விற்பனை செய்த திருட்டுப் பொருட்கள் பற்றிய விவரமும் இன்னொரு முக்கியமான ஆதாரமும் அமெரிக்கர் கொடுத்த ஆவணங்களில் இருந்தது. அந்த ஆதாரம் தீனதயாளனை உடனடியாகக் கைதுசெய்யவும் வழிவகுத்தது.

அது ஒரு இன்வாய்ஸ் மற்றும் சிறு தகவல் குறிப்பு. சஞ்சீவிக்குத் தொடர்புடைய செல்வா எக்ஸ்போர்ட்ஸிடமிருந்து சுபாஷ் கபூருடைய நிம்பஸ் நிறுவனத்துக்கு 18, ஜன, 2007-ல் அனுப்பப் பட்டிருந்தது. அதில்:

> சார்,
>
> திரு தீனதயாளன் கேட்டுக்கொண்டதன் பேரில் உங்கள் பொருட்களை ஏற்றுமதி செய்ததற்கான ஸ்விஃப்ட் ட்ரான்ஸ்ஃபர் மூலம் அனுப்ப வேண்டிய தொகைக்கான வங்கி விவரங்களை இத்துடன் இணைத்திருக்கிறேன். அமெரிக்க டாலர் 11,400 ஐ எங்களுக்கு அனுப்பிவைக்கும்படிக் கேட்டுக்கொள்கிறோம்.

இந்த இன்வாய்ஸ் காப்பியானது 2014, செப்டம்பர் இறுதிவாக்கில் இந்திய சிலைத்திருட்டுத் தடுப்புப் பிரிவிடம் தரப்பட்டது. ஆனால், அதிர்ச்சியிலும் அதிர்ச்சியாக இது தொடர்பாக எந்தவொரு நடவடிக்கையும் எடுக்கப்படவில்லை.

ஜூலை 2015 வாக்கில் அமெரிக்க அதிகாரி இண்டி மேலும் கூடுதலாகச் சில தகவல்களை இந்திய அதிகாரிகளிடம் பகிர்ந்துகொண்டார். இந்தத் தடவை வல்லப் பிரகாஷ் மற்றும் அவருடைய மகன் ஆதித்ய பிரகாஷ் ஆகியோரைப் பற்றிய ஆதாரங்களைத் தந்திருந்தார். இவர்களும் சுபாஷ் கபூரின் கூட்டாளிகளே. நியூ சவுத் வேல்ஸ் அருங்காட்சியகத்துக்கு அவன் விற்ற அர்த்தநாரீஸ்வர் சிலையை ஏற்றுமதி செய்தது இவர்கள்தான். கை உடைந்த நடராஜர் சிலை வழக்கிலும் இவர்களின் பெயர் அடிபட்டது. கபூர் ஜெர்மனியில் சிறையில் இருந்தபோது ஆரோன் ஃப்ரீட்மேனுக்கு இந்திய அதிகாரிகளுடன் ஓர் ‘ஒப்பந்தம்’

SELVA EXPORTS

16, Aravamudha Garden Street, Behind Dasaprakash Hotel, Egmore, Chennai - 600 008, India
Phone : 0091-44-28253033 Fax : 0091 - 44 - 28238967
E-mail : selvaexp@sify.com, artcolony@sify.com

TO

Date 18-1-2007

NIMBUS IMPORT & EXPORT INC
U.S.A.
E-mail: artofpast@aol.com ✓

Sir,

Please find herewith our Banker's Details for the payment by Swift Transfer instructed by Mr. Deena Dayal towards the Export of your order goods. We request you to send us the payment for **USD 11,400.**

OUR BANKER'S DETAILS

1. REMITTER	: **NIMBUS IMPORT & EXPORT INC U.S.A.**
2.REMITTER'S CONNECTING SWIFT CODE BANKER	: BOFAUS3N BANK OF AMERICA, 100 WEST AB.NO.026009593 33RD STREET, 4TH FLOOR, NEWYORK.NY 10018.
3.CONNECTING BANKER'S ACCOUNT NUMBER	: 6550-5-91876
4.RECEIVER	: SELVA EXPORTS SOUTH INDIA.
5. RECEIVER'S BANK	: SWIFT:**CNRBINBBMFD** **A/C.NO.10221** OF **SELVA EXPORTS** CANARA BANK, KILPAUK BRANCH, CHENNAI-600 010.

Thanking you,
"BEST REGARDS"

Yours sincerely,
for SELVA EXPORTS.

சுபாஷ் கபூரின் நிம்பஸ் நிறுவனத்துக்கு
சஞ்சீவி அசோகனின் கூட்டாளியின் நிறுவனமான
செல்வா எக்ஸ்போர்ட்ஸிலிருந்து அனுப்பப்பட்ட
இன்வாய்ஸ் மற்றும் குறிப்பு

செய்துகொள்ளும்படி அனுப்பிய குறிப்பிலும் இவன் பெயர் இடம்பெற்றிருக்கிறது. இப்போதும் இந்திய அதிகாரிகள் எந்த நடவடிக்கையும் எடுக்கவில்லை. ஒன்றுமே நடக்காததுபோல் மெத்தனமாகவே நடந்துகொண்டனர்.

சுபாஷ் கபூர் திருடிய கலைப் பொருட்களை மீட்டு உரிய கோவில்கள், இடங்களுக்குத் திருப்பித் தருவதில் இந்திய தரப்பில் காட்டப்படும் மெத்தனம் என்னுடைய மற்றும் என் சக போராளிகளின் உற்சாகத்தை வெகுவாகக் குறைக்கிறது. சிங்கப்பூர், ஆஸ்திரேலியா, ஜெர்மனி, கனடா எனப் பல நாடுகளில் இருந்து சில சிலைகள் மீட்கப்பட்டுள்ளன. ஆனால், வலுவான ஆதாரங்களைக் கொடுத்த பிறகும் உண்மையான குற்றவாளிகளைக் கைது செய்வதில் இந்திய அரசு மிகுந்த தயக்கம் காட்டி வருகிறது.

எனினும் இந்திய அரசின் மெத்தனத்தையும் மீறி அதிர்ஷ்டமோ கடவுளின் அருளோ என்னவோ எங்கள் வேட்டைக்குப் பெரும் உதவிகள் கிடைத்துவந்தன.சுபாஷ் கபூரின் வேர் ஹவுஸ்கள், கேலரிகளில் நடத்தப்பட்ட 'மறைக்கப்பட்ட சிலைகள் ஆபரேஷ'னில் கிடைத்த சிலைகளின் புகைப்பட வங்கிகள், மின்னஞ்சல்கள் மூலம் பல திருட்டு சிலைகளின் இருப்பிடங்கள் தெரியவந்தன. சில குறிப்பிட்ட கலைத்துறைகளில் ஈடுபடும் திருடர் கூட்டம், கடத்தல் குழுக்கள் ஆகியவற்றைத் தம்மிடம் இருக்கும் தகவல்களின் துணைகொண்டு அமெரிக்கர்களால் கண்டு பிடிக்க முடிந்திருந்தது.

உதாரணமாக, கங்காதரன் வலைப்பின்னல் என்பது பாகிஸ்தான், ஆஃப்கானிஸ்தானில் செயல்பட்டுவந்தது. இமயமலை வலைப் பின்னல் ஒன்று நேபாளத்திலும் ஹங்காங்கிலும் வசிக்கும் திபெத்தியன் ஒருவன் தலைமையில் நேபாளத்திலிருந்து கலைப் பொருட்களைக் கடத்திவருகிறது. அமெரிக்கர்கள் இதுபோல் வேறு மூன்று முக்கிய கடத்தல்வலைப்பின்னல்களைக் கண்டுபிடித்தனர். முக்கியமாகக் கலைப் பொக்கிஷ உலகில் மிகவும் பிரபலமான கலை வணிகர் நான்ஸி வெய்னரைக் கைது செய்தனர். சுபாஷ் கபூர் கைதுக்குப் பிறகு கலைப் பொருள் சந்தையில் அடுத்த பூகம்பத்தை ஏற்படுத்திய நிகழ்வு இது.

நான்ஸி வெய்னர் தனது தாய் டோரிஸ் வெய்னர் 88 வயதில் 2011-ல் மறைந்ததைத் தொடர்ந்து 'வெய்னர் கேலரி'யை நிர்வகித்து வந்தார். டோரிஸ் நியூயார்க்கில் வளர்ந்தவர். மிகப் பிரபலமான நகை வடிவமைப்பாளரை மணந்துகொண்டார். 1966களில் இந்தியாவுக்கு வந்துபோக தொடங்கியவர் 1960களின் இறுதி

வாக்கில் இந்திய சிற்பங்கள், ஓவியங்கள் என நியூயார்க் விற்பனை மையங்களில் விற்க ஆரம்பித்தார். டோரிஸின் வாடிக்கையாளர்கள் டி.ராக்ஃபெல்லர்-3, இகோர் ஸ்ட்ராவன்ஸ்கி, ஜேக்குலின் கென்னடி போன்ற அமெரிக்க மேல் தட்டுமக்கள்தான்.

நியூ யார்க் டைம்ஸில் டோரிஸுக்கு வெளியான அஞ்சலிக் குறிப்பில், 'உலகம் முழுவதிலுமான ஆசிய கலைப் பொருள் அருங்காட்சியகத் தொகுப்புகளில் டோரிஸ் வெய்னர் கேலரியில் இருந்து பெறப்பட்டவையே மிக முக்கிய இடத்தை வகிக்கின்றன' என்று குறிப்பிட்டிருந்தது. உலகம் முழுவதிலுமான அந்த அருங்காட்சியகங்களில் மெட்ரோபொலிட்டன் மியூஸியம் ஆஃப் ஆர்ட், நார்டன் சைமன் மியூஸியம் ஆஃப் ஆர்ட், ஆசியா சொசைட்டி மற்றும் ப்ருக்ளின் மியூஸியம் போன்றவையும் அடங்கும்.

கிறிஸ்டி ஏல நிறுவனம், 'டோரிஸ் வெய்னர் கேலரியானது கலைப் பொருள் சேகரிப்பாளர் துறையில் கலைப் பொக்கிஷ ரசனையை வடிவமைக்கும் நிறுவனங்களில் மிக முக்கியமான நிறுவனம்' என்று பாராட்டியுள்ளது.[1] உண்மையைச் சொல்வதென்றால் நான் அதை ஒரு பாராட்டாக நிச்சயம் எடுத்துக்கொள்ளமாட்டேன். தாயார் டோரிஸ் வெய்னர் இறந்ததைத் தொடர்ந்து நான்ஸி அந்த கேலரியின் நிர்வாகப் பொறுப்பை எடுத்துக்கொண்டார்.

ஆனால், 2003 வாக்கில் ஜெய்ப்பூரில் கைது செய்யப்பட்ட வாமன் நாராயணன் கியா என்ற இந்திய சிலை கடத்தல் பேர்வழியுடன் வெய்னர் கேலரிக்குத் தொடர்பு உண்டு என்ற நீண்ட நாள் சந்தேகம் அமெரிக்க காவல்துறைக்கு உண்டு. இந்த வாமன் நாராயணன் கியா திருட்டுக் கலைப் பொருட்களை வைத்திருந்ததற்காகவும் அவற்றைக் கடத்தியதற்காகவும் கைது செய்யப்பட்டிருந்தான். வாமன் நாராயணன்தான் கலைப் பொருள் திருட்டில் ஆயுள் தண்டனை பெற்ற முதல் குற்றவாளி. ஆனால், பின்னாளில் காவல் துறை சார்பில் முறையாகச் செயல்படாததால் உயர் நீதிமன்றத்தால் விடுதலை செய்யப்பட்டான்.[2]

'சோத்பைஸ்: தி இன் சைடு ஸ்டோரி' என்றொரு புத்தகத்தை 1997-ல் பிரிட்டிஷ் பத்திரிகையாளர் பீட்டர் வாட்சன் வெளியிட்டார். வாமன் கியாவுடன் டோரிஸ் வெய்னர் கேலரிக்கு இருந்த விவகாரமான தொடர்பை அம்பலப்படுத்தி அதில் எழுதியிருந்தார். இதன் பின் விளைவுகள் மிகத் தீவிரமாக இருந்தன. சோத்பை'ஸ் இந்தப் பிரச்னையில் மாட்டிக்கொண்ட தனது லண்டன் கிளையை உடனே மூடிவிட்டு அமெரிக்காவுக்கு தனது ஏல மையத்தை மாற்றிக் கொண்டது. வாமன் நாராயணனுடன் திருட்டுத் தொடர்பில் இருந்த

சோத்பை'ஸ் பணியாளர் அந்த நிறுவனத்தில் இருந்து விலகினார். ஆனால், அமெரிக்காவில் சோத்பை'ஸ் மற்றும் கிறிஸ்டி'ஸ் நிறுவனங்கள் ஏலத்தில் விட்ட பொருட்களில் வாமன் நாராயணனிடமிருந்து வாங்கப்பட்ட பொருட்கள் தொடர்ந்து இடம்பெறவே செய்தன.[3] எப்போதெல்லாம் இது தொடர்பாகக் கேள்விகள் கேட்கப்படுமோ அப்போதெல்லாம் வாமன் நாராயணனுக்கும் அந்தப் பொருட்களுக்கும் எந்த சம்பந்தமும் கிடையாது; இவையெல்லாம் 'நியூயார்க்கின் முக்கியமான கலைப் பொருள் வணிகருடையவை' என்று அந்த ஏல நிறுவனங்கள் பதில் சொல்லி வந்தன.

அது யாராக இருக்கும் என்ற சந்தேகம் பலருக்கும் இருந்தது. டோரிஸ் வெய்னர்தான் அந்தக் கலைப் பொருள் வணிகர் என்று சிலரே சந்தேகித்தனர்.

சுபாஷ் கபூரிடமிருந்த குஷாணர் கால புத்தர் சிலையின் திருட்டுப் புகைப்படம் கிடைத்ததைத் தொடர்ந்து டோரிஸ் வெய்னர் விவகாரத்தில் முக்கிய திருப்புமுனை ஏற்பட்டது. 'ஷாண்டூ' என்ற ஃபோல்டரில் இந்தப் புகைப்படங்கள் இருந்தன. ரிவர்ஸில் பதிவான பீடத்து வாசகங்களும் போதி மரமும் என ஏ.சி.எம். சிங்கப்பூரில் இருந்த புத்தர் சிலையுடன் இந்தத் திருட்டுப் புகைப்படம் மிகத் துல்லியமாக ஒத்துப்போனது.

பிந்தைய நீதிமன்ற ஆவணங்களின்படி, இந்த புத்தர் சிலையானது வாமன் நாராயணனிடமிருந்து வெய்னரால் வாங்கப்பட்டிருந்தது. வாமன், 'பெரிதும் ஷாண்டூவையே திருட்டுப் பொருட்களை விற்கப் பயன்படுத்தி வந்திருக்கிறான்' என்றும் அது தெரிவிக்கிறது.[4] ஆனால், நாங்கள் அப்போது ஏ.சி.எம். அருங்காட்சியகத்தினரிடம் எவ்வளவோ வற்புறுத்திக் கேட்டபிறகும் அந்த புத்தர் சிலையின் முந்தைய உரிமையாளர்கள் பற்றிய விவரத்தை அவர்கள் வெளியிடவே இல்லை. வெய்னர் கேலரியிலிருந்து அந்தச் சிலையை வாங்கியபோது முந்திய உரிமையாளர் தொடர்பான ஆவணமாக என்ன தரப்பட்டது என்ற தகவல் இன்றுவரையிலும் நமக்குக் கிடைக்கவில்லை.

ஏ.சி.எம். அருங்காட்சியகத்தில் இருப்பதுபோலவே தற்போது கெடுபுகழ் கொண்ட என்.ஜி.ஏ- அருங்காட்சியகத்திலும் இதுபோல் சந்தேகத்துக்கிடமான புத்தர் சிலை ஒன்று இருப்பதும் எங்களுக்குத் தெரியவந்தது. ஜேஸனும் மைக்கேலாவும் தற்போது அந்த விவகாரத்தில் தீவிரமாக இறங்கியிருக்கிறார்கள். என்.ஜி.ஏ.வில் இருக்கும் புத்தர் சிலையின் முந்திய உரிமையாளர் பற்றிய

விவரங்கள் சந்தேகத்துக்கு இடமானதாக இருப்பதாக வெளியில் அடையாளம் காணப்பட விரும்பாத ஒருவரிடமிருந்து துப்புத் தகவல் வந்தது.

வழக்கம்போலவே என்.ஜி.ஏ.விடமிருந்து அது தொடர்பான தகவல்களைப் பெறுவது மிகவும் கடினமாக இருந்தது. மைக்கேலோ முந்தைய உரிமையாளர் பற்றிய விவரத்தைக் கேட்டபோது அந்த அருங்காட்சியகத்தினர் தரமுடியாதென்று திடமாக மறுத்துவிட்டனர். தகவல் பெறும் உரிமை இருப்பதாகச் சொல்லி மைக்கேலா மீண்டும் வலியுறுத்திக் கேட்டபோது, கொடுத்த ஆவணத்தில் பெயர்கள் திருத்தப்பட்டிருந்தன! ஆனால், நாங்கள் சந்தேகப்பட்டதுபோலவே அந்த புத்தர் சிலையானது வெய்னர் கேலரியால் விற்கப்பட்டதுதான் என்ற எங்கள் சந்தேகம் உறுதியானது (அந்த அருங்காட்சியகம் அந்தத் தகவலைத் தர மறுத்ததால் இந்த உண்மையை நிரூபிக்க எங்களுக்கு 14 மாதக் காலதாமதம் ஏற்பட்டது).

நெருக்கடிகள் அதிகரிக்கத் தொடங்கியதும் என்.ஜி.ஏ. அருங்காட்சியகத்தினர் டொனால்ட் ஸ்டாட்னர் என்ற நிபுணரை உதவிக்கு அழைத்தனர். அவர்தான் வெய்னர் கேலரிக்கு அந்தச் சிலையை நம்பகமானது என்று சான்றளித்தவர். இதில் ஒரு வேடிக்கை என்னவென்றால் வெய்னர் நிறுவனத்தினர் அந்தச் சிலையை வாங்கியபோது இந்த நம்பகத்தன்மை சோதனையைச் செய்திருக்கவில்லை. அந்த அருங்காட்சியகத்தின் பொறுப் பாளரிடம் அவர், இந்தச் சிலை போலியானது அல்ல என்பது உறுதியாகத் தெரியும். ஆனால், இந்தச் சிலை இந்தியாவில் இருந்து திருடப்பட்டதாகவே இருக்கும். இதன் முந்தைய உரிமையாளர் பற்றிய ஆவணங்கள் போலியாக இருக்கவே வாய்ப்பு அதிகம் என்று தெரிவித்திருக்கிறார்.

என்.ஜி.ஏ. அருங்காட்சியகத்தினர் வெய்னர் கேலரியிடமிருந்து இந்தச் சிலையை வாங்கியபோது வெய்னர் நிறுவனம் தந்த முந்தைய உரிமையாளர் பற்றிய ஆவணத்தைச் சோதனைக்கு உட்படுத்தியிருக்கவே இல்லை. மாறாக அந்த கேலரியினர் சொன்ன கட்டுக்கதையை அப்படியே நம்பி ஏற்றுக்கொண்டனர். இதைத் தடுத்திருக்க முடியுமா?

சர்வ நிச்சயமாக முடியும்.

இரண்டு வருடங்களுக்கு முன்பாக, 2005-ல் ரியல் ஒண்டாரியோ அருங்காட்சியகத்துக்கு இந்தச் சிலை விற்பனைக்கு வந்திருக்கிறது. அவர்கள் அதை வாங்க மறுத்துவிட்டிருக்கிறார்கள். அந்த

அருங்காட்சியகத்தினரும் அதே நிபுணரையே அதாவது டொனால்ட் ஸ்டாட்னரையே தொடர்புகொண்டு கருத்துக் கேட்டிருக்கிறார்கள். இந்தியக் கலைபொருட்கள் விஷயத்தில் நிபுணரான அவர், டோரிஸ் வெய்னர் கேலரியிடம் சொன்னது போலவே அந்தச் சிலை உண்மையானதுதான். ஆனால், அதன் முந்தைய உரிமையாளர் பற்றிய ஆவணங்கள் பொய்யானவை என்று தெளிவாகத் தெரிவித்திருக்கிறார். அதனால் அவர்கள் அந்தச் சிலையை வாங்க மறுத்துவிட்டனர்.

அடுத்து என்ன நடந்தது தெரியுமா?

நான்ஸி வெய்னர் உடனே என்.ஜி.ஏ.வுக்குப் பணத்தைத் திருப்பிக் கொடுத்துவிட்டு அந்த புத்தர் சிலையை வாங்கிக்கொண்டுவிட்டார். பிறகு அந்தச் சிலையை இந்தியாவுக்கு 'தானம்' கொடுத்துவிட்டார். ஆனால் சில தர்ம சங்கடமான கேள்விகளுக்கு இன்னும் விடை கிடைத்தபாடில்லை.

இது 2014-ல் நடந்தது. எனக்கு இருப்புக்கொள்ளவில்லை. இண்டியிடம் வெய்னருக்கு எதிராக நடவடிக்கை எடுக்கும்படி பேசி வந்தேன். ஆனால், ஒரு தேர்ந்த காவல்துறை அதிகாரி என்பதால் சிறிது கால அவகாசம் எடுத்துக்கொண்டார்.

எங்களுக்கு மீண்டும் அதிர்ஷ்டம் வந்தது. ஒவ்வொரு ஆண்டும் ஆசியக் கலைகளைக் கொண்டாடவும் வளர்த்தெடுக்கவும் உலகின் முன்னணி ஆசிய கலை பற்றிய நிபுணர்கள், பிரபல ஏல நிறுவனங்கள், உலகின் முன்னணி அருங்காட்சியகங்கள், ஆசிய கலாசார நிறுவனங்கள் எல்லாரும் ஒன்று சேர்ந்து ஒரு விழா கொண்டாடுவார்கள்.[5] 2016 ஆண்டுக்கான ஆசிய வாரத்தில் கபூரின் சேகரிப்பில் திருட்டுப் புகைப்படம் இருந்த ஒரு கலைப் பொருளை நான்ஸி விற்பனைக்குக் கொண்டுவந்தார்.

இண்டி அந்த வாய்ப்புதான் காத்திருந்தார். எடுத்த சில நாட்களிலேயே வெய்னர் கேலரியைச் சுற்றி வளைத்து அந்தக் கலைப் பொருளையும் வேறு சந்தேகத்துக்கு இடமான இரண்டு கலைப் பொருட்களையும் கைப்பற்றினார். அந்த நிறுவனத்தின் ஏராளமான ஆவணங்கள், மின்னஞ்சல்களைக் கைப்பற்றினார்.[6] ஆசியா வாரக் கொண்டாட்டத்தில் பங்கெடுத்த நிறுவனங்களில் நான்கில் தேடுதல் வேட்டைகள் நடத்தி 20 மில்லியன் டாலர் மதிப்பிலான கலைப் பொருட்களைக் கைப்பற்றினார். இவற்றுக்கான ஆதாரங்கள் எல்லாமே கபூரிடமிருந்து கைப் பற்றியவற்றிலிருந்தே கிடைத்தன.

குஷாணர் கால புத்தர்

பிற தேடுதல் வேட்டைகளில் கிறிஸ்டி'ஸ் நிறுவனமும் சோதனையிடப்பட்டது. டாக்டர் அபிஜித் லாஹிரியின் கலைப் பொருள் சேகரத்தில் இருந்து அந்த ஏல நிறுவனம் விற்க இருந்த இரண்டு கலைப் பொக்கிஷங்களையும் கைப்பற்றியது. நீதிமன்ற ஆவணங்களின்படி, இந்தக் கலைப் பொருட்கள் சுபாஷ் கபூருடன் தொடர்புடைய திருட்டுப் பொருட்கள். லாஹிரி கலைப் பொருள் சேகரிப்பிலிருந்த இரண்டு பொருட்களின் சேறு படிந்த மங்கலான திருட்டுப் புகைப்படங்களை அனுப்பியது வேறு யாருமல்ல நம் சுபாஷ் கபூரின் உதவியாளன் ஷாண்டு தான். அவை திருடப்பட்டதும் அந்தப் புகைப்படங்களை எடுத்து அனுப்பியிருக்கிறான்.

கிறிஸ்டி'ஸ் ஏல நிறுவனம் பற்றிய சில தகவல்கள் : நியூயார்க் நகர மக்கள் (எதிர் தரப்பு) நான்ஸி வெய்னர் என்ற வழக்கில் வழங்கப்பட்ட தீர்ப்பில் சொல்லப்பட்டிருக்கும் விஷயம் என்னவென்றால், கிறிஸ்டி'ஸ் நிறுவனத்தின் விதிமுறையானது அது வாங்கவிருக்கும் கலைப் பொருளானது அதன் சொந்த நாட்டில் இருந்து ஆண்டு 2000த்துக்கு முன்னதாக (கம்போடியாவைப் பொறுத்தவரை 1999க்கு முன்னதாக) வெளிநாட்டுக்கு வந்து சேர்ந்திருக்கவேண்டும். சம்பந்தப்பட்ட நாட்டின் சட்டம் என்பது பற்றி அந்த நிறுவனம் கவலைப்படுவதே இல்லை'. இந்தப் பிரபல ஏல நிறுவனம் வாங்கியிருக்கும் பொருட்களின் நம்பகத் தன்மையின்மைக்கு இதைவிட வேறு என்ன ஆதாரம் வேண்டும்?

ஆசியா வாரத்தில் பங்குபெற்றவர்கள் மீது நடவடிக்கை எடுத்ததன் மூலம் கலைப் பொருள் திருட்டுச் சந்தையின் அஸ்திவாரத்தையே அசைக்கத் தொடங்கியிருந்தோம்.

நியூ யார்க்கின் ஹெச்.எஸ்.ஐ.யின் சிறப்புக் காவலர் ஏஞ்செல் எம்.மெலண்டெஸ் வெளியிட்ட அறிக்கையில் கூறியிருப்பது, 'நியூயார்க் -ஆசியா வாரம் போன்ற மிகப் பெரிய நிகழ்ச்சியின் தொடக்ககட்டத்தில் இந்தக் கைது நடவடிக்கைகள் நடந்திருப்பது இரண்டு முக்கிய செய்திகளை உலகுக்குத் தெளிவாகத் தெரிவிக் கின்றன. முதலாவதாக, உலகம் முழுவதும் இருக்கும் கலைப் பொக்கிஷங்களைக் காப்பாற்றுவதில் நாங்கள் முழு மூச்சுடன் இறங்கியிருக்கிறோம் என்பதை அது தெளிவாக உணர்த்துகிறது. இரண்டாவதாக, கலைப் பொருட்களை வாங்கப் போகிறவர்களின் நலன்களைக் கருத்தில் கொண்டு இந்தக் கலைப் பொருள் திருட்டுச் சந்தையைக் கூர்ந்து கவனித்து வருகிறோம் என்பதையும் அது உலகுக்கு உணர்த்துகிறது.'[7]

இத்தகைய தேடுதல் வேட்டைகளும் ஊடகங்கள் கொடுத்த நெருக்குதல்களும் நல்ல பலன்களைத் தந்தன. இப்போது அருங்காட்சியகங்களும் கலைப் பொருள் விற்பனையாளர்களும் தம்மிடம் இருந்த சந்தேகத்துக்கிடமான கலைப் பொருட்களைத் திருப்பிக் கொடுக்க ஆரம்பித்தனர். இந்தியானாவில் பால் ஸ்டேட் அருங்காட்சியகத்தில் சோழர் கால வெண்கலச் சிலை ஒன்று இருப்பதைக் கண்டுபிடித்தேன். விசாரணையில் அது சுபாஷ் கபூரிடமிருந்து பெறப்பட்டது தெரியவந்தது. அந்த அருங் காட்சியகத்தினர் அந்தச் சிலையைத் தாமாகவே ஹெச்.எஸ்.ஐ.யிடம் ஒப்படைத்தனர்.

நியூயார்க்கில் இருந்த ஒரு தனியார் கலைப் பொருள் சேகரிப்பாளர் தன்னிடம் இருந்த 9-ம் நூற்றாண்டு ஸ்ரீபுரந்தன் மாணிக்கவாசர் சிலையைத் திருப்பிக்கொடுத்தார். பீபாடி எசக்ஸ் அருங்காட்சியகம், ஹார்ன் அருங்காட்சியகம், ஹோனோலூலு அருங்காட்சியகம் போன்றவற்றில் சுபாஷ் கபூரிடமிருந்து கிடைத்த புகைப் படங்களில் இருந்த கலைப் பொருட்கள் இருந்ததைப் பார்த்தோம். எப்படியும் அவையும் காவல்துறையால் கைப்பற்றப்பட்டுவிடும் என்பது தெரிந்ததால் அவர்களே அவற்றைத் திருப்பிக் கொடுத்து விட்டனர்.

ஆனால், இந்தியாவின் நிலை என்ன? தமக்குக் கிடைத்த தரவுகளின் அடிப்படையில் நடவடிக்கைகள் எடுக்கச் சொல்லி அவர்களை நாம் எப்படி வற்புறுத்த? இப்படியான சூழலில் நானும் இண்டியும் 2016-ல் மீண்டும் சந்தித்தோம். 2016-ல் பிரதமர் நரேந்திர மோதி அமெரிக்காவுக்கு ஜூன் 2016-ல் முதல் பயணம் மேற்கொள்ள இருந்தார். அந்தப் பயணத்துக்கு சர்வதேச அளவில் மிகுந்த கவன ஈர்ப்புக் கிடைத்திருந்தது. அது எங்களுக்கு இறைவனாகப் பார்த்துக் கொடுத்த நல்ல வாய்ப்பு. இதை நாம் கொஞ்சம் நமக்கு சாதகமாகப் பயன்படுத்திக்கொள்வோமா என்று இண்டியிடம் கேட்டேன். இந்த முக்கிய சந்திப்பின்போது அமெரிக்க அரசு சில முக்கிய சிலைகளை இந்தியாவுக்குத் திருப்பிக் கொடுக்க ஏற்பாடு செய்ய முடியுமா என்று கேட்டேன்.

1972க்குப் பின்னர் அன்றுவரை மொத்தம் 17 சிலைகளைத்தான் இந்தியா மீட்டிருந்தது. 20 சிலைகளையாவது அமெரிக்கா திருப்பிக் கொடுத்தால் நன்றாக இருக்கும் என்று சொன்னேன். '20 என்ன... 200 சிலைகளைத் திருப்பிக் கொடுக்க ஏற்பாடு செய்கிறேன்' என்றார் இண்டி உடனே.

ஆம்... அமெரிக்க அரசு சரித்திர முக்கியத்துவம் வாய்ந்த நிகழ்வாக 200 சிலைகளைத் திருப்பிக் கொடுக்க முன்வந்தது! ஜூன் 7 அன்று அந்தச் சிலைகளின் அடையாள ஒப்படைப்பு நிகழ்ச்சி நடத்தத் திட்டமிடப்பட்டது. பிரதமரின் அதிகாரபூர்வப் பயண நிகழ்ச்சி நிரலில் அந்த நிகழ்ச்சியும் சேர்க்கப்பட்டது.

மே மாதத்தில் நாங்கள் அமெரிக்க அதிகாரிகளைத் தொடர்பு கொண்டோம். ஆனால், இந்திய அதிகாரிகள் போதிய முயற்சிகள் எடுக்கவில்லை என்று சொல்லி அமெரிக்கத் தரப்பு அதிகாரிகள் சிலைகளை ஒப்படைக்க மறுத்துவிட்டனர்.

எங்களுக்கு என்ன செய்ய என்றே தெரியவில்லை. வெளியுறவுத் துறை அமைச்சகத்தின் மூத்த அதிகாரிகள் முகத்திலடித்தாற்போல்

சொல்லப்பட்ட அந்தப் பதிலை எதிர்கொள்ளமுடியாமல் தடுமாறினார்கள். தமிழகச் சிலை தடுப்புப் பிரிவினரும் மும்பை அதிகாரிகளும் நியூயார்க்குக்கு உடனே பறந்து சென்றனர். அங்கு சில தர்மசங்கடமான கேள்விகள் அமெரிக்க அதிகாரிகளால் கேட்கப்பட்டிருக்கும் என்று நினைக்கிறேன்.

மே 27 அன்று இந்திய அதிகாரிகள் அமெரிக்க அரசின் நல்லெண்ணத்தின் அடையாளமாக இரண்டு சிலைகளைப் பெற்றுக்கொண்டு திரும்பினார்கள். அவர்களுக்குக் கிடைத்திருந்த தகவல்களின் அடிப்படையில் விரைவாகச் செயல்பட்டிருந்தால் என்னவெல்லாம் கிடைத்திருக்கும் என்பதன் சாட்சியாக அது இருந்தது.

மே 30 அன்று சிலைத்திருட்டுத் தடுப்பு பிரிவானது சென்னையில் மேட்டுக்குடியினர் வசிக்கும் பகுதியில் இருந்த தீனதயாளனின் ஆடம்பர மாளிகையைச் சோதனையிட்டன. சுமார் 300க்கும் மேற்பட்ட சிலைகள், ஓவியங்கள் கிடைத்தன. ஓரிரு நாட்களில் தீனதயாளனும் காவல் துறையினரிடம் சரணடைந்தான். அடுத்த சில வாரங்களில் கடலோரக் கலைப் பொக்கிஷ நகரமான மாமல்ல புரத்தில் புராதனப் பொருட்களின் விற்பனை மையம் நடத்திவந்த நரசிம்மனும் (தீனதயாளனின் கூட்டாளி) கைதுசெய்யப்பட்டான். அவனுடைய வேர் ஹவுஸ் இரண்டே கால் ஏக்கர்ப் பரப்பளவில் அமைந்திருந்தது. அங்கு ஏராளமான வெண்கலச் சிலைகள் புதைக்கப்பட்டிருந்தன. கை உடைந்த நடராஜர் சிலை உட்படப் பத்தாண்டுகளுக்கு மேலாக இருவர் மீதும் சிலைத்திருட்டுப் புகார்கள், வழக்குகள் நிலுவையில் இருந்தன.

அமெரிக்க தரப்பிலிருந்து பிரதமர் நரேந்திர மோதியிடம் சிலைகளை ஒப்படைக்கும் நிகழ்ச்சி திட்டமிட்டதுபோல் நடந்தது. கொடுக்கப்பட்ட பொன்னிறச் சிலைகளில் ஸ்ரீபுரந்தன் கணேசர் நிலையும் மாணிக்கவாசகர் சிலையும் இருந்தன. அடையாள ஒப்படைப்பாக எட்டு சிலைகள் பிரதமர் நரேந்திர மோதியிடம் தரப்பட்டன.

மறுநாள் செய்தித்தாள்களில் 100 மில்லியன் டாலர் மதிப்பிலான 200க்கும் மேற்பட்ட கலைபொக்கிஷங்களை அமெரிக்க அரசு திரும்பித் தந்தது என்று தலைப்புச் செய்தி வெளியானது.[8] ஆனால், அந்த 200-ல் மீதி சிலைகள் பற்றிய விவரங்கள் ஏ.எஸ்.ஐ.யின் சிவப்பு நாடா கட்டுப்பாட்டுக்குள் போய்விட்டது. என்னே ஒரு சோகமான முடிவு!

Arun Sankar/AFP/Getty Images

தீனதயாளனின் வீட்டில் இருந்து மீட்கப்பட்ட சிலைகள்

ஒருவழியாக, சிலைத் திருட்டுத் தடுப்புப் பிரிவினரும் வருவாய் புலனாய்வு இயக்குநரகமும் நவம்பர் 2016-ல் வல்லப் பிரகாஷ், ஆதித்ய பிரகாஷ் இருவரையும் கைது செய்தன. நேபாளத்தைச் சேர்ந்த அவர்கள் 1959-ல் பம்பாய்க்கு இடம்பெயர்ந்திருந்தனர். நியூ சவுத் வேல்ஸ் அருங்காட்சியகம் வாங்கிய அர்த்தநாரீஸ்வரர் சிலையைக் கடத்தியதாகக் குற்றம் சுமத்தப்பட்டு வழக்கு தொடரப் பட்டது.

நியூயார்க்கில் டிசம்பர் 2016-ல் நான்ஸி வெய்னர் அமெரிக்க அதிகாரிகளால் கைதுசெய்யப்பட்டார். திருடப்பட்ட கலைப் பொருட்களைக் கைவசம் வைத்திருந்தது, சர்வ தேச அளவில் சிலை கடத்தல் கும்பல்களுடன் சேர்ந்து கூட்டுச் சதியில் ஈடுபட்டது, திருடப்பட்ட சிலைகளை விற்றது போன்ற குற்றங்கள் சுமத்தப் பட்டன. நான்ஸி மேல் பதியப்பட்ட வழக்கில் இரண்டு அம்சங்கள் மிக முக்கியமானவையாக இருந்தன.

சர்வதேச அளவில் செயல்பட்டுவந்த ஐந்து சிலைத்திருட்டுக் கும்பல் பற்றிய விவரங்களை அதிலிருந்து தெரிந்துகொள்ள முடிந்தது. முன்பே சொல்லப்பட்ட இமாலயன் திருட்டுக் கும்பல், காந்தாரன் திருட்டுக் கும்பல், ஓம் சர்மா திருட்டுக் கும்பல் (இந்தியாவில் இருந்து சட்ட விரோதப் பொருட்களை விற்றவர் என்று குற்றம்சாட்டப்பட்டிருப்பவர்) ஷரோத் சிங் திருட்டுக் கும்பல் (சிங்கும் இந்தியாவில் இருந்து சட்ட விரோதப்

பொருட்களை விற்றவர் என்று குற்றம்சாட்டப்பட்டிருக்கிறார்) கடைசியாக வாமன் நாராயணன் கியா திருட்டுக் கும்பல் ஆகிய ஐந்து சர்வதேசக் கடத்தலில் ஈடுபட்ட கும்பல்கள் பற்றிய தகவல்கள் தெரியவந்தன.[9]

அந்த வழக்கில் இடம்பெற்ற ஆவணங்களில் இரண்டில் சுபாஷ் கபூரின் உதவியாளன் ஷாண்டூவின் பெயர் இடம்பெற்றிருந்தது. கபூரிடம் வேலை பார்த்து விலகியிருந்த ஒருவர், 'ஷாண்டூ என்பது ரஞ்சித் கன்வர் என்பவனின் புனைபெயர். அவன் கபூருக்கு திருட்டுப் பொருட்களைப் பெற்றுக் கொடுத்தவர்களில் முக்கியமானவன்' என்று குறிப்பிட்டிருக்கிறார்.[10]

ஆரோன் ஃப்ரீட்மேனுக்கு சுபாஷ் கபூர் சிறையில் இருந்தபடி அனுப்பிய குறிப்பில் இந்தியக் காவல்துறை அதிகாரிகளுடன் 'ஒப்பந்தம்' செய்துகொள்ள ஷாண்டூவைக் கேட்டுக்கொள்ளும்படிக் குறிப்பிட்டிருந்ததை நினைவில் கொள்ளவும். ஏ.சி.எ. புத்தர் சிலை, அமெரிக்க அதிகாரிகள் ஆசிய வாரக் கொண்டாட்டத்தின் போது கிறிஸ்டி'ஸ் ஏல நிறுவனத்திலிருந்து கைப்பற்றிய லஹிரி கலைப் பொருள் சேகரப் பொருட்கள் ஆகியவற்றிலும் இவனுக்குத் தொடர்பிருப்பதாக நீதிமன்ற ஆவணங்கள் தெரிவிக்கின்றன.

இவ்வளவு கடுமையான முயற்சிகள் எடுத்த பிறகும் டிச 2016-ல் இண்டி கபூர் வழக்கிலிருந்து விடுவிக்கப்பட்டார். வெய்னர் வழக்குதான் அவருடைய கடைசி முயற்சி. இந்தியா அவருக்குப் பெருமளவில் நன்றிக்கடன்பட்டிருக்கிறது. பெரும்பாலான இந்தியர்களுக்கு இந்திய கலாசாரம், பாரம்பரியம் மீது இருக்கும் அக்கறையையும் புரிதலையும்விட அமெரிக்க இண்டிக்கு அதிகமாகவே இருக்கிறது.

16

நியூயார்க்கில் மறைந்திருந்த நடராஜரும் உமையம்மையும்

கபூரைக் கைது செய்தபிறகு அவருடைய வேர் ஹவுஸ், கேலரி போன்ற இடங்களிலிருந்து கிடைத்த ஆவணங்களை வைத்து அவனுடைய கூட்டாளிகள், பிற சிலைத்திருட்டுக் கும்பல்கள் ஆகியவற்றைச் சுற்றிவளைக்க இந்திய அமெரிக்க அதிகாரிகளுக்கு எப்படியெல்லாம் உதவியது என்பதைப் பார்த்தோம். இந்தியாவில், தீனதயாளன் கைது செய்யப்பட்டு விசாரணையில் இருக்கிறான் (இப்போது பெயிலில் வெளியில் வந்துவிட்டான் எனினும் அவன் மீதான வழக்கு முடியவில்லை). வல்லபும் ஆதித்ய பிரகாஷும் சிறையில் விசாரணைக்காகக் காத்திருக்கிறார்கள். சஞ்சீவி அசோகன் முன்னதாகச் சிறையில் அடைக்கப்பட்டவன் பெயிலில் விடுவிக்கப்பட்டான். ஆனால், ஸ்ரீபுரந்தன், சுத்தமல்லி கோவில் சிலைத் திருட்டுத் தொடர்பான வழக்குகளும் அவன் மீது ஏற்கெனவே இருந்த திருட்டு வழக்குகளுடன் சேர்க்கப்பட்டுள்ளன.

காதர் பாட்ஷா 14, செப், 2017-ல் கைதுசெய்யப்பட்டான். சென்னை உயர் நீதிமன்றம் குறுக்கிட்ட பிறகு, நான்கு மாதம் தலைமறைவாக இருந்த பிறகு அவன் கைதுசெய்யப்பட்டான். நினைத்துப் பாருங்கள்... காவல்துறை உயர் அதிகாரி ஒருவர் சட்டத்தில் இருந்து தப்பித் தலைமறைவாக இருக்கும் அவலம்![1] இந்திய காவல் துறையினர் அமெரிக்க அதிகாரிகள் ஷாண்டூ என்பது ரஞ்சித் கன்வர்

என்று கண்டுபிடித்துத் தந்திருக்கும் தகவல் குறித்து இன்னும் எந்த நடவடிக்கையும் எடுக்கவில்லை.

அமெரிக்காவில் ஆரோன் ஃப்ரீட்மென் தனது குற்றத்தை ஒப்புக் கொண்டு அமெரிக்க காவல்துறையினருக்கு ஒத்துழைப்பு நல்கி வருகிறான். நான்ஸி வெய்னர் சிறையில் அடைக்கப்பட்டு இப்போது பிணையில் இருக்கிறாள். அந்த வழக்கில் தீர்ப்பு இன்னும் வரவேண்டும்.

ஆக, நாம் நம் முயற்சியில் முன்னெடுக்கப்பட்ட சிலைத்திருட்டு நிகழ்வுகளின் இறுதிக்கட்ட விஷயங்களைப் பார்க்கவிருக்கிறோம். சுபாஷின் தோழி செலினா முகம்மதுவும் சுபாஷின் தங்கை சுஷ்மா சரீனும் என்னவானார் என்று உங்கள் மனதில் கேள்விகள் இருக்கக்கூடும்.

அதைப் பார்க்கும் முன் ஜெர்மனியில் சிறையில் இருந்தபோது சுபாஷ் கபூர் தன் உதவியாளன் ஆரோன் ஃப்ரீட்மெனுக்கு அனுப்பிய குறிப்பில், 'க்ளோசெட்டில் இருக்கும் நான்கு நடனச் சிலைகளை செலினாவிடம் கொடுத்துவிடவும்' என்று குறிப்பிட்டிருந்ததைப் பார்ப்போம். அது 3, நவ, 2011 அன்று எழுதப்பட்டிருந்தது. 6, நவம்பர் 2011-ல் அனுப்பிய மற்றொரு குறிப்பில், 'நான்கு நடனச் சிலைகள் என்பது 2 வெண்கல நடராஜர் சிலைகள், 2 அவருடைய துணைவர் சிலைகள்' என்று தெளிவாகக் குறிப்பிட்டிருந்தான்.

முன்பே சொன்னதுபோல், இந்த ரகசியக் குறிப்புகள் எல்லாம் 'மறைக்கப்பட்ட சிலைகள்' ஆப்பரேஷனின் போது கைப்பற்றப் பட்டவை. இண்டியின் உளவுத் தகவலாளி-1 மூலம் கிடைத்த தகவலின்படி சுபாஷ் கபூர் இரண்டு நடராஜர் சிலைகளை 3.5 மில்லியன் டாலர் மற்றும் ஐந்து மில்லியன் டாலருக்கு விற்கத் தீர்மானித்திருந்தது தெரியவந்திருந்தது. அதுபோல் இரண்டு பார்வதி தேவி சிலைகளை 2.5 மில்லியன் டாலருக்கும் 3.5 மில்லியன் டாலருக்கும் விற்க இருந்ததும் தெரியவந்திருந்தது. நாம் முதல் அத்தியாயத்தில் பார்த்த சுத்தமல்லி நடராஜர் சிலைதான் இந்த 5 மில்லியன் டாலர் சிலையாக இருக்கும். 3.5 மில்லியன் டாலர் விலைகொண்ட பார்வதி தேவி சிலைதான் ஜோடியான சுத்தமல்லி சிவகாமியம்மை சிலையாக இருக்கும். சுபாஷ் கபூரின் கேலரியில் இருந்த சிலையில் சுத்தமல்லி என்று வாசகம் பொறிக்கப் பட்டிருப்பதாகக் கிடைத்த துப்புதான் சுபாஷ் கபூர் மீதான வழக்குக்கு முக்கிய ஆதாரமாக இருந்தது என்பதையும் நினைவில் கொள்ளுங்கள்.

2013-ல் ஆரோன் ஃப்ரீட்மென் மீது குற்றம்சாட்டப்பட்ட காலகட்டத்தில் செலினா முகம்மதுமீதும் திருடப்பட்ட சிலைகளை வைத்திருந்ததாகக் குற்றம் சாட்டப்பட்டிருந்தது. கபூர் மறைத்து வைக்கும்படிச் சொல்லியிருந்த நான்கு சிலைகள்தான் அதில் குறிப்பிடப்பட்டிருந்தது. அதோடு திருட்டுக் கலைப் பொருட்களை வாடகைக்குக் கொடுத்தது, போலியான ஆவணங்கள் தயாரித்தது போன்ற குற்றங்களும் செலினா முகம்மதுமீது சுமத்தப் பட்டிருந்தன.

செலினா முகம்மது தனது குற்றத்தை ஒப்புக்கொண்டார். பாரம்பரிய கலாசார வழக்கறிஞர் ரிக் செயிண்ட் ஹிலேர் இதுபற்றிக் கூறுகையில்:

> குற்றப் படிநிலையில் அடிமட்ட நிலையான 5th டிகிரி சதிக் குற்றம் செய்ததாக சுமத்தப்பட்ட வழக்கில் செலினா முகம்மது டிசம்பர் 2013-ல் தனது குற்றத்தை ஒப்புக்கொண்டார். ஒன்று அல்லது ஒன்றுக்கு மேற்பட்ட நபர்களுடன் சேர்ந்து ஒரு குற்றத்தைச் செய்வது இந்தப் பிரிவில் அடங்கும். செலினா முகம்மது ஒரு சமரச உடன்படிக்கைக்கு வந்ததைத் தொடர்ந்து திருட்டுப் பொருளை வைத்திருந்த குற்றம் தொடர்பான வழக்கு பின்வாங்கிக் கொள்ளப்பட்டது.
>
> 2015-ல் நிபந்தனையின் பேரில் அவளை விடுவிக்கலாம் என்ற தீர்ப்பு வழங்கப்பட்டது. அதாவது, செலினா முகம்மது ஒரு வருடத்துக்கு நன்னடத்தையுடன் இருக்கவேண்டும். இல்லை என்றால் நீதிமன்றம் விதிக்கும் தண்டனைக்கு உட்பட்டாக வேண்டியிருக்கும்.[2]

சரி... அமெரிக்க அதிகாரிகள், திருட்டுச் சிலைகள் கைவசம் வைத்திருந்ததாக செலினா முகம்மது மீது சுமத்திய குற்ற வழக்கை பின்வாங்கிக் கொண்டது ஏன்? சுபாஷ் கபூர் சொன்னதுபோல் ஆரோன் ஃப்ரீட்மென் அந்த நான்கு சிலைகளை செலினா முகம்மதுவின் வீட்டுக்குக் கொண்டுசென்று கொடுத்திருந்தான். ஆனால், 5, ஜன, 2012-ல் 'மறைக்கப்பட்ட சிலைகள்' ஆப்பரேஷன் ஆரம்பித்ததும் 'செலினா முகம்மது அந்தச் சிலைகள் தன் வீட்டில் இருப்பதை விரும்பியிருக்கவில்லை. எனவே, சுஷ்மா செரீனைக் கூப்பிட்டு அந்தச் சிலைகளை 'பாதுகாப்பான இடத்துக்கு' எடுத்துச் சென்றுவிடும்படிக் கூறிவிட்டார். செரீன் அந்தச் சிலைகளைக் கடல் வழியில் வேறு இடத்துக்கு அனுப்பிவிட்டார். அந்தத் திருட்டுச் சிலைகளை கேலரிக்குத் திருப்பித் தந்துவிடும்படி ஒரு உளவுத் தகவலாளி கேட்டுக்கொண்டிருக்கிறார். ஆனால், சுஷ்மா செரீன்

அந்தச் சிலைகள் தன் வசம் பத்திரமாக இருக்கும் என்று சொல்லிமறுத்துவிட்டார்.[3]

எனவே, அந்த நான்கு சிலைகள் தற்போது சுஷ்மாவிடம்தான் இருக்கவேண்டும். செலினாவிடம் அல்ல.

2013-ல் சுஷ்மாவும் திருட்டுக் கலைப் பொருளை வைத்திருந்ததாகக் குற்றம்சாட்டப்பட்டிருந்தாள். அவள் மீதான பிற குற்றச்சாட்டுகள்: ஒரு உளவுத் தகவலாளி தந்த துப்புத் தகவலின்படிக் குற்றவாளி (சுஷ்மா செரீன்) சுபாஷ்கபூர் கைது செய்யப்பட்டதைத் தொடர்ந்து அவனுடைய சட்டவிரோதமான கடத்தல் வணிகத்தில் முக்கிய பங்கு வகிக்கத் தொடங்கியிருக்கிறாள். இந்தியாவுக்குச் சென்றிருக்கிறாள். பணப்பரிமாற்றத்தில் ஈடுபட்டிருக்கிறாள். கபூருடன் கடத்தல் தொழிலில் ஈடுபட்டிருந்தவர்களுடன் தொடர்பு கொண்டு பேசியிருக்கிறாள்.[4]

இந்தக் குற்றச்சாட்டுகள் அனைத்தையும் சுஷ்மா செரீன் மறுத்துவிட்டிருக்கிறார். 10,000 டாலர் பிணைத் தொகை கொடுத்துத் தற்போது பிணையில் வெளியில் இருக்கிறார். 14.5 மில்லியன் டாலர் மதிப்பு கொண்ட சிலைகள் அவர் வசம் இருப்பதாக வழக்கு பதிவு செய்யப்பட்டுள்ளது. ஆனால், அவற்றின் மதிப்பு உண்மையில் அளவிடப்படவேமுடியாதது. அவள் மீது தனியாக வழக்குப் பதிவு செய்ய இந்திய தரப்பில் எந்த நடவடிக்கையும் இதுவரை எடுக்கப்படவில்லை.

ஆனால், இன்னொரு ஜோடி நடராஜர்-உமாதேவி சிலை இந்தியாவில் எங்கிருந்து திருடப்பட்டது? சிலர் அந்த இரண்டாவது ஜோடியும் சுத்தமல்லி கோவிலில் இருந்தே திருடப்பட்டிருக்கும் என்று சொல்கிறார்கள். ஆனால், கபூரின் வேர்ஹவுஸிலிருந்து கைப்பற்றப்பட்ட ஆவணங்களில்தான் இதற்கான சரியான விடை இருப்பதாக நான் நம்புகிறேன். சஞ்சீவி என்ற பெயரில் இருந்த ஒரு ஃபோல்டரில் நடராஜர்-உமா தேவி சிலைகளின் திருட்டுப் புகைப்படங்கள் இருக்கின்றன. அதனுடன் சேர்ந்து இருக்கும் குறிப்பு ஒன்றில் சில சிலைகள் பூமிக்கு அடியில் புதைத்து வைக்கப்பட்ட ஓர் இடத்திலிருந்து இந்தத் திருட்டுக் கும்பலால் தோண்டி எடுக்கப்பட்டுக் கடத்தப்பட்டதாகத் தெரிவிக்கிறது. நியூயார்க்கில் மறைத்துவைக்கப்பட்டிருக்கும் இந்தச் சிலைகள் அவற்றில் இருந்து கிடைத்திருக்கும் என்றே நினைக்கிறேன்.

நமது முன்னோர்கள் கொலைகாரர்கள் மற்றும் கொள்ளைக்காரர்கள் ஆகியோருக்கு எதிராக நம் தெய்வங்களைக் காப்பாற்ற

மேற்கொண்ட தியாகங்களை நினைத்துப் பாருங்கள். தம் உயிரைப்பற்றிச் சிறிதும் கவலைப்படாமல், அந்தச் சிலைகளைப் புதைத்து வைத்துக் காப்பாற்றினார்கள். உடம்பெல்லாம் வெட்டி வீழ்த்தியபோதும் நாக்கை அறுத்து எறிந்தபோதிலும் அந்தச் சிலைகளை மறைத்துவைத்த இடத்தை அவர்கள் காட்டிக்கொடுக்கவே இல்லை.

நமது அர்ச்சகர்கள், தமது மகன்கள் உயிருடன் இருக்கவேண்டுமென்று பிரார்த்தனை செய்திருக்கிறார்கள். குழந்தைகள் மேலான பாசத்தால் மட்டுமல்ல; இந்த அபாயங்கள் எல்லாம் நீங்கியபின் தெய்வச் சிலைகளை உரிய இடத்தில் எழுந்தருளச் செய்ய அந்தக் குழந்தைகள் உயிர் பிழைக்க வேண்டுமே என்று தவித்திருக்கிறார்கள். பல நூற்றாண்டுகளாக, மண்ணுக்குள் பாதுகாப்பாக இருந்த அந்தத் தெய்வச் சிலைகள் எல்லாம் பேராசையும் கலை உணர்வும் பாரம்பரிய பெருமிதமும் அற்ற கயவர்களால் கேலிக்கூத்தாக்கப்பட்டதோடு நம் முன்னோர்களின் தியாகமும் விழலுக்கு இறைத்த நீராக வீணடிக்கப்பட்டுவிட்டிருக்கிறது. நாம் பக்தியோடு வணங்கிய தெய்வச் சிலைகள் எல்லாம் அதிகக் காசு கொடுப்பவனுக்குக் கொடுக்கப்பட்டுக் கண்ணாடிச் சிறைக்குள் அடைக்கப்பட்டுக்கிடக்கின்றன. நம் தெய்வச் சிலைகள் வெறும் ஜடப் பொருளாக ஆக்கப்பட்டுவிட்டிருக்கின்றன. தினமும் அபிஷேகங்கள் நடப்பதில்லை. அமுது படைக்கப்படுவதில்லை... அலங்கரிக்கப்படுவதில்லை... மந்திரங்கள் ஓதப்படுவதில்லை.

நான் இப்போது சொல்ல முடிந்ததெல்லாம், 'நீங்கள் விரும்பும்வரை, எம்பெருமானே எங்கிருந்தாலும் பாதுகாப்பாக இருந்துகொள்ளுங்கள்... உங்களைத் தேடிக் கண்டுபிடித்து எப்படியும் உங்களுடைய உரிய சிம்மாசனத்தில் அமர்த்துவோம்'.

ஆசிரியர் எழுதிய குறிப்பு

ஹர்ஷத் மேத்தா, அப்துல் கரீம் தெல்கி, நீரவ் மோதி, விஜய் மால்யா, சத்யம், 2-ஜி, காமன்வெல்த் கேம்ஸ் ஊழல், ஆதர்ஷ் ஊழல் என நீங்கள் நிச்சயம் கேள்விப்பட்டிருப்பீர்கள். இவையெல்லாம் நம் தேசத்தின் ஒட்டுமொத்த மனநிலையில் தவறான காரணங் களுக்காக அழுத்தமாகப் பதிவான பெயர்கள், விஷயங்கள். இந்தக் குற்றங்களில் ஈடுபட்டவர்களில் பலர் விடுதலைபெற்று விட்டார்கள். எனினும் அவர்கள் குற்றவாளிகளே என்பது நமக்குத் தெரியும்.

ஆனால், மனு நாரங்க், நார்டன் சைமன், பம்பர் கார்ப்பரேஷன், பென் ஹெல்லர், எல்பி.சோராரியா அல்லது வாமன் நாராயன் கியா என்று சில பெயர்களைச் சொன்னால் உங்களில் யாருக்காவது ஏதாவது எச்சரிக்கை மணி மனதில் ஒலிக்குமா? ஒலிக்காது. சரிதானே. ஆனால், இவர்களெல்லாம் மேலே சொன்ன கொள்ளையடிப்புகள், ஊழல்களுக்கு சற்றும் சளைக்காத குற்றங்களைச் செய்தவர்களின் பெயர்கள். உலகிலேயே இதுவரை கண்டுபிடிக்கப்பட்டிருக்கும் மிக மோசமான மிக மிகப் பெரிய சிலைத்திருட்டு வழக்குகளில் சம்பந்தப்பட்டவர்கள். இருந்தும் இவர்களைப் பற்றிப் பொதுமக்கள் பார்வையில் எந்தவித விமர்சனமும் இல்லை. இவர்களுடைய புகழுக்கு எந்தவொரு இழுக்கும் ஏற்படவில்லை.

சுபாஷ் கபூர், சஞ்சீவி அசோகன், தீனதயாளன், ஆதித்ய பிரகாஷ், வல்லப் பிரகாஷ், ஷாண்டூ, காதர் பாட்ஷா ஆகியோரும் இதுபோல் மக்கள் மத்தியில் தலை நிமிர்ந்து நடக்க விடமாட்டேன். நம் தெய்வங்களைத் திருடி விற்றுவிட்டு எந்தவொரு கவலையும் இன்றி இவர்கள் தப்பித்துச் செல்ல நான் விரும்பவில்லை. கடந்த 40

ஆண்டுகளில் நூற்றுக்கணக்கான கற்சிலைகள், உலோகச்சிலைகள் ஆகியவற்றை நம் கோவில்களில் இருந்து திருடியிருக்கிறார்கள். அவர்களுடைய வேர்ஹவுஸில் இருக்கும் பொருட்களின் ஸ்டாக் பட்டியலில் நூற்றுக்கணக்கான ஏன் ஆயிரக்கணக்கான கலைப் பொருட்கள் இடம்பெற்றிருக்கின்றன. இவையெல்லாம் முப்பது நாற்பது ஆண்டுகளாகக் கலைப் பொருள் சந்தையில் விற்கப் பட்டுவந்துள்ளன. இவற்றின் ஒட்டுமொத்தக் கொள்ளை மதிப்பு என்னவாக இருக்கும் என்று யூகிக்க முடிகிறதா?

ஆருயிர் நண்பர்களே... இந்தப் புத்தகத்தை நான் எழுதியதன் முக்கிய காரணமே அதுதான்.

ஆனால், இந்தத் திருட்டு சாம்ராஜ்ஜியத்தில் பங்கெடுத்தது இவர்கள் மட்டுமே அல்ல. நூற்றுக்கணக்கான ஏன் ஆயிரக்கணக்கான வெளியில் தெரியாத சிறு கலைப் பொருள் வணிகர்கள் தெரிந்தோ தெரியாமலோ இந்த இந்தியக் கலைப் பொருட்கள் தொடர்பான சர்வ தேசச் சட்டவிரோதக் கடத்தல் தொழிலில் ஈடுபட்டு வருகிறார்கள்.

இவர்களில் பலர் பெரிய புள்ளிகள் அல்ல. அவர்களுக்கு உலகின் கலை சார்ந்து முக்கியத்துவம் பெற்ற நகரங்களில் ஆடம்பரமான ஆர்ட் கேலரிகள் இருக்காது. விற்பனை மையங்கள் இருக்காது. இவர்களில் பலர் ஈ-பே போன்றவற்றின் மூலம் கூட தமது வணிகத்தை நடத்தக்கூடும். இணையத்துக்குச் சென்று இந்தியக் கலைப் பொருட்கள் என்று தேடினால் ஆயிரக்கணக்கான கற்சிலைகள், உலோகச் சிலைகளின் விற்பனை, ஏலம் என்று பட்டியலிடப்பட்டிருப்பவற்றைக் காணலாம். இவையெல்லாம் அருங்காட்சியகங்களிலும் விற்பனை மையங்களிலும் இல்லாத அரிய சிலைகள். இந்தச் சிலைகளில் கற்சிலைகள் பெரும்பாலும் கை, கால், தலை சிதைந்துபோயிருப்பதைப் பார்க்கமுடியும். அது அந்தக் கோவில்களில் இருந்து நள்ளிரவுகளில் கடப்பாறை கொண்டும் சிறிய லாரிகளில் கயிற்றைக் கட்டி சிலையை இழுத்தும் கொடூரமாக உடைத்துப் பெயர்த்தெடுத்திருப்பதன் அடையாளம்.

வலை வணிக மையங்களில் 'ஏலத் தொகை' குறிப்பிடும் முன்பாக உங்கள் 'கூடையில் எடுத்துப் போடும்' முன்பாக ஒரு நிமிடம் யோசியுங்கள். இந்தச் சிலைகள் அவற்றின் மூலஸ்தானத்திலிருந்து எப்படியெல்லாம் பெயர்த்து எடுக்கப்பட்டிருக்கும் என்பதை ஒரு நிமிடம் கண் மூடி கற்பனை செய்துபாருங்கள். இந்தச் சிலைகள் எல்லாம் எப்படி அயல்நாடுகளுக்குக் கொண்டுசெல்லப் பட்டிருக்கும் என்பதை ஒருகணம் சிந்தித்துப் பாருங்கள்.

இந்தச் சிலை கடத்தல் தொழிலுக்குப் பின்னால் நீண்ட நெடிய கொடூரமான வரலாறு இருக்கிறது. இந்தியாவின் அரிய கலைப் பொக்கிஷங்கள் எல்லாம் பிரிட்டிஷாராலும் பிற காலனிய எஜமானர்களாலும் திட்டமிட்ட முறையில் கொள்ளையடிக்கப் பட்டன. ஏராளமான சிலைகள், கலைப் பொக்கிஷங்கள் எல்லாம் கப்பல் கப்பலாக இங்கிலாந்துக்குக் கொண்டுசெல்லப்பட்டன. காப்புரிமைகள், கலாசார உரிமைகள் பற்றியெல்லாம் யாரும் எதுவும் கவலைப்படவே இல்லை. சில நேரங்களில் வெறும் ஒரு மூட்டை அரிசியைக் கொடுத்து அல்லது சில வெற்றிலைகளுக்கு மாறாக அல்லது ஒரு ஜோடி மூக்குக் கண்ணாடிக்காக இந்த அரிய கலைப் பொக்கிஷங்கள் எல்லாம் 'பூர்வகுடி'களிடமிருந்து அள்ளிச் செல்லப்பட்டன.

சுதந்தரத்துக்குப் பின்னர் தூதரக, அயலுறவு அதிகாரவர்க்கப் போர்வையைப் பயன்படுத்தி ஏராளமான கலைப் பொக்கிஷங்கள் கடத்தப்பட்டன. உயர் மட்ட அதிகாரிகளுடைய உடமைகள் விமான நிலையங்களில் சோதனைக்குள்ளாக்கப்படாது என்பதால் அதனுள் வைத்து அரிய சிற்பங்கள், ஓவியங்களைக் கடத்திச் சென்றிருக்கிறார்கள். இந்தப் புத்தகத்தில் பார்த்ததுபோல் சம காலத்தில் நடக்கும் கொள்ளையடிப்புகளில் இவற்றையெல்லாம் விட அதிக நபர்கள் பல்வேறு வழிகள், தொழில்நுட்பங்களைப் பயன்படுத்தி நம் கலைச் செல்வங்களைக் கடத்தியிருக்கிறார்கள். நவீன காலத் திருடர்கள் அசைக்க முடியாத சிலைகளைக் கூட பெயர்த்தெடுத்துக் கடத்தி விலைமதிப்பற்ற நம் பொக்கிஷங்களை அதிக டாலர் கொடுப்பவருக்கு ஏலம் விட்டு வருகிறார்கள்.

கிராக்கியை ஏற்படுத்தும் பிரிவில் அருங்காட்சியங்கள், ஏல நிறுவனங்கள், கலைப் பொக்கிஷ வணிகர்கள், தனியார் கலைப் பொருள் சேகரிப்பாளர்கள்... ஏன் அரசு நிதி உதவியுடன் நடத்தப் படும் அயல் நாட்டு அருங்காட்சியகங்கள் கூட வெளிப் படையாகவே விதிமுறைகளை மீறி இந்தியக் கலைப் பொருட்களை வாங்கிக் குவிக்கிறார்கள். தாங்கள் வாங்கும் கலைப் பொருளின் முந்தைய உரிமையாளர் பற்றிய ஆவணங்களை முறையாகப் பரிசீலிப்பதே இல்லை. ஏனென்றால், இந்திய அரசுக்கு கலைப் பொருள் திருட்டு விஷயத்தில் பெரிதாக எந்த அக்கறையும் இதுவரை இருந்ததில்லை என்பது தெரியும். எனவே இந்தியாவில் இருந்து வரும் திருட்டுக் கலைப் பொருட்களைத் தைரியமாக வாங்கிவைத்துக்கொள்கிறார்கள்.

இப்படி கலைப் பொக்கிஷங்களைத் திருடுபவர்களுக்கும் அதை வாங்க விரும்புபவர்களுக்கும் உதவி செய்து தரும் வகையில்

வேறொரு பிரிவினரும் செயல்படுகிறார்கள். அவர்கள்தான் கலைப் பொருள் ஆய்வறிஞர்கள். பத்ம விருதுகள் பெற்றவர்கள் உட்படப் புகழ் பெற்ற அறிஞர்கள் பலர் இந்த சந்தேகத்துக்கிடமான கலைப் பொருட்களைப் பற்றித் தெரிந்திருந்தும் அவற்றையெல்லாம் மறைத்து அந்தக் கலைப் பொருட்களைப் பற்றிப் புகழ்ந்து கட்டுரைகள் எழுதி அவற்றுக்கு நம்பகத்தன்மையை உருவாக்கி அந்தக் கொள்ளைக்குத் தெரிந்தே துணைபோகிறார்கள். இந்தத் திருட்டுக் கலைப் பொருட்களை வாங்குவது தொடர்பாக ஆலோசனைகள்கூட வழங்குகிறார்கள். பெரும்பாலான ஆய்வறிஞர்கள் அரிய கலைப் பொக்கிஷங்கள் பற்றி விரிவாக ஆய்வுக் கட்டுரைகள் எழுதுகிறார்கள். ஆனால், அவை தனியார் சேகரிப்பில் இருப்பதாகக் குறிப்பிடுகிறார்கள். எங்கே, யாரால், எப்படி உரிமை கொண்டாடப்படுகிறது என்ற தகவல்களை வெளிப்படுத்துவதே இல்லை. நான் உனக்கு உதவுகிறேன்... நீ எனக்கு உதவு என மறைமுகமாக ஓர் ஒப்பந்தம் செய்து கொள்கிறார்கள்.

சரி... இந்தத் திருட்டு கும்பல், திருட்டுச் சிலைகளை வாங்குபவர்கள், பொய்யுரை எழுதும் ஆய்வறிஞர்கள் இவர்களைத் தடுத்து நிறுத்தவேண்டியவர்கள் யார்?

இந்த விஷயத்தில் இந்திய காவல், கண்காணிப்பு, நீதித்துறை அதிகாரிகளைப் பற்றி எதுவும் சொல்லாமல் இருப்பதே நல்லது. சிலைத் திருட்டுத் தடுப்புப் பிரிவு, இந்து அற நிலையத்துறை, இந்திய அகழ்வாராய்ச்சித்துறை, கஸ்டம்ஸ் துறை என அனைத்து உயர்மட்டங்களிலும் இந்தத் திருட்டுத்தொழிலில் ஈடுபடுபவர்களுடன் ரகசிய உடன்படிக்கை செய்துகொண்ட சிலர் இருக்கிறார்கள். கள ஆய்வுகள், பரிசோதனைகள் எல்லாம் முறைகேடாகச் செய்யப்படுகின்றன. கலைப் பொக்கிஷங்களின் விலை மதிப்புகள் பிழையாகக் கணக்கிடப்படுகின்றன. பெரும்பாலான நேரங்களில் எந்தவொரு விஷயத்தையும் தொடர்ந்து கண்காணிப்பதே இல்லை.

மிக அரிதாகவே சிலைகளை மீட்பது நடக்கிறது. அதுவும் கூட வெறும் ஒரு கண் துடைப்பு நடவடிக்கையாகவே நடக்கிறது. சிலைத் திருடர்கள் யாரும் கைது செய்யப்படுவதில்லை. சிலைத் திருட்டு கும்பல் பற்றிக் கிடைத்த தகவல்களை வைத்துக்கொண்டு அவர்களை முற்றாக வளைத்துப் பிடித்து எவ்வளவு கொள்ளை அடிக்கப்பட்டிருக்கிறது என்று கண்டுபிடிக்கவோ அந்தக் கடத்தல் கும்பலை முடக்கவோ எதுவும் செய்வதே இல்லை. கலைப்

பொருள் திருடர்கள், அருங்காட்சியகங்கள், அறிவுத்துறை மற்றும் காவல்துறை ஆகியவற்றுக்கு இடையே எப்படியான கூட்டு இருக்கிறது என்பதை அம்பலப்படுத்தும் நோக்கிலும்தான் இந்தப் புத்தகத்தை எழுதியிருக்கிறேன்.

2013-ன் சி.ஏ.ஜி. ஆய்வறிக்கை திருடப்பட்ட கலைப்பொருட்களை மீட்பதில் இந்திய அகழ்வாராய்ச்சித் துறை காட்டும் மெத்தனத்தைப் பற்றி ஓர் அறிக்கை வெளியிட்டிருந்தது. 1970-லிருந்து 2000 ஆண்டுவரை வெறும் 19 கலைப் பொக்கிஷங்கள் மட்டுமே மீட்கப் பட்டுள்ளன. அதிலும் 2000-லிருந்து 2012 வரை ஒன்றுகூட மீட்கப் படவில்லை. அதாவது இந்தியக் கலைப் பொருட்களைத் திருடி விற்பது நியாயமான, சட்டபூர்வமான தொழிலாகவே அங்கீகரிக்கப்பட்டதுபோல் இருந்திருக்கிறது.

எனது (நமது) சொந்த மாநிலமான தமிழகம் சோழர் காலச் சிலைகள் மீதான அமெரிக்கர்களின் அகோரப் பசிக்குப் பெருந் தீனியாக இருந்துவந்திருக்கிறது. சென்னை உயர் நீதிமன்றத்தில் இந்து அறநிலையத்துறை 1992க்குப் பின்னர் 387 கோவில்களில் இருந்து சுமார் 1,204 சிலைகள் (372 கற் சிலைகள், 832 வெண்கலச் சிலைகள்) திருடப்பட்டதாக மனு தாக்கல் செய்திருக்கிறது. மேலும் அந்த மனுவில், 1200க்கும் மேற்பட்ட திருட்டுகளில் 56 மட்டுமே கண்டுபிடிக்கப்பட்டுள்ளன. அதிலும் 18 வழக்குகளில் மட்டுமே சிலைகள் மீட்கப்பட்டுள்ளன! 33 கோவில்களில் நடை பெற்றிருக்கும் 385 சிலைகளின் திருட்டுகளில் தேடிக் கண்டுபிடிக்க முடியவில்லை என்ற குறிப்புடன் அந்த வழக்குகள் மூடிவைக்கப் பட்டுள்ளன.[1]

இவையெல்லாம் இந்து அறநிலையத்துறையின் கண்காணிப்பில் இருக்கும் கோவில்களில், இடங்களில் இருந்து திருடப் பட்டவற்றின் விவரம் மட்டுமே. பரந்து விரிந்த தமிழகத்தில் பாதுகாப்பற்ற நிலையில் கைவிடப்பட்ட நிலையில் இருக்கும் ஏராளமான கலைப்பொருட்கள் பற்றி இதில் இடம்பெறவில்லை. தமிழ்நாடு போன்று முன்னேறிய மாநிலத்திலேயே இந்த நிலையென்றால், மத்திய பிரதேசம், ராஜஸ்தான், உத்தரபிரதேசம் ஆகியவற்றின் நிலைமையை நினைத்தே பார்க்கமுடியவில்லை.

இந்தியக் கலைப் பொக்கிஷங்கள் அழிந்துவரும், திருடப்படும் வேகம் ஒருவரைக் கலவரப்படுத்தக்கூடியது. உண்மையில் அது என்னை மிகுந்த அதிர்ச்சியில், ஆழ்ந்த சோகத்தில் ஆழ்த்துகிறது. சிறிய பெரிய கலைப் பொருட்கள் என ஆண்டுக்கு ஆயிரம் வீதம் நம்

நாட்டில் இருந்து திருடப்படுகின்றன. அதாவது நாளொன்றுக்கு மூன்று மிக அரிய கலைப் பொக்கிஷங்கள் நம் கையை விட்டுப் போகின்றன. இந்தப் புத்தகத்தை நீங்கள் படிக்கத் தொடங்கிய நாளில் இருந்து முடிக்கும் நாளுக்குள் சுத்தமல்லி, ஸ்ரீபுரந்தன் கோவில் நடராஜர் சிலைகளைப்போல் எத்தனை அரிய, விலை மதிப்பே கூற முடியாத சிலைகள் களவாடப்பட்டிருக்கும் என்பதை நினைத்துப் பாருங்கள்.

இந்தப் பிரச்னையை நாம் அதிகக் கவனம் கொடுத்துக் கவனிக்க வேண்டிய நேரத்தில், புகழ் பெற்ற ஆய்வாளர்கள், அரசியல் வாதிகள், சட்டத்துறையினர் ஆகியோர் நமது கலைச் செல்வங்கள் எல்லாம் பாதுகாப்பாகவே இருப்பதாகச் சொல்லி வருகிறார்கள். இந்திய ஆய்வுத்துறை நிபுணர்களுக்கு ஏதேனும் ஒரு சர்வதேசக் கருத்தரங்குக்கு ஒரு அழைப்பு, ஏதேனும் ஒரு நல்கை எனக் கொடுத்தால் போதும்... கிளிப்பிள்ளைபோல் அயல் சக்திகள் எழுதிக் கொடுப்பதை அப்படியே முழங்க ஆரம்பித்துவிடுவார்கள்.

ஏற்கெனவே பல் போன சிங்கமாக இருக்கும் நம் கலைப் பொருள் பாதுகாப்புச் சட்டங்களை மேலும் பலவீனப்படுத்தி நம் கலைச் செல்வங்களைக் கொள்ளையடிக்க 'திறந்த சந்தை' ஒன்றை உருவாக்க வழிசெய்யவேண்டும் என்று மத்திய அரசிடம் கோரிக்கைகூட விடுத்திருக்கிறார்கள்.

100 ஆண்டுகளுக்கு மேல் பழமையான கலைப் பொருட்களைப் பிற நாடுகளுக்கு ஏற்றுமதி செய்யக்கூடாது என்று சொல்லும் சட்டத்தை ரத்துசெய்யவேண்டும் என்று பலர் விரும்புகிறார்கள்.

பழமையான தூசி படிந்த கோவில்களைவிடக் கண்ணைக் கவரும் வெளிநாட்டு அருங்காட்சியகங்களில் இந்தியக் கலைப் பொக்கிஷங்கள் நல்லவிதமாக இருக்கும் என்று அவர்கள் சொல்கிறார்கள். ஒரு விஷயத்தைக் கவனத்தில் கொள்ளவேண்டும். இது முழுக்க முழுக்கப் பொய்யான வாதம். சர்வதேச சக்திகளின் திட்டங்களை அமல்படுத்த பேசப்படும் போலியான அபாயகரமான வாதம்.

ஏனென்றால், இந்தச் சிலைகள் முதலில் கலைப் பொருளாகப் படைக்கப்பட்டவை அல்ல. கோவில்களில் வைத்து பூஜைகள் செய்து பக்தியுடன் வணங்கப்படுவதற்காக உருவாக்கப்பட்டவை. நூற்றுக்கணக்கான ஆண்டுகளாகத் தூசி படிந்த பழமையான கோவில்களில் இருந்தவரை அவை நன்றாகத்தான் இருந்தன. சுபாஷ் கபூர் போன்ற திருடர்கள் உருவான பிறகுதான் இதுபோன்ற சமாளிப்பு வாதங்களும் முன்னுக்குவருகின்றன. தொழில்நுட்ப

மேன்மையும் கலை நேர்த்தியும் கொண்ட இந்தச் சிலைகள் கோவில்களினுள் ஆன்மிகமும், கலையும், ரசனையும் சேர்ந்த கலவையாக அனுபவிக்கப்படவேண்டியவையே.

அந்தச் சிலைகள் எல்லாம் பக்தியையும் பரவசத்தையும் தூண்டுவதற்காகப் படைக்கப்பட்டவை. வெண்கல மணிகள் கணீரென்று முழங்க, ஸ்லோக மந்திரங்கள் காதில் விழ, எண்ணெய் விளக்கின் பொன்னிற ஒளியில் அல்லது வீதி உலாவாக அந்தந்த தெய்வங்களுக்கே உரிய வாகனங்களில், அபாரமான தேர்களில் வைத்துப் பார்த்து வணங்கத்தக்கவை. நீங்கள் அந்தச் சிலைகளைப் பார்க்கும்போது அழகிய புத்தம் புது மலர்களின் நறுமணமும் ஊதுபத்திப் புகையும் நெய் விளக்கின் வாசமும் கற்பூர வாசமும் உங்கள் நாசிகளை நிறைக்கவேண்டும். அந்தப் புனிதச் சிலைகள் கண்ணாடிக் கூண்டுக்குள் பார்க்கப்படவேண்டியவை அல்ல. உறைந்த அருங்காட்சியகங்களிலோ விற்பனைக் கலைக்கூடங் களிலோ பார்க்கப்படவேண்டியவை அல்ல. சிலைகள் அவற்றின் கருவறையில் கோவிலின் புனிதமான சுற்றுச் சூழலில் பார்த்து மெய்மறந்து ரசிக்கத் தக்கவை. நாம் செய்ய வேண்டிய முதல் வேலை இந்தச் சிலைகளை அவற்றின் கருவறையில், கோவில் களில் அதே கம்பீரத்துடன் அதே அழகுடன் அதே ஆன்மிக அம்சத்துடன் இருக்கவிடுவதுதான்.

இந்த அரிய தெய்வச் சிலைகள் எல்லாம் வெளிநாடுகளில் இருப்பதுதான் நல்லது என்று நீங்கள் நினைத்தால், ஒன்று தெரிந்து கொள்ளுங்கள். இந்தத் தெய்வச் சிலைகள் உங்களுடைய சொத்து அல்ல. நீங்கள் நினைத்தால் மெட் அருங்காட்சியகத்துக்கோ விக்டோரியா ஆல்பர்ட் அருங்காட்சியகத்துக்கோ தனியார் கலைப் பொருள் ஆர்வலருக்கோ எடுத்துக் கொடுக்கும் அதிகாரம் உங்களுக்குக் கிடையாது. அது அந்தந்தக் கிராம மக்களுக்குத்தான் முதலில் சொந்தம். அதன் பிறகு நமக்கு, இந்த தேசத்துக்குத்தான் சொந்தம்.

இந்த இடத்தில் எனது இரண்டாவது கருத்தைச் சொல்கிறேன். நமது தேசத்தின் தந்தைகளும் தாய்களும் ஆர்டிகிள் 49 என்ற ஒன்றை உருவாக்கியிருக்கிறார்கள். அது, 'நம் தேசத்தில் இருக்கும் கலை மற்றும் சரித்திர முக்கியத்துவம் வாய்ந்த இடங்கள், நினைவுச் சின்னங்கள், பொருட்கள் இவற்றைக் காப்பது அரசின் கடமை. அவற்றைச் சிதைத்தல், உடைத்தல், அழித்தல், அகற்றுதல், ஏற்றுமதி செய்தல் போன்றவற்றிலிருந்து காப்பாற்றும் பொறுப்பு அரசுக்கு இருக்கிறது' என்று அந்த ஆர்ட்டிகிள் குறிப்பிடுகிறது.

எனவே, முக்கியமான இடங்கள், கலைப் பொருட்களைக் காப்பது அரசாங்கத்தின் அடிப்படைக் கடமையாகிறது. அரிய, விலை மதிப்பே சொல்ல முடியாத சிலைகளை லண்டனுக்கும் நியூயார்க்குக்கும் சிங்கப்பூருக்கும் நினைத்த மாத்திரத்தில் ஏற்றுமதி செய்யவெல்லாம் கூடாது.

100 ஆண்டுகளுக்கு மேலான கலைப் பொருட்களை வெளி நாடுகளுக்கு ஏற்றுமதி செய்வதைத் தடுக்கும் சட்டத்தை ரத்துசெய்ய வேண்டும் என்று சொல்பவர்கள் வேறொன்றும் சொல்வதுண்டு. அதாவது, கிரீஸ் நாட்டிலும் இத்தாலியிலும் கலைப் பொருள் நிர்வகிப்பு மிகவும் அபாரமாக இருப்பதாகச் சொல்வார்கள். ஆனால், உங்களுக்கு இன்னொன்று தெரியுமா? கிரேக்கம், இத்தாலி போல் பாரம்பரிய, பழம் பெருமை கொண்ட நாடுகள் எல்லாமே தமது கலைப் பொக்கிஷங்களைக் காப்பாற்றக் கறாரான சட்டத் திட்டங்களையே வைத்திருக்கின்றன. ஒரு நாடு தன் கலைப் பொக்கிஷங்களை அப்படித்தான் பாதுகாக்கவேண்டும். இந்தியாவும் அதுபோல் ஒரு வலுவான சட்டத்தை வைத்திருப்பதில் என்ன தவறு? அப்படியே அருங்காட்சியகங்களில்தான் சிலை களைப் பத்திரமாக வைத்துப் பார்க்க முடியும் என்றால் அயல் நாட்டு அருங்காட்சியகத்துக்கு எதற்காக எடுத்துச் செல்லவேண்டும். ஏதாவது காரணத்தினால் அப்படி ஒன்று செய்யவேண்டுமென்றால், இந்தியாவிலேயே அப்படியான அருங்காட்சியகத்தை உருவாக்கி அவற்றில் இந்தச் சிலைகளை வைத்துக்கொள்ளலாமே?

கடந்த இரண்டு ஆண்டுகளில் சில நல்ல முன்னேற்றங்கள் ஏற்படத் தொடங்கியுள்ளன. முந்தைய காலச் சுரண்டல்கள், ஊழல்கள், திருட்டுகளில் இருந்து இப்போது நாம் வெகுதூரம் நகர்ந்து வந்திருக்கிறோம். 1970களில் நடந்த ஒரு விஷயத்தை எடுத்துக்கொள்வோம்.

1973-ல் இந்திய அரசு ஒரு 'கடுமையான' முடிவை எடுத்தது. முன்பே சொன்ன நார்டன் சைமன் என்பவன் மீது சிவபுரம் நடராஜர் சிலைத்திருட்டு தொடர்பாக வழக்குப் பதிவு செய்தது. அவன் அந்தச் சிலையை மில்லியன் டாலர் கொடுத்து வாங்கியிருந்தான். நியூயார்க் டைம்ஸ், இது திருட்டுச் சிலையா என்று கேட்டது. 'ஆமாம். பின்னே... இதுபோல் ஆசியக் கலைப் பொருட்களைக் கடத்துவதற்கு 15-16 மில்லியன் டாலர்கள் கடந்த இரண்டு

வருடங்களில் மட்டும் செலவிட்டிருக்கிறேன்' என்று வெளிப் படையாகப் பேட்டி கொடுத்தான்.

இந்தியாவுக்குத் திரும்பிக் கொண்டுவரப்பட்ட சொற்பச் சிலைகளில் அதுவும் ஒன்று. நீதிமன்றத்துக்கு அப்பால் ஓர் உடன் படிக்கை செய்துகொள்ளப்பட்டது. நார்டன் சைமன் இந்த ஒரு சிலையை மட்டும் கொடுத்தால் போதும். அவனிடம் இருந்த பிற இந்திய கலைப் பொக்கிஷங்கள் அனைத்தையும் வைத்துக் கொள்ளலாம் என்று 'சுமுகமாகப் பேசி'த் தீர்க்கப்பட்டது! அவன் வைத்துக்கொள்ள அனுமதிக்கப்பட்ட சிலைகளில் சிவபுரத்தைச் சேர்ந்த மிக அரிய கலைப் பொக்கிஷமான சோமஸ்கந்தர் சிலையும் ஒன்று. இந்த ஒரு நடராஜர் சிலையை மீட்பதற்காகச் சுமார் 800க்கு மேற்பட்ட கலைச் செல்வங்கள் விட்டுக்கொடுக்கப்பட்டன! இதுதான் சிலைத்திருட்டு விவகாரத்தில் நமது 'கடுமையான' நடவடிக்கை!

அப்படியே 2018-க்கு வாருங்கள். 2014லிருந்து 2018 வரை 27 கலைச் செல்வங்களை நாம் மீட்டுக்கொண்டு வந்தது குறித்து அமைச்சர் ஓர் அறிக்கை தாக்கல் செய்தார். இது பெரிய சாதனை போல் தோன்ற வாய்ப்பில்லைதான். ஆனால், வேறு சில விஷயங்களையும் கணக்கில் கொண்டு பாருங்கள். 2000-2012 வரை ஒற்றைச் சிலை கூட இந்தியாவுக்குத் திரும்பிக் கொண்டுவரப்பட்டிருக்கவில்லை.

2014-2018 காலகட்டத்தில் மீட்கப்பட்ட சிலைகளில் 26 என்னுடைய மற்றும் என்னுடன் பணிபுரியும் அர்ப்பணிப்பு மிகுந்த சிறிய நண்பர் குழுவின் முயற்சியால் திரும்பி வந்தன. சிறிய குழுவாக இருந்தாலும் போதிய வசதி வாய்ப்புகள் இல்லையென்றாலும் அர்ப்பண உணர்வுடன் செயல்பட்டால் நல்ல விளைவுகளை ஏற்படுத்தமுடியும் என்பதையே இது காட்டுகிறது.

இந்தச் சிறிய ஆனால் முக்கியமான வெற்றி எங்களுக்கு மிகுந்த உத்வேகத்தைத் தந்திருக்கிறது. நாங்கள் இதைப் பணத்துக்காகவோ விருதுகளுக்காகவோ செய்யவில்லை. நம் தேசம் தர முடிந்த அதிகாரமும் வசதி வாய்ப்புகளும் எங்களுக்குக் கிடைத்தால் இன்னும் சிறப்பாக நிறையவே செய்யமுடியும். அதற்கு வழி செய்ய முடிந்தவர்கள் இந்தப் புத்தகத்தைப் படிப்பார்கள் என்று நம்புகிறேன்.

ஆனால், நான் இந்தப் புத்தகத்தை எழுதியதற்கான இன்னொரு முக்கியமான காரணம்: நான் அந்தச் சிலைத் திருட்டு கும்பலுக்கு ஒரு வலுவான செய்தியைத் தெரிவிக்க விரும்பினேன்:

‘இந்தியாவில் தமது கலைப் பொக்கிஷங்களை உயிரினும் மேலாக மதிக்கும் நபர்களும் உண்டு. அவர்கள் உங்களை எதிர்த்து இறுதிவரை விடாமல் போராடவும் செய்வார்கள். உங்களுடைய எலும்புத்துண்டுகளுக்கு வாலாட்ட மாட்டார்கள். சலுகைகளுக்கு மயங்கமாட்டார்கள்’.

சில வருடங்களுக்கு முன்பாக, ஒரு முன்னணி ஏல நிறுவனம் எனது ‘ஆராய்ச்சிக்கு’ நிதி உதவி செய்வதாகவும் அவர்களுடைய அற்புதமான நூலகத்தில் இருந்து எதை வேண்டுமானாலும் இலவசமாக எடுத்துக்கொள்ளும் வசதியையும் தருவதாகச் சொன்னார்கள். அவர்கள் வாங்க விரும்பும் ஆசிய கலைப் பொருட்களின் நம்பகத்தன்மையைப் பரிசோதித்துச் சொல்லும் படிக் கேட்டுக்கொண்டார்கள்.

நான் இந்த ஆலோசகர் பணியை இலவசமாகவே செய்து தருவதாகச் சொன்னேன். மேலும், ‘அந்த கலைப் பொருட்களின் உரிமையாளர்கள் பற்றிய விவரங்களை எனக்குத் தெரிவிக்கவேண்டும். ஏதேனும் சந்தேகத்துக்குரிய கலைப் பொருட்கள் இருந்தால் ஏழே நாட்களுக்குள் அவர்கள் அந்த கலைப் பொருள் வணிகரைப் பற்றிக் காவல்துறைக்குத் தகவல் தெரிவித்து விடவேண்டும். அவர்கள் அப்படித் தெரிவிக்கவில்லையென்றால் நான் தெரிவிப்பேன்’ என்றும் சொன்னேன்.

அவர்களிடமிருந்து அதன் பிறகு எந்தப் பதிலும் வரவில்லை.

நியூயார்க்கிலிருந்து சிங்கப்பூர் பறந்து வந்து என்னைப் பார்த்துச் சென்ற அந்த ஏல நிறுவனத்தின் வழக்கறிஞருக்கு நன்றி தெரிவித்து ஒரு மின்னஞ்சல் அனுப்பினேன். அவர்களுடைய அன்பான வேண்டுகோளை நிராகரிப்பதாகச் சொல்லி கூடவே ஒரு குறிப்பும் எழுதினேன்:

‘எல்லா இந்தியரையும் விலைக்கு வாங்கிவிடமுடியாது!’

பின்னிணைப்பு 1

கொள்ளையடிப்பில் இருந்து காப்பாற்ற புதைக்கப்பட்ட வெண்கலச் சிலைகள்[1]

அடிக்கடி, இந்தியாவில் நிலத்தைத் தோண்டும்போது ஆங்காங்கே சிலைகள் கிடைப்பது வழக்கம். தமிழ் நாட்டில் மட்டும் கடந்த பத்து ஆண்டுகளில் சுமார் 200க்கும் மேற்பட்ட பழங்கால அரிய சிலைகள் கிடைத்திருக்கின்றன. பெரும்பாலான நேரங்களில் அந்நிய ஆக்கிரமிப்புகளில் இருந்து தப்பிக்கத் திட்டமிட்டே அவை புதைக்கப்பட்டிருக்கின்றன. இதற்காகவே தோண்டப்படும் குழிகளில் இந்தச் சிலைகள் பாதுகாப்பாக வைக்கப்படுகின்றன. சில நேரங்களில் இந்தக் குழிகளில் செங்கல் அல்லது கல் சுவர் கூடக் கட்டப்பட்டு மண்ணால் நிரப்பப்படுவதுண்டு. நுண் மணலில் இந்தச் சிலைகள் பாதுகாப்பாகக் கவிழ்த்துவைக்கப்பட்டிருந்தன.

இப்படியான புதைகுழிகளில் இருந்து கண்டெடுக்கப்பட்ட சிலைகள் எல்லாமே பெரிதாக எந்தவொரு பாதிப்பும் இல்லாமலேயே இருக்கின்றன. இந்தச் சிலைகளைப் புதைத்தவர்கள், பின்னாளில் இந்தச் சிலை பூஜைக்குப் பயன்படவேண்டும் என்ற நோக்கில் மிகுந்த கவனமெடுத்து இதைப் பாதுகாப்பாகப் புதைத்து வைத்திருக்கிறார்கள்.

சிலைகள் புதைக்கப்படுவது பற்றி ஆகம விதிமுறைகள்

புதைக்கப்பட்ட இடங்களில் இருந்து எடுக்கப்பட்ட சிலைகள் தொடர்பான விரிவான ஆழமான ஆய்வின் முடிவில் இந்த வகையான செயலுக்கு ஆகம விதிமுறைகள் இருக்கும் என்பது தெளிவாகத் தெரிய வருகிறது. ஆகமங்கள், இப்படிச் சிலைகளைப் பாதுகாப்புக் கருதி அபாய காலங்களில் புதைப்பது எப்படி என்று

தெளிவாக வரையறுத்திருக்கின்றன. இதுபற்றி ஆகமங்கள் சொல்வதைப் பார்ப்போம் : கொள்ளையர்கள், எதிரிகள், அந்நியப் படையெடுப்புகள், கிராமங்களில் தகராறு போன்றவை ஏற்படும் நேரங்களில் கௌதுக, ஸ்தாபன, உத்சவ, பலிபீட உலோகச் சிலைகள் போன்றவற்றை மறைத்து வைத்துப் பாதுகாக்க வேண்டும்.

ரகசியமான, சுத்தமான இடத்தில் ஒரு குழி தோண்டப்பட வேண்டும். அதனுள் முதலில் மணலைப் பரப்பவேண்டும். மணலின் மேலே தர்ப்பைப் புல்லைப் பரப்பவேண்டும். பூமாதாவைத் தியானிக்கவேண்டும். பிறகு தர்ப்பையின் மேலே புனிதத் தீர்த்தத்தை 'ஆபோ ஹி ஸ்தா' என்ற மந்திரத்தைச் சொல்லித் தெளிக்கவேண்டும். பூஜை செய்யும் புரோகிதர், யஜமானர் பக்தர்களுடன் கோவிலுக்குள் நுழைய வேண்டும். இறைவனை வணங்கவேண்டும். இறைவனிடம் அனுமதிபெற வேண்டும்: 'அபாயம் நீங்கும் வரை மண்ணுக்குள் நீங்கள் பாதுகாப்புடன் இருந்துகொள்ளுங்கள்...'

அதன் பிறகு அந்த உற்சவ மூர்த்தியின் தெய்வாம்சத்தை மூல விக்கிரகத்துக்கு ஆவாஹனம் செய்யவேண்டும். மூல விக்கிரகம் இல்லையென்றால், 'ப்ராதத் விஷ்ணுஸ் தபதே' என்ற மந்திரத்தைச் சொல்லி அர்ச்சகர் தமது மனதினுள் துதிக்கவேண்டும். உலோகச் சிலையைப் பத்திரமாகக் குழியினுள் வைக்கவேண்டும். 'யத் வைஷ்ணவ' என்ற மந்திரத்தை உச்சரித்தபடி திருமேனியின் தலை பாகம் கிழக்குப் பக்கம் பார்க்கும்படியாக பவ்யமாக வைக்கவேண்டும். நுண் மணலால் அல்லது தோண்டப்பட்ட குழியின் அதே மணலால் குழியை நிரப்பவேண்டும். குழியின் வாய்ப் பாகம் மிகவும் இறுக்கமாக மூடப்படவேண்டும்.

அதன் பிறகு அவர்கள் கோவிலுக்குள் சென்று மூல விக்கிரகத்தை பூஜிக்க வேண்டும். தர்ப்பைப் புல் கட்டு மூலமாக மூல விக்கிரகத்தின் தெய்வாம்சமானது அந்தத் தர்ப்பைப் புல்லுக்கு மாற்றப்படவேண்டும். அந்தத் தர்ப்பையை பூஜித்து வரவேண்டும். ஒரு மாதத்துக்கு மேலாகியும் அபாயம் நீங்கவில்லையென்றால் வேறொரு தர்ப்பைப் புல் கட்டை உருவாக்கி அதனுள் தெய்வாம்சத்தை இடம்பெயரச் செய்து அதை வணங்கிவர வேண்டும்.

நிலைமை சீராகிவிட்டால் புதைக்கப்பட்ட திருமேனியை மீட்டெடுத்து நீராலும் புளியாலும் சுத்தம் செய்து, புன்யாஜனம் செய்யவேண்டும்.[2]

இப்படி எடுக்கப்பட்ட தெய்வத் திருமேனியை பூஜைக்கு மீண்டும் எழுந்தருளச் செய்யப் பல்வேறு சடங்கு சம்பிரதாயங்கள் வகுக்கப் பட்டுள்ளன. ஆறு மாதங்கள் அல்லது ஒரு வருடத்துக்கு மேலாகப் புதைக்கப்பட்ட சிலைகள் என்றால் அவற்றுக்கு வேறுவகையான சடங்குகள் பரிந்துரைக்கப்பட்டுள்ளன.

இப்படியாக எதிரிகளிடமிருந்து காப்பாற்றக் கோவில்களின் தர்மகர்த்தாக்கள் தெய்வத் திருமேனிகளைப் பூமிக்குள் புதைத்து வைத்திருக்கிறார்கள். தமிழகத்தில் இன்றும் பல்வேறு இடங்களில் இருந்து இதுபோல் முற்காலத்தில் புதைக்கப்பட்ட சிலைகள் மீட்கப்படுவதாகச் செய்திகள் வந்த வண்ணம் இருக்கின்றன. இப்போது இங்கு ஒரு கேள்வி எழுகிறது : இந்தத் திருமேனிகளைப் புதைத்தவர்கள் அந்த அபாயம் நீங்கியதும் இவற்றை ஏன் மீட்டெடுக்கவில்லை?

ஒரு நியாயமான பதில் என்னவாக இருக்குமென்றால், திருமேனிகளைப் பாதுகாப்பாகப் புதைத்து வைத்தவர்கள் கொல்லப்பட்டிருக்கவோ பூர்விக கிராமத்தில் இருந்து நீண்ட காலத்துக்கு விரட்டியடிக்கவோ பட்டிருக்கவேண்டும். எவ்வளவு சித்ரவதை செய்து கேட்டபோதிலும் மண்ணுக்குள் வைத்த திருமேனிகளைப் பற்றி அவர்கள் சிறு தகவலைக் கூடக் கசியவிட்டிருக்கவில்லை. அவர்களின் தியாகமும் வீரமும் அவ்வளவு உயரியதாக இருந்திருக்கிறது: சர்வ பரித் தியாகம். தம் வசம் இருக்கும் உடல், பொருள், ஆவி அனைத்தையும் தியாகம் செய்யும் அர்ப்பண உணர்வு.

பின்னிணைப்பு 2

‘ஆர்ட் லாஸ் ரெஜிஸ்டர்’ மற்றும் சிலைகளின் முந்தைய உரிமையாளர்கள் பற்றிய விவரங்கள்

ஒரு பொருளின் முந்தைய உரிமையாளர்களைக் குறிக்கும் ப்ராவெனன்ஸ் (Provenance) என்ற ஆங்கிலச் சொல் ப்ராவெனீர் (provenir) என்ற ஃப்ரெஞ்சு சொல்லில் இருந்து உருவானது. அதற்கு ‘மூலாதாரம்’ என்று அர்த்தம்.சரித்திர முக்கியத்துவம் பெற்ற ஒரு பொருளின் முந்தைய உரிமையாளர்கள், அது இருந்த இடங்கள் பற்றிய கால வரிசைக்கிரமமான தகவல்கள் என்று அர்த்தம்.

நல்ல மூலாதாரம் என்றால் என்ன?

- *பலராலும் மதிக்கப்பட்ட ஒரு கலைப் பொருள் சார்ந்த ஆய்வறிஞர் அல்லது அதிகாரபூர்வ அமைப்பிடமிருந்து பெறப்பட்ட கையொப்பமிடப்பட்ட சான்றிதழ் அல்லது அறிக்கை.*
- *அந்தக் கலைப் பொருள் காட்சிப்படுத்தப்பட்ட கேலரி அல்லது கண்காட்சி அமைப்பின் சான்றிதழ்*
- *கலைப் பொருளைச் செய்த கலைஞரிடமிருந்து நேரடியாகப் பெறப்பட்ட அல்லது கலைப் பொருள் விற்பனையகத்தில் இருந்து வாங்கப்பட்டதற்கான அதிகாரபூர்வ விற்பனை ரசீது.*
- *ஒரு கலைப் பொருளைப் பற்றிக் கலைஞர் ஒருவர் விவரித்துப் பேசும் ஆவணப் படம் அல்லது ஒலிப் பதிவு அல்லது அந்தக் கலைப் பொருளுக்கு அருகில் நின்று எடுக்கப்பட்ட புகைப்படம்.*
- *பழங்காலக் கலைப் பொருளைச் செய்த கலைஞரைப்பற்றி மரியாதைக்குரிய கலை நிபுணர் ஒருவரின் மதிப்பீடு, புகழுரை.*
- *கலைப் பொருளின் முந்தைய உரிமையாளர்கள் பட்டியல்.*

- ஒரு கலைப் பொருளைப் பற்றி மரியாதைக்குரிய நிபுணர்கள் அல்லது அதிகாரபூர்வ பிரமுகர்கள் எழுதிய கடிதங்கள் அல்லது கட்டுரைகள்.
- ஒரு கலைப் பொருளைப் பற்றிச் செய்தித் தாள் அல்லது பத்திரிகையில் குறிப்பிடப்பட்டிருக்கும் அல்லது விரிவாக எழுதப்பட்டிருக்கும் கட்டுரைகள்
- ஏதேனும் புத்தகத்தில் அல்லது மியூஸியம், கலை விற்பனையகத்தின் பொருளடக்கப் பட்டியலில் ஒரு கலைப் பொருளைப் பற்றிய குறிப்பு.
- ஒரு கலைப் பொருளையோ அதைச் செய்த கலைஞரையோ பற்றிப் பேச முடிந்த அதிகாரபூர்வ நபர் அல்லது நிபுணர் ஒருவரிடமிருந்து பெறப்பட்ட எழுத்து மூலமான ஆவணம்.[1]

இந்தப் புத்தகத்தில் நாம் விரிவாகப் பார்த்திருக்கும் சுபாஷ் கபூரின் செயல்பாடுகள் அவன் இந்தத் திருட்டுக் கலையில் கை தேர்ந்த திருடன் என்பதை எடுத்துக்காட்டுகின்றன. அவன் மிகுந்த சிரமமெடுத்து கலைப் பொருட்களுக்கு முந்தைய உரிமையாளர்கள் தொடர்பான 'மூல ஆதார நற் சான்றிதழை' உருவாக்கி எடுத்திருக்கிறான். தான் திருடிச் சேகரித்த கலைப் பொக்கிஷங் களைப் பிரபல உணவுவிடுதிகள், அருங்காட்சியகங்களுக்கு வாடகைக்குக் கொடுத்துக் காட்சிப்படுத்தி அந்தப் பொருட்களுக்கு நம்பகமானதொரு வரலாற்றை உருவாக்கிக் கொண்டிருக்கிறான். சில புகழ் பெற்ற கலை ஆய்வாளர்களிடம் இருந்து அந்தத் திருட்டுக் கலைப் பொக்கிஷங்களுக்கு நற்சான்றிதழ் வாங்கியுமிருக்கிறான்.

கபூரின் மிக முக்கியமான துருப்புச் சீட்டு அவன் 'ஆர்ட் லாஸ் ரெஜிஸ்டர்' அமைப்பிடமிருந்து பெற்ற நற்சான்றிதழ்கள் தான்.

'ஆர்ட் லாஸ் ரெஜிஸ்டர்' தனது சேவையை இப்படி விவரிக்கிறது:

> உலகம் முழுவதிலும் இருக்கும் நிபுணர்கள் ஒருகலைப் பொருளை வாங்குவதற்கு முன் அந்தப் பொருளின் முந்தைய உரிமையாளர்களின் வரலாறு பற்றித் தெரிந்துகொள்ள எங்கள் சேவையை நாடுகிறார்கள். தங்களிடம் இருக்கும் பொருட்கள் தொலைந்து போனால், அவை விரைவில் திரும்பக் கிடைக்க வேண்டும் என்ற நோக்கில் எங்கள் வலை தளத்தில் அது பற்றிய தகவலைப் பதிவு செய்கிறார்கள்.
>
> 'ஆர்ட் லாஸ் ரெஜிஸ்டர்' திருடப்பட்ட, தொலைந்துபோன கலைப் பொருட்கள், பழங்காலப் பொருட்கள் பற்றிய

உலகிலேயே மிகப் பெரிய தகவல் திரட்டு ஆகும். உரிமையாளர்கள் தமது கலைப் பொருளைப் பதிவு செய்தல், தொலைந்த கலைப் பொருட்களைத் தேடிப் பார்த்து மீட்டெடுத்தல், தேவையான கலைப் பொருளை விலைக்கு வாங்குதல், காப்பீட்டு விஷயங்கள், உலகம் முழுவதிலுமான காவல் மற்றும் சட்டத்துறை அதிகாரிகளுக்கான தகவல்கள் என நாங்கள் மிக விரிந்த அளவில் சேவையளித்து வருகிறோம். இந்தச் சேவையை நாங்கள் உலகின் அதிநவீனத் தகவல் தொழில்நுட்ப வசதிவாய்ப்புகளையும் தேர்ந்த பயிற்றுவிக்கப் பட்ட நிபுணர்கள், வரலாற்றாய்வாளர்கள் ஆகியோரின் துணையுடனும் அளித்து வருகிறோம்.

அடிப்படையில் இந்த விஷயத்தில் இரண்டு அம்சங்கள் இருக்கின்றன. முதலாவதாக உலகில் மிக முக்கியமான கலைப் பொக்கிஷங்களை வைத்திருக்கும் நபர்களை அவைபற்றிய தகவல்களை எங்கள் வலை தளத்தில் பதிவு செய்யும்படி ஊக்குவிக்கிறோம். கலைப் பொருட்களின் திருட்டைத் தடுப்பதில் 'ஆர்ட் லாஸ் ரெஜிஸ்டர்' மிகப் பெரிய பணியைச் செய்து வருகிறது. திருடப்பட்ட பொருட்களை விற்பது தற்போது மிகவும் சிரமமாகி வருவதைத் திருடர்கள் புரிந்துகொண்டிருக்கிறார்கள்.

கலைப் பொக்கிஷங்களை வாங்க விரும்புபவர்களுக்குத் தேவையான நம்பகத்தன்மையை அளிப்பதோடு போலியான ஆவணங்களின் மூலம் யாரேனும் உரிமை கொண்டாடினால் அது தொடர்பான கண்காணிப்பை உலக அளவில் வழங்கி வருகிறது. இதன் மூலம் திருடப்பட்ட, தொலைந்துபோன கலைப் பொருளை அதன் உண்மையான உரிமையாளரிடம் கொண்டு சேர்க்க இந்த வலைதளம் உதவுகிறது. சமீப காலங்களில் திருட்டுப் பொருளைத் தெரியாமல் வாங்கிவிட்டவர்களுடைய இழப்பீடு கிடைக்கச் செய்தல், அதன் இப்போதைய உரிமையாளருக்கு சட்டபூர்வ அங்கீகாரம் தேடித் தருதல் போன்ற சேவைகளையும் செய்யத் தொடங்கியிருக்கிறோம்.[1]

ஸ்ரீபுரந்தன் நடராஜர் சிலைக்கு வழங்கப்பட்ட சான்றிதழ் ஒன்றை உதாரணத்துக்குப் பார்ப்போம்.

- ஆர்ட் லாஸ் ரெஜிஸ்டர் ரெஃபரன்ஸ் : AOP 2604 , ஏப்ரல் 20, 2017.
- இப்போது நாங்கள் கீழ் கண்ட கலைப் பொருட்களை எங்கள்

ஆர்ட் லாஸ் ரெஜிஸ்டரில் தேடிப் பார்த்திருக்கிறோம்.

- கலைப் பொருள் : சிவ நடராஜர்.
- இடம் (நாகரிகம்) : தமிழ் நாடு
- காலம் : சோழர் காலம், 11-12 -ம் நூற்றாண்டு
- நாடு : தென் இந்தியா
- உலோகம் : வெண்கலம்
- அளவு : 52 அங்குலங்கள்
- முந்தைய உரிமையாளர் விவரம் : இல்லை

எங்களுக்குத் தெரிந்தவரை இந்த வெண்கலச் சிலை திருடப்பட்டதாகவோ தொலைந்து போனதாகவோ எங்கள் தகவல் திரட்டில் எங்கும் பதியப்பட்டிருக்கவில்லை. 1933-1945 காலகட்டத்தில் இதைச் சொந்தம் கொண்டாடி யாரும் எங்களிடம் எதுவும் பதிவு செய்திருக்கவில்லை. எனினும்

உலகின் கலைப் பொருட்களின் எல்லாவகைத் திருட்டு, காணாமல் போனவை பற்றிய விவரங்கள் எல்லாமே எங்களிடம் வந்து சேர்வதில்லை.

திருடப்பட்டதாக எங்களிடம் தெரிவிக்கப்பட்டவை அல்லாமல் பிற சட்டவிரோதமாகக் கடத்தப்பட்டவை பற்றிய தகவல்கள் எதுவும் எங்கள் தகவல் திரட்டில் இல்லை.

ஆர்ட் லாஸ் ரெஜிஸ்டரானது 1933-1945 காலகட்டத்தில் வற்புறுத்தி விற்கப்பட்ட, வற்புறுத்திப் பெறப்பட்ட, திருடப்பட்ட, கொள்ளையடிக்கப்பட்ட அனைத்துப் பொருட்கள் பற்றிய விவரங்கள் எங்களிடம் இல்லை.

- என்ற உண்மைகளையும் ஒருவர் கணக்கில்கொள்ளவேண்டும்.

ஒரு கலைப் பொருள் தொடர்பாக நாங்கள் தரும் சான்றிதழ் என்பது அது திருடப்பட்டதல்ல என்று உறுதியாகச் சொல்லும் அதிகாரபூர்வ, நம்பகமான சான்றிதழ் அல்ல.

நாங்கள் தேடிப் பார்த்துச் சொல்லும் கலைப் பொருளின் முந்தைய உரிமையாளர்கள் பற்றிய எங்களுடைய தகவல்களின் உண்மைத் தன்மைக்கு எந்தவித உத்தரவாதமும் தர எங்களால் முடியாது. எங்கள் தகவல் திரட்டில் ஒரு ஒருகலைப் பொருளின் நம்பகத் தன்மையை அலசிப் பார்க்கும் உங்கள் முயற்சி உங்களுடைய அக்கறையைக் காட்டுகிறது. ஆனால், அந்தக் கலைப் பொருளின்

நம்பகத்தன்மை தொடர்பான கூடுதல் ஆதாரங்கள், ஆய்வுகளை நீங்கள் மேற்கொள்ளத் தேவையில்லை என்ற உத்தரவாதத்தை அது ஒருபோதும் தருவதில்லை. இந்தச் சான்றிதழை நீங்கள் தவறாகப் பயன்படுத்திக் கொண்டதாக எங்களுக்குத் தகவல் கிடைத்தால் நாங்கள் உரிய நடவடிக்கையை நிச்சயம் எடுப்போம்.

உங்களுக்கு மீண்டும் எங்கள் உதவி தேவைப்பட்டால் தயங்காமல் எங்களைத் தொடர்பு கொள்ளுங்கள்.

இப்படிச் சொல்லும் சான்றிதழை நம்பகமான சான்றிதழாக மதித்துச் சில அருங்காட்சியகங்கள் ஏற்றுக்கொண்டிருப்பதைப் பார்க்கும் போது வியப்பாகத்தான் இருக்கிறது. 'ஒரு கலைப் பொருள் எங்களுடைய தகவல் திரட்டில் திருடப்பட்டதாகப் பதிவு செய்யப் படவில்லை. எங்கள் தகவல் திரட்டு முழுமையானது அல்ல' என்றுதான் அந்தச் சான்றிதழ் தெரிவிக்கிறது. *1933-1945* என்ற காலகட்டத்தை அது தெளிவாகக் குறிப்பிடுவதற்கான முக்கிய காரணம் அந்தக் கலைப் பொருள் நாஜிப் படையால் திருடப்பட்ட தாகவோ, அபகரிக்கப்பட்டதாகவோ, சட்ட விரோதமாகப் பெறப்பட்டிருந்தாலோ இருந்தால் அதைத் திருப்பி உரியவரிடம் கொடுப்பதுதான் அதன் பிரதான நோக்கம் என்பதையே அதுகாட்டுகிறது.

இப்போது சோழர் காலச் சிலை விஷயத்துக்கு வருவோம். பெரும்பாலான தெய்வத் திருமேனிகள் பூஜை வழிபாட்டில் இருந்தவை (இருப்பவை) என்பதால் அவற்றைப் புகைப்படம் எடுக்க மதம் சார்ந்த விதிகளினால் அனுமதி கிடையாது. அப்படியே புகைப்படமெடுக்கப்பட்டிருந்தாலும் அந்தச் சிலைகள் திருடு போயிருந்தால் அது பற்றி எந்தப் புகாரும் பதிவு செய்யப்பட்டிருப்ப தில்லை. அப்படியே புகார் பதிவு செய்யப்பட்டிருந்தாலும் தமிழகம் போன்ற பகுதிகளில் கைவிடப்பட்ட நிலையில் இருக்கும் கோவில் நிர்வாகிகளால் லண்டனில் ஏராளமான பதிவுக் கட்டணத்தை வசூலித்தபடி இயங்கும் ஆர்ட் லாஸ் ரெஜிஸ்டர் போன்ற ஒரு சர்வ தேசத் தகவல் திரட்டில் தங்கள் சிலைகள் திருடப்பட்டதைப் பதிவு செய்ய முடிந்திருக்காது.

இந்திய அரசு அதிகார வர்க்கமும் ஆர்ட் லாஸ் ரெஜிஸ்டரின் துணையை நாடுவதும் இல்லை. இண்டர் போல் அமைப்பானது திருடப்பட்ட சிலைகள் தொடர்பான தகவல் திரட்டு ஒன்றை எந்தவிதக் கட்டணமும் வசூலிக்காமல் இலவசமாகவே வழங்கும் நிலையில் ஒருவர் எதற்காக ஆர்ட். லாஸ் ரெஜிஸ்டரில் பணத்தைக்

கொட்டிக்கொடுத்து பதிவு செய்யவேண்டும்? உண்மைகள் இப்படி இருக்க உலகின் முன்னணி அருங்காட்சியகங்கள், கலைப் பொருள் ஏல நிறுவனங்கள் ஆர்ட் லாஸ் ரெஜிஸ்டர் அமைப்பு தரும் சான்றிதழை நம்பகமான ஒன்றாக எந்த அடிப்படையில் ஏற்றுக்கொள்கிறார்கள்?

திருடப்பட்ட கலைப் பொக்கிஷங்களாக இந்தியாவில் வழக்கு பதிவு செய்யப்பட்டுள்ளவற்றில் ஆர்ட் லாஸ் ரெஜிஸ்டரில் எத்தனை பதியப்பட்டுள்ளன என்பதைத் தெரிந்துகொள்ள நான் ஆவலாக இருக்கிறேன். ஆர்ட் ஆஃப் தி பாஸ்ட் நிறுவனத்துக்கு ஆர்ட் லாஸ் ரெஜிஸ்டர் எத்தனை சான்றிதழ்கள் வழங்கியிருக்கிறது என்பதையும் தெரிந்துகொள்ள ஆர்வமாக இருக்கிறேன். இந்தியாவின் பிற கலைப் பொருள் வணிகர்களுக்கு எத்தனை சான்றிதழ்களை வழங்கியிருக்கிறது என்பதையும் தெரிந்துகொள்ள விரும்புகிறேன்.

எனது சந்தேகம் என்னவென்றால், ஆர்ட் ஆஃப் தி பாஸ்ட் அமைப்புக்கும் பிற இந்திய கலைப் பொக்கிஷ வர்த்தகர்களுக்கும் ஆர்ட் ஆஃப் லாஸ் ரெஜிஸ்டர் எந்தெந்த கலைப் பொருட்களுக் கெல்லாம் சான்றிதழ் வழங்கியிருக்கிறார்களோ அவற்றின் பட்டியல் கிடைத்தால், சட்ட விரோதமாகக் கடத்தப்பட்ட கலைப் பொக்கிஷங்களின் பட்டியல் நமக்கு எளிதில் கிடைத்துவிடும். நிச்சயமாக அவற்றில் நேர்மையான கலைப் பொக்கிஷங்களின் பெயர்களும் இருக்கும். என்றாலும் முடிந்தவரை கணிசமான திருட்டுப் பொருட்களின் பட்டியல் கிடைக்க வாய்ப்பு உண்டு. ஏதாவது ஒரு புள்ளியில் இருந்து நாம் தொடங்கியாகவேண்டிய நிலையில் ஒரு நல்ல தொடக்கம் என்ற வகையில் அது பெரிதும் உதவிகரமாக இருக்கும்.

பின் இணைப்பு - 3

ஆர்ட் ஆஃப் தி பாஸ்ட் மற்றும் சுபாஷ் கபூருடன் தொடர்புடைய அருங்காட்சியகங்கள், அமைப்புகளின் பட்டியல்

ஆர்ட் ஆஃப் தி பாஸ்ட் அமைப்பின் வலைதளத்தில் (28, நவ, 2011) வாக்கில் இடம்பெற்றிருந்தது:

Affiliations

Art of the Past operates within an extensive business network of organizations, museums and institutions, publishers and bookstores, researchers, private collectors, and additional affiliations.

Organisations

AADNY Asia Week New York | www.asianartdealersny.com

Th e American Council for Southern Asian Art | www.acsaa.us

Asianart.com | www.asianart.com

Asian Art in London | www.asianartinlondon.com

Th e British Museum, Diploma in Asian Art | www.britishmuseum.org/.../diploma_in_asian_art.aspx

Christie's Education Master's Programs | www.christieseducation.com/ny_mastersprogs.html

Copal Art | www.copalart.com

The Indo-American Arts Council | www.iaac.us

Osian's-Swaraj for the Arts | www.osians.com

SAIS South Asia Studies Program | www.sais-jhu.edu/southasia

Sotheby's Institute of Art | www.sothebysinstitute.com

Museums and Institutions

Americas

Arthur M. Sackler Gallery, Freer Gallery, Smithsonian Institution | www.asia.si.edu

Th e Art Institute, Chicago | www.artic.edu/aic/
Asia Society | www.asiasociety.org
Asian Art Museum of San Francisco | www.asianart.org
Baltimore Museum of Art | www.artbma.org
Brooklyn Museum of Art | www.brooklynmuseum.org
Chinese Culture Center of San Francisco | www.c-c-c.org
Cleveland Museum of Art | www.clevelandart.org
Dallas Museum of Art | www.dm-art.org
Denver Art Museum | www.denverartmuseum.org
Frick Collection | www.frick.org
J. Paul Getty Museum | www.getty.edu/museum
Harvard University Art Museums | www.harvardartmuseums.org
High Museum of Art Atlanta | www.high.org
Honolulu Academy of Arts | www.honoluluacademy.org
Kimbell Art Museum | www.kimbellart.org
The Los Angeles County Museum of Art | www.lacma.org
Lowe Art Museum | www6.miami.edu/lowe
Metropolitan Museum of Art | www.metmuseum.org
Milwaukee Art Museum | www.mam.org
Minneapolis Institute of Arts | www.artsmia.org
Th e Montreal Museum of Fine Arts | www.mmfa.qc.ca/en
Museum of Fine Arts, Boston | www.mfa.org
Museum of Fine Arts, Houston | www.mfah.org
Th e Museum of Modern Art | www.moma.org
National Gallery of Art, Washington, DC | www.nga.gov
National Gallery of Canada | www.gallery.ca/english
Nelson-Atkins Museum of Art | www.nelson-atkins.org
New Orleans Museum of Art | www.noma.org
Newark Museum | www.newarkmuseum.org
Peabody Essex Museum | www.pem.org
Philadelphia Museum of Art | www.philamuseum.org
Phoenix Art Museum | www.phxart.org
Royal Ontario Museum, Toronto | www.rom.on.ca
Rubin Museum of Art | www.rmanyc.org
San Diego Museum of Art | www.sdmart.org
Seattle Art Museum | www.seattleartmuseum.org
Textile Museum of Canada | www.textilemuseum.ca

Th e Trammell & Margaret Crow Collection of Asian Art | www.crowcollection.com

Virginia Museum of Fine Arts | www.vmfa.state.va.us

Th e Walters Art Museum | thewalters.org

Weaving Art Museum and Research Institute | www.weavingartmuseum.org

Europe

Art Gallery of Greater Victoria | aggv.ca

Ashmolean Museum of Art and Archaeology, University of Oxford | www.ashmolean.org

Th e British Museum | www.britishmuseum.org

Th e Fitzwilliam Museum | www.fi tzmuseum.cam.ac.uk

Linden-Museum Stuttgart, State Museum of Ethnology | www.lindenmuseum.de/html/english

Th e Louvre | www.louvre.fr/llv/commun/home.jsp?bmLocale=en

Musée des Arts Asiatiques-Guimet, Paris | www.guimet.fr/-English

Museum fur Indische Kunst, Asian Art Museum, Berlin | www.smb.museum/smb/sammlungen

Museum für Kunst und Gewerbe, Hamburg | www.mkg-hamburg.de

Museum für Lackkunst | www.museum-fuer-lackkunst.de/index_en.htm

Plymouth City Museums and Art Gallery | www.plymouth.gov.uk/museumpcmag.htm

Royal Museums of Art and History, Belgium | www.kmkg-mrah.be/newfr

State Hermitage Museum | www.hermitagemuseum.org

Victoria and Albert Museum | www.vam.ac.uk

Asia

Th e Art Gallery of New South Wales, Sydney | www.artgallery.nsw.gov.au

Asian Civilisations Museum, Singapore | www.acm.org.sg

Beijing Confucian Temple and Guo Zi Jian Museum | www.kmgzj.com

Edo-Tokyo Museum | www.edo-tokyo-museum.or.jp/english

Hara Museum of Contemporary Arts | www.haramuseum.or.jp/generalTop.html

Hong Kong Museum of Art | www.lcsd.gov.hk/ce/Museum/Arts/english

Hong Kong Museum of History | hk.history.museum/en

Idemitsu Museum of Art | www.idemitsu.co.jp/museum/english

The Japan Ukiyo-e Museum | www.ukiyo-e.co.jp/jum-e

Kyoto National Museum | www.kyohaku.go.jp/eng

Miho Museum | www.miho.or.jp/english

Th e National Gallery of Australia, Canberra | nga.gov.au/Home/Default.cfm

National Museum of China, Beijing | www.chinamuseums.com/nationalm.htm

National Palace Museum, Taipei | www.npm.gov.tw/en/home.htm

Peranakan Musuem | www.peranakanmuseum.sg

Raku Museum | www.raku-yaki.or.jp/e

Shanghai Museum | www.shanghaimuseum.net/en

Tokyo National Museum | www.tnm.go.jp/en

University Museum and Art Gallery, Th e University of Hong Kong | www.hku.hk/hkumag

Publishers and Booksellers

Amazon | www.amazon.com

Art and Deal Magazine | www.artanddealmagazine.com

Arts of Asia | www.artsofasianet.com

Asian Art Newspaper | www.asianartnewspaper.com

Barnes & Noble | www.barnesandnoble.com

Borders | www.borders.com

Chapters | www.chapters.indigo.ca

Th e Epoch Times | www.epochtimes.com

Imperial Fine Books | www.imperialfi nebooks.com

Marg Publications | www.marg-art.org

Orientations Magazine | www.orientations.com.hk

Additional Affi liations

Bonhams & Butterfi elds | www.bonhams.com/usa/asianart

China Guardian | www.cguardian.com/english

Dorotheum | www.dorotheum.com/en/auctions.html

Gros & Delettrez Auctioneers | www.gros-delettrez.com/index.jsp?setLng=en

Ivey-Selkirk Auctioneers | www.iveyselkirk.com

Kogire-Kai Ltd | www.kogire-kai.co.jp/english

Koller | www.kollerauktionen.ch/en/index.asp

Lauritz | www.lauritz.com/Default.aspx?LanguageId=2

Maha Ganesha Blog | theemerald.wordpress.com/2009/04/22/art-of-the-past

Phila China Limited | www.philachina.com

Phillips de Pury & Company | www.phillipsdepury.com

The Rasananda Project: Th e Art of India | rasanandaproject.blogspot.com

Seoul Auction | www.seoulauction.com

Taj Pierre Hotel, New York City | www.tajhotels.com/Luxury

Uppsala Auktionskammare, Sweden | www.uppsalaauktion.se

Van Ham Fine Art Auctions | www.van-ham.com/?L=1

White Webb, LLC | www.WhiteWebb.com

Woolley & Wallis | www.woolleyandwallis.co.uk1

குறிப்புகள்

1. சுபாஷ் கபூரின் ஆடம்பர வாழ்க்கை

1 http://www.metmuseum.org/art/collection/search/39328

2 http://www.sothebys.com/en/auctions/ecatalogue/2013/indian-andsouth-asian-works-of-art-n08976/lot.277.lotnum.html

3 http://www.metmuseum.org/art/collection/search/64487

4 'Th e rogue's gallery: Subhash Kapoor and India's stolen artefacts', Arun Janardhanan, *Indian Express*, 17 July 2016. http://indianexpress.com/article/india/india-news-india/subhash-kapoor-arrestedextradited-idol-smuggling-stolen-2918744/

5 'History on Sale', Achintyarup Ray, *Times of India*, 23 July 2011.

http://epaper.timesofi ndia.com/Repository/ml.asp?Ref=VE9JS00vMjAxMS8wNy8yMyNBcjAwMjAw&Mode=HTML&Locale=english-skin-custom

6 'Gallery bought $11m worth of art from "smuggler" Subhash Kapoor', Michaela Boland, *The Australian*, 16 November 2013. https://www.theaustralian.com.au/arts/gallery-bought-11m-worth-of-art-fromsmuggler-subhash-kapoor/story-e6frg8n6-1226761365873?sv=df21fe0c2fdce9220e59914e87d4b98c

2. சுத்தமல்லி, ஸ்ரீபுரந்தன் கொள்ளைகள்

1 S.R. Balasubrahmanyam, *Early Chola Temples*, Sangam Books, 1960.

2 'Tamil Nadu Government works on special preventive law to curb temple thefts', S.H. Venkatramani, *India Today*, 30 April 1984.

https://www.indiatoday.in/magazine/crime/story/19840430-tamilnadu-government-works-on-special-preventive-law-to-curbtemple-thefts-803012-1984-04-30

3 http://www.tneow.gov.in/IDOL/status_info.html

4 http://www.tneow.gov.in/IDOL/status_info.html

5 http://www.tneow.gov.in/IDOL/status_info.html

3. மும்பையில் இருந்து ஒரு கண்டெய்னர்

1 'Th e man who sold the world', Adam Matthews, *GQ*, 5 December 2013. https://www.gqindia.com/content/man-who-sold-world/

2 'ICE seizes statues allegedly linked to Subhash Kapoor, valued at $5 million', U.S. Immigration and Customs Enforcement website. 12 December 2012. https://www.ice.gov/news/releases/ice-seizesstatues-allegedly-linked-subhash-kapoor-valued-5-million

3 'Th e rogue's gallery: Subhash Kapoor and India's stolen artefacts', Arun Janardhanan, *Indian Express* 17 July 2016.

http://indianexpress.com/article/india/india-news-india/subhashkapoor-arrested-extradited-idol-smuggling-stolen-2918744/

'Operation Hidden Idol: The struggle to bring back Indian antiquities', S. Vijay Kumar, *Swarajya*, 5 May 2015. https://swarajyamag.com/culture/operation-hidden-idol-the-struggle-tobring-back-indian-antiquities

4 'DRI helps US Customs bust antiques scam', Renni Abraham, *DNA*, 23 March 2017. http://www.dnaindia.com/mumbai/report-drihelps-us-customs-bust-antiques-scam-1086580

5 'Exposing a multidecade smuggling operation', Narayan Lakshman, *The Hindu* 11 November 2012. http://www.thehindu.com/todayspaper/tp-national/exposing-a-multidecade-smuggling-operation/article4086697.ece

6 Subhash Kapoor's confession note., 'TN cops send letter rogatory to US in case of smuggled idols', *Times of India*, 2 October 2012. https:// timesofi ndia.indiatimes.com/city/chennai/TN-cops-send-letterrogatory-to-US-in-case-of-smuggled-idols/articleshow/16638831.cms

'The rogue's gallery: Subhash Kapoor and India's stolen artefacts', Arun Janardhanan, *Indian Express*, 17 July 2016. http://indianexpress.com/article/india/india-news-india/subhash-kapoor-arrestedextradited-idol-smuggling-stolen-2918744/

'The man who sold the world', Adam Matthews, *GQ*, 5 December 2013.

https://www.gqindia.com/content/man-who-sold-world/

7 https://www.ft.com/content/fcec428e-6b55-11e7-b9c7-15af748b60d0

5. மரகத லிங்கம் தந்த துப்பு

1 'Idol thieves are adopting innovative ways', Gayatri Jayaraman, *India Today*, 18 June 2015.

http://indiatoday.intoday.in/story/tamil-nadu-stolen-antique-idolswing-prateep-v-philip/1/445384.html

2 *R.Venkataraman* v *The Director General of Police*

https://indiankanoon.org/doc/68007570/

6. இண்டி பொறுப்பேற்கிறார்

1 'Stolen Vishnu idol sent back to India', *Th e Hindu* 19 April 2006.

http://www.thehindu.com/todays-paper/tp-international/Stolen-Vishnu-idol-sent-back-to-India/article16905840.ece

7. கைவிடப்பட்ட காதலியின் பழிவாங்கல்

1 'Purchasing a major work of art for the collection', Joan Cummins Brooklyn Museum blog, 14 August 2007. https://www.brooklynmuseum.org/community/blogosphere/2007/08/14/purchasing-a-major-work-of-art-for-the-collection/

2 Ibid., 5 October 2007. https://www.brooklynmuseum.org/community/blogosphere/2007/10/05/purchasing-a-major-workof-art-for-the-collection-part-vi/

3 http://eresources.nlb.gov.sg/newspapers/digitised/issue/straitstimes20100319-1#

8. பீடத்து வாசகமும் பூடகமான துப்புத் தகவலும்

1 'Asia Week 2010 in New York: Arts Of Asia Report,' Tuyet Nguyetand Robin Markbreiter, *Arts of Asia*, Vol. 40, issue 3, May–June 2010.

9. ஜெர்மனியில் கைது

1 https://indiankanoon.org/doc/14478654/?type=print

2 'Th e man who sold the world', Adam Matthews, *GQ*, 5 December 2013. https://www.gqindia.com/content/man-who-sold-world/

3 Note dated 3 November 2011.

10. பிடிபடாத தீனதயாளனும் கை உடைந்த நடராஜர் சிலையும்

1 '13 idols stolen from Pazhavoor temple', *Th e Hindu*, 20 June 2005.

http://www.thehindu.com/2005/06/20/stories/2005062004670700.htm

2 'Two idol smugglers held in Mumbai', R. Sivaraman, *Th e Hindu*, 30 November 2016. http://www.thehindu.com/news/cities/chennai/Two-idol-smugglers-held-in-Mumbai/article16727431.ece

3 Ibid.

4 Ibid.

5 *R.Venkataraman* v *The Director General of Police*. https://indiankanoon.org/doc/68007570/

6 'Idol theft: DSP on the run', R. Sivaraman, *Th e Hindu*, 29 June 2017.

http://www.thehindu.com/news/national/tamil-nadu/idol-theftdsp-on-the-run/article19166544.ece

7 'DSP wanted in antique idols smuggling case arrested', R. Rajaram, *The Hindu*, 14 September 2017. http://www.thehindu.com/news/national/tamil-nadu/dsp-arrested-for-stealing-antique-idols/article19682036.ece

8 'First class facility for Basha rejected', *Th e Hindu*, 7 October 2017.

http://www.thehindu.com/todays-paper/tp-national/tp-tamilnadu/court-rejects-suspended-dsps-plea/article19816065.ece

9 'Th e man who stole gods', Narayan Lakshman, *Th e Hindu*, 21 October 2017. http://www.thehindu.com/opinion/op-ed/the-man-whostole-gods/article19891536.ece

10 Undated note from Subhash Kapoor to Aaron Freedman.

11 *Subhash Chandra Kapoor* v *Inspector of Police*. 3 April 2012. https://indiankanoon.org/doc/14478654/

12 'SC refuses to quash warrant against idol dealer wanted in TN,' *Times of India* epaper, 22 June 2012. http://epaper.timesofi ndia.com/Repository/getFiles.asp?Style=OliveXLib:LowLevelEntityToPrint_TOINEW&Type=text/html&Locale=english-skin-custom&Path=TOICH/2012/06/22&ID=Ar00701

13 'Th e man who stole gods', Narayan Lakshman, *Th e Hindu*, 21 October 2017. http://www.thehindu.com/opinion/op-ed/the-man-whostole-gods/article19891536.ece

11. அர்த்த நாரீஸ்வரரும் நடராஜரும்

1 'New images of stolen Nataraja surface', A. Srivathsan, *Th e Hindu*, 28 June 2013. http://www.thehindu.com/news/national/new-imagesof-stolen-nataraja-surface/article4857658.ece

2 'New Evidence Of Stolen Idols at the National Gallery of Australia', chasingaphrodite.com, 4 June 2013. https://chasingaphrodite.com/2013/06/04/scoop-new-evidence-of-stolen-idols-at-thenational-gallery-of-australia/

3 'New images of stolen Nataraja surface', A. Srivathsan, *Th e Hindu*, 28 June 2013. http://www.thehindu.com/news/national/new-imagesof-stolen-nataraja-surface/article4857658.ece

4 'Coming clean: Australia's Art Gallery of New South Wales releases Kapoor documents', Chasing Aphrodite blog, 25 June 2013. https://chasingaphrodite.com/2013/06/25/coming-clean-australias-artgallery-of-new-south-wales-releases-kapoor-documents/

5 'Galleries need new standards for collecting precious artefacts', Michaela Boland, *Th e Australian*, 6 July 2013.

https://www.theaustralian.com.au/news/inquirer/galleries-neednew-standards-for-collecting-precious-artefacts/news-story/18543c8aa412d56bf6efef0f9ed706f7?sv=50c1657cdf78aa0e613799868bb6efe0

6 'Temple idol from Tamil Nadu surfaces in Australia', A. Srivathsan, *The Hindu*, 21 July 2013. http://www.thehindu.com/news/national/tamil-nadu/temple-idol-from-tamil-nadu-surfaces-in-australia/article4935770.ece

7 'ICE HSI, Tamil Nadu Police arrest major India-based artifact smugglers', U.S. Immigration and Customs Enforcement website, 11 November 2016. https://www.ice.gov/news/releases/ice-hsi-tamilnadu-police-arrest-major-india-based-artifact-smugglers

8 'Brian Kennedy backed out of a transaction with Kapoor', Michaela Boland, *Th e Australian*, 5 November 2013. http://www.theaustralian.com.au/arts/visual-arts/brian-kennedy-backed-outof-a-transaction-with-kapoor/news-story/38feecb9ad0f08167621d9c4fd97f363

9 https://nga.gov.au/AboutUs/press/RTF/ShivaNataraja_MR.rtf

10 'National Gallery of Australia defends practices despite admitting it may have been conned into buying stolen Indian art', Annie Maria Nicholson, *ABC News*, 6 March 2014. http://www.abc.net.au/news/2014-03-05/national-gallery-defends-practices-oversuspected-stolen-art/5300966

11 Ibid.

12 'Waiting for the Nataraja', Nirupama Subramanian, *Th e Hindu*, 17 April 2014. http://www.thehindu.com/news/national/waiting-forthe-nataraja/article5920514.ece

13 'Th e Dancing Shiva', *ABC Net*, 24 March 2014. http://www.abc.net.au/4corners/the-dancing-shiva/5343282

14 Ibid.

15 'Home at last: Looted Shivas to be handed over in meeting of PMs', *The Australian*, 5 September 2014. https://www.theaustralian.com.au/arts/visual-arts/home-at-last-looted-shivas-to-be-handed-over-inmeeting-of-pms/news-story/e8addaa1534733388700e358b3b40e3b

16 'Stolen idols back from Australia but far from public view', A. Selvaraj and Julie Mariappan, *Times of India*, 12 September 2014.

https://timesofindia.indiatimes.com/city/chennai/Stolen-idolsback-from-Australia-but-far-from-public-view/articleshow/42315974.cms

12. சிங்கப்பூரில் உமாதேவி

1 www.poetryinstone.in

2 Art of the Past advertisement in *Arts of Asia*. Vol. 36 No. 5, September–October 2006.

Art of the Past Catalogue, September 2006.

13. 'மறைக்கப்பட்ட சிலை ஆப்பரேஷன்'

1 'Feds: Subhash Kapoor "one of the most prolifi c commodities smugglers in the world"', chasingaphrodite.com, 6 December 2012.

https://chasingaphrodite.com/2012/12/06/feds-subhash-kapoorone-of-the-most-prolifi c-commodities-smugglers-in-the-world/

2 https://chasingaphrodite.com/tag/kapoor-galleries/

3 *The People of the State of New York* v *Aaron Freedman*. https://www.scribd.com/document/189440692/NY-vs-Aaron-Freedman

4 'Assistant to accused antiquities smuggler pleads guilty to possessing looted items', Tom Mashberg, *Th e New York Times* blog, 4 December 2013. https://artsbeat.blogs.nytimes.com/2013/12/04/assistant-toaccused-antiquities-smuggler-pleads-guilty-to-possessing-looteditems/?_r=0)

15. துணைக் குற்றவாளிகள்

1 'Th e Kushan Buddhas: Nancy Wiener, Douglas Latchford and New Questions

about Ancient Buddhas', chasingaphrodite.com, 1 February 2015. https://chasingaphrodite.com/2015/02/01/the-kushan-buddhas-nancy-wiener-douglas-latchford-and-newquestions-about-ancient-buddhas/

2 'Ghiya-wont-serve-life-term-idols-will-go-to-museum', *DNA Syndication*, 16 January 2014. http://dnasyndication.com/dna/TopNews/dna_english_news_and_features/Ghiya-wont-serve-lifeterm-idols-will-go-to-museum/DNJAI46059

3 'Th e idol thief: Inside one of the biggest antiquities-smuggling rings in history', Patrick Radden Keefe, *Th e New Yorker*, 7 May 2007.

https://www.newyorker.com/magazine/2007/05/07/the-idol-thief

4 *The People of the State of New York* v *Nancy Wiener*. https://www.scribd.com/document/335100264/Nancy-Wiener-Complaint

5 http://www.asiaweekny.com/content/history

6 'A year after raids, Asia Week New York returns to the spotlight', Ralph Blumenthal and Tom Mashberg, *Th e New York Times*, 5 March 2017.

https://www.nytimes.com/2017/03/05/arts/design/asia-week-newyork-returns-to-the-spotlight.html?mtrref=www.google.co.in&gwh=9B172AE0746FD0A0834A0C7FDFF323D9&gwt=pay.

7 'Stolen ancient jain and hindu statues worth $450,000 seized in US', *Quint*, 13 March 2016. https://www.thequint.com/news/world/stolen-ancient-jain-and-hindu-statues-worth-dollar450000-seizedin-us

8 'US returns 200 artifacts worth $100 million to India', *Economic Times*, 7 June 2016. https://economictimes.indiatimes.com/news/politics-and-nation/us-returns-200-artifacts-worth-100-millionto-india/articleshow/52634085.cms

9 *The People of the State of New York* v *Nancy Wiener* https://www.scribd.com/document/335100264/Nancy-Wiener-Complaint

10 Ibid.

16. நியூயார்க்கில் மறைந்திருந்த நடராஜரும் உமையம்மையும்

1 'TN idol theft case: Absconding DSP Kader Batcha arrested', A. Selvaraj, *Times of India*, 14 September 2017. https://timesofi ndia.

indiatimes.com/city/chennai/tn-idol-theft-case-absconding-dspkader-batcha-arrested-/articleshow/60509349.cms

2 http://culturalheritagelawyer.blogspot.in/2015/03/kapoor-idoltrafficking-conspirator.html

'Kapoor idol traffi cking conspirator sentenced', Cultural heritage Lawyer blog, 13 March 2015.

3 *The People of the State of New York* v *Selina Mohamed*. https://www.scribd.com/document/193125267/Selina-Mohamed-Complaint

4 *The People of the State of New York* v *Sushma Sareen*. https://www.scribd.com/doc/175894092/Sushma-Sareen-Complaint

ஆசிரியர் எழுதிய குறிப்பு

1 *Ram Lal Narang Etc. Etc* v *State of Delhi* (Admn.), 10 January 1979.
https://indiankanoon.org/doc/889775/

2 'Norton Simon bought smuggled idol', David L. Shirley, *The New York Times*, 12 May 1973.
https://www.nytimes.com/1973/05/12/archives/norton-simonbought-smuggled-idol-a-smuggled-idol-bought-by-simon.html

3 *Bumper Development Corp., Ltd.* v *Commissioner of Police of the Metropolis and Others.*

4 'Canada arrests two art dealers in import case', Grace Glueck, *Th e New York Times*, 28 December 1981. https://www.nytimes.com/1981/12/28/nyregion/canada-arrests-two-art-dealers-inimport-case.html

5 'Tamil Nadu Government works on special preventive law to curb temple thefts', S.H. Venkatramani, *India Today*, 30 April 1984.
https://www.indiatoday.in/magazine/crime/story/19840430-tamilnadu-government-works-on-special-preventive-law-to-curbtemple-thefts-803012-1984-04-30

6 *Vaman Narain Ghiya* v *State of Rajasthan*, 12 December 2008. https://indiankanoon.org/doc/234105/

7 'Over 1,000 temple idols stolen since 1992: Tamil Nadu admits in Madras High Court', PTI, *Indian Express*, 25 January 2018. http://www.newindianexpress.com/states/tamil-nadu/2018/ jan/25/over-1000-temple-idols-stolen-since-1992-tamil-naduadmits-inmadras-high-court-1763443.html

பின்னிணைப்பு 1

1 'Archaeological fi nds in South India: Esalam Bronzes and copperplates', R. Nagaswamy, *École française d'Extrême-Orient*, Vol. 76 (1987), pp. 1–51, 53–68. http://www.jstor.org/stable/43733559?loggedin=true&seq=1#page_scan_tab_contents

2 Ibid.

பின்னிணைப்பு 2

1 Art provenance: What it is and how to verify it, ArtBusiness.com.
http://www.artbusiness.com/provwarn.html

2 http://www.artloss.com/about-us

பின்னிணைப்பு 3

1 https://web.archive.org/web/20111128165757/http://artofpast.com:80/affiliations/

நன்றி

தெய்வத் திருமேனிகளைக் கலையழகு மிளிர உருவாக்கிய பெயர் தெரியாத சிற்பிகள், கலைஞர்களுக்கும் அவர்களுக்கு புரவலராக இருந்து ஆதரித்த மன்னர்களுக்கும் பிற நிலப் பிரபுக்களுக்கும் நூற்றுக்கணக்கான ஆண்டுகளாக அந்தத் திருமேனிகளை பூஜித்துப் போற்றிவந்த அர்ச்சகர்களுக்கும் தர்ம கர்த்தாக்களுக்கும் இவர்கள் அனைவருக்கும் மேலாக எனது வழிகாட்டியாக இவ்விஷயத்தில் இருந்துவரும் ராஜா ராஜ சோழச் சக்கரவர்த்திக்கும் இந்தப் புத்தகத்தை சமர்ப்பணம் செய்கிறேன்.

நான் நன்றி சொல்ல வேண்டியவர்களின் பட்டியல் மிக மிகப் பெரியது.

மாபெரும் நவீன காலக் காப்பியமான ‘பொன்னியின் செல்வன்’ படைத்த ஸ்ரீ கல்கி கிருஷ்ணமூர்த்திக்கு என் மனமார்ந்த நன்றிகள். அவர்தான் என்னுள் வரலாற்றுப் புதினங்கள் மீதான தீராத மோகத்தைத் தூண்டியவர்.

இந்தியாவின் பெருமை மிகு கலைப் பொக்கிஷங்களையும் பெருமிதங்களையும் மீட்டெடுக்கும் என் லட்சியப் பயணத்தில் என்னுடன் பயணிக்கும் அனைத்து சக வரலாற்று ஆர்வலர்களுக்கும் நன்றிகள்.

தமது மாறாத பக்தி, அர்ப்பண உணர்வு ஆகியவற்றின் மூலம் என் பால்யகாலத்தைச் செதுக்கிய என் தாத்தா குப்புசாமி ஐயர், பாட்டி கமலாம்பாள் ஆகியோருக்கு என் சிரம் தாழ்ந்த நன்றிகள். இந்தப் புத்தகம் வெளியாவதை அவர்கள் பார்த்திருந்தால் எனக்கு மிகப் பெரிய பாக்கியமாக இருந்திருக்கும்.

என் செயல்பாடுகள் அனைத்துக்கும் எந்தக்கேள்விகளுமின்றி, துணிச்சலுடன் ஆதரவும் அரவணைப்பும் நல்கிவரும் என் பெற்றோர் ஸ்ரீ சுந்தரேச ஐயர், அருணா ஆகியோருக்கு பணிவான நன்றிகள்.

என் மீது மிகுந்த மதிப்பு வைத்திருப்பதோடு என் பணிகள் தொடர்பாக பத்திரிகைகளில் வெளியான செய்திகளை மிகுந்த அக்கறையுடன் ஒன்றுவிடாமல் வெட்டியெடுத்துத் தொகுத்துக் கொண்டுவரும் என் பெற்றோருக்கு இணையான மாமனார் மாமியார் அவர்களுக்கு அன்பான நன்றிகள்.

தமிழ் மொழியிலான கம்ப்யூட்டிங் மற்றும் ஆர்க்யூவ் பணிகளைத் தன்னார்வத்துடன் முன்னெடுத்து எங்களுக்கு உந்துதலாகவும் வழிகாட்டியாகவும் இருந்த என் மாமா டாக்டர் கல்யாண் அவர்களுக்கு நன்றிகள்.

சிறு பிராயத்தில் தன்னிடமிருந்த அமர் சித்திரக் கதைப் புத்தகங்களைக் கொடுத்துப் படிக்கத் துண்டிய மூத்த சகோதரர் சீனுவுக்கு நன்றி. இந்தப் புத்தகத்தை எழுதி முடிக்கும்படி தொடர்ந்து உற்சாகப்படுத்தியதும் அவரே!

என்னை மேலும் மேலும் எழுதும்படித் தூண்டிய பள்ளி ஆசிரியர்கள் திரு சுந்தரம், திருமதி அஜிதா மேத்யூஸ், திருமதி ப்ரான்சிஸ்கோ ராவ் ஆகியோருக்கு நன்றிகள். என் தேசத்துக்கு நான் செய்ய வேண்டிய கடமையைத் திறம்படச் செய்ய உற்சாகப்படுத்திய என் எஜமானர் திரு நஸீர் அவர்களுக்கு நன்றி.

திடீரென்று திட்டமிடப்படும் கலைப் பொக்கிஷ ஆவணப் பதிவுப் பயணங்களுக்கெல்லாம் தமது வேலைகள் அனைத்தையும் நிறுத்தி விட்டு உடனே வந்துகலந்துகொண்ட என் குழுவின் முக்கிய உறுப்பினர்களான அரவிந்த் வெங்கட்ராமன், சாஸ்வத் ஆகியோருக்கு நட்பார்ந்த நன்றிகள். சில நேரங்களில் உணவுக்கு வழி இருக்காது. வெறும் மாஸாவும் கடலைமிட்டாயும் சாப்பிட்டே வயிற்றை நிரப்ப வேண்டியிருக்கும். இருந்தும் அதுபோன்ற சிரமங்களையெல்லாம் பொருட்படுத்தாமல் சளைக்காமல் உடன் வந்த அவர்களுக்கு மிகுந்த நன்றிகள்.

ஒரு புத்தகம் எழுதுவதென்பது ராக்கெட் விஞ்ஞானம் போல் கடினமான விஷயம் ஒன்றுமல்ல என்று எனக்குப் புரியவைத்தவர் அனுஷா வெங்கடேஷ். அவர் மட்டும் அப்படி வழிகாட்டியிருக்க வில்லையென்றால் ஒரு புத்தகம் எழுதுதற்குப் பதிலாக நான் ராக்கெட்விடப் போயிருப்பேன்.

சென்னையிலும் கோயம்புத்தூரிலும் இருக்கும் என் நண்பர்கள் அனைவருக்கும் நன்றிகள். என் முதல் கருத்தரங்க உரைக்கு ஏற்பாடு செய்தவரும் என் பின்னாளைய மேடைப் பேச்சுகள் எல்லாவற்றுக்கும் தவறாமல் வந்து கலந்துகொள்பவருமான என் புரவலர் ஸ்ரீ சங்கர் வானவராயருக்கும் எல்லா நேரங்களிலும் எல்லா

வகையிலும் உறுதுணையாக இருக்கும் (அப்படி இருந்தும் இன்னும் என் படத்தை வரையாமலிருக்கும்) ஓவியர் ஜீவநாதனுக்கும் நன்றிகள்.

ஐ.எஃப்.பி ஆவணக் காப்பகத்தை மணிக்கணக்காக ஆய்வு செய்ய எனக்குப் பேருதவியாக இருந்த முனைவர் முருகேசன் அவர்களுக்கும் பிற உறுப்பினர்களுக்கும் மனமார்ந்த நன்றிகள். 1950களில் இருந்து நம் அரிய கோவில் கலைப் பொக்கிஷங்கள் தொடர்பான ஆவணங்களை அவர்கள் மட்டும் பத்திரப்படுத்திவைத்திருக்க வில்லையென்றால் இருளில் உட்கார்ந்தபடி நமது கலைப் பொக்கிஷங்களின் இழப்பு குறித்து நாம் அழுதுகொண்டுதான் இருந்திருப்போம்.

அச்சு ஊடகம் மீது தொடர்ந்து நம்பிக்கை இழக்காமல் இருக்கவும் நடுநிலையான புலனாய்வு ஜர்னலிஸத்தில் உற்சாகத்துடன் ஈடுபடவும் எனக்கு வழிகாட்டியாக இருக்கும் ஜேஸன் ஃபெல்ச், மைக்கேலா போலந்து ஆகியோருக்கு நன்றிகள்.

அதிகார அமைப்புக்குள் இருந்தபடியே பணியாற்றும் அதே நேரம் இலக்குகளில் இருந்து கவனத்தை சிதற விட்டுவிடாமல் செயல்படுவது எப்படி என்று காட்டுவதோடு எனக்கு பெரிய அளவில் உறுதுணையாக இருந்துவரும் சஞ்சீவ் சன்யாலுக்கு நன்றிகள்.

தில்லி அதிகார மையத்தில் விஷயங்கள் நடக்கும் விதங்களைப் புரிந்துகொள்ளவும் இந்தியா பிரைட் ப்ராஜெக்ட் மற்றும் பிரிங் அவர் காட்ஸ் ஹோம் ஆகியவற்றை உருவாக்குவதன் அவசியத்தையும் உணர்த்திய அனுராக் சக்ஸேனாவுக்கு நன்றிகள்.

அரிய தகவல்களையும் ரகசியங்களையும் எங்களுடன் பகிர்ந்து கொண்டால் அவற்றின் மீது சரியான, நியாயமான நடவடிக்கைகள் எடுக்கப்படும் என்று எங்கள் மீது நம்பிக்கை வைத்து பல அரிய தகவல்களப் பகிர்ந்துகொண்ட உலகம் முழுவதிலும் இருக்கும் தன்னார்வத் தொண்டர்களுக்கு நன்றிகள் பல.

இந்தக் கலைப் பொருள் திட்டு விவகாரத்தின் முக்கியத்துவத்தைப் புரிந்துகொண்டு ஆங்கிலத்தில் இந்தப் புத்தகத்தை எழுதித் தரச் சொல்லி என்னை அணுகிய ஜகர்நாத் புக்ஸுக்கு விசேஷ நன்றிகள். கணக்கிடமுடியாத அளவுக்கான தகவல்களை நாங்கள் ஒருங்கிணைத்து இந்தப் புத்தகத்தை உருவாக்க முற்பட்டபோது ஒருமுகப்பட்ட சிந்தையுடன் இயங்க எனக்கு உறுதுணையாக இருந்த எடிட்டர் பார்த் ஃபிரோஸ் மல்ஹோத்ராவுக்கு நன்றிகள்.

இந்தப் புத்தகத்தின் சக எழுத்தாளர் என்றே அவரைச் சொல்லலாம். ஆங்கில வடிவத்தின் எடிட்டர்களான அருஷி சிங், சஞ்சீவ் சரின் ஆகியோருக்கு நன்றிகள்.

'உட்கார்ந்த இடத்தில் இருந்தே புலம்பித் தள்ளும் ஆர்வலர்கள்' என்று எங்களை முத்திரை குத்தி வரலாற்று ஆய்வுகளில் இருந்து எங்களை ஓரங்கட்டிய புகழ் பெற்ற கல்வியாளர்கள், ஆய்வறிஞர்கள் ஆகியோருக்குப் பெரிய நன்றிகள்! உங்கள் விமர்சனங்களே எங்களை உத்வேகப்படுத்தின.

இறுதியாக மனைவி ப்ரியாவுக்கும் மகன் ப்ருத்விக்கும் மிகுந்த நன்றி. இந்தப் பணிகளுக்காக உங்களைவிட்டு உடலலளவிலும் பல நேரங்களில் மனதளவிலும் பிரிந்து செல்ல நேர்ந்திருந்திருக்கிறது. ஆயிரம் முறை உங்களிடம் மன்னிப்பு கேட்கிறேன். நம் நாட்டுக்கும் கலை உலகுக்கும் என் பணிகள் ஆற்றும் பங்களிப்புகள் உங்களுடைய தியாகத்துக்கு நன் மதிப்பை நிச்சயம் பெற்றுத் தரும் என்று நம்புகிறேன்.

இறுதியாக அமெரிக்க காவல்துறை அதிகாரி 'இண்டி'க்கு மனமார்ந்த நன்றிகள். அவர் மட்டும் இல்லையென்றால் இந்த எதுவுமே சாத்தியமாகியிருக்காது.

கடவுள்கள் தமது தாய் நிலம் திரும்ப முடிவு செய்தால் அதற்குரிய நேரத்தையும் வழியையும் வாகனத்தையும் அவர்களே தீர்மானித்துக் கொள்வார்கள். திரும்பி வருதல் தொடர்பாக நம் தெய்வங்கள் தேர்ந்தெடுத்த வாகனங்களில் அடியேனும் ஒருவன்... அவ்வளவே!

நூலாசிரியர் அறிமுகம்

விருத்தாசலத்துக்கு அருகில் இருக்கும் கிராமத்தில் பிறந்த எஸ்.விஜய் குமார் தற்போது சிங்கப்பூரில் வசிக்கிறார். ஃபைனான்ஸ் மற்றும் ஷிப்பிங் துறை நிபுணரான இவர் கடல்வழிப் போக்குவரத்து நிறுவனமொன்றின் ஜெனரல் மேனேஜராக இருந்துவருகிறார். இந்தியக் கலைகள் பற்றி poetryinstone.in எனும் வலைதளத்தை 2007-08-ல் ஆரம்பித்தார். சிலைத் திருட்டு தொடர்பாக இயங்கிவரும் இந்திய அமெரிக்க காவல்துறை-நீதித்துறை அதிகாரிகளுடன் இணைந்து செயல்பட்டு வருகிறார். இந்த அமைப்புகளுடன் அவருக்கு இருக்கும் நெருங்கிய தொடர்பின் மூலம் கிடைத்த ஆதாரங்களின் அடிப்படையில் இந்தப் புத்தகம் எழுதப்பட்டிருக்கிறது.

பல்வேறு சிலைத் திருடர்கள், கடத்தல்காரர்களின் கைதுக்கு முக்கிய காரணமாக இருந்திருக்கிறார். உலகின் முன்னணி அருங்காட்சியகங்களில் காட்சிக்கு வைக்கப்பட்டிருக்கும் இந்தியக் கலைப் பொக்கிஷங்களை, திருடப்பட்ட பொருட்களின் புகைப்படங்களோடு மிகத் துல்லியமாக ஒப்பிட்டு, அருங்காட்சியகங்களில் இருப்பவை திருடப் பட்டவையே என்று நிரூபித்து அவை இந்தியாவுக்குத் திரும்பக் கொண்டுவர வழிசெய்திருக்கிறார். இது விஜய் குமாரின் முதல் புத்தகம்.

www.ingramcontent.com/pod-product-compliance
Lightning Source LLC
LaVergne TN
LVHW090322051026
849518LV00005B/1853

* 9 7 8 8 1 8 4 9 3 9 4 9 1 *